TRANZLATY

Language is for everyone

ภาษาเป็นสิ่งที่ทุกคนต้องการ

The Call of the Wild

เสียงเพรียกจากพงไพร

Jack London

English / ไทย

Into the Primitive
เข้าสู่ความเป็นดั้งเดิม

Buck did not read the newspapers.

บัคไม่ได้อ่านหนังสือพิมพ์

Had he read the newspapers he would have known trouble was brewing.

ถ้าเขาอ่านหนังสือพิมพ์ เขาคงรู้ว่าปัญหากำลังเกิดขึ้น

There was trouble not alone for himself, but for every tidewater dog.

มีปัญหาไม่เพียงแต่กับตัวเขาเองเท่านั้น

แต่กับสุนัขน้ำขึ้นน้ำลงทุกตัวด้วย

Every dog strong of muscle and with warm, long hair was going to be in trouble.

สุนัขทุกตัวที่มีกล้ามเนื้อแข็งแรงและมีขนยาวอบอุ่นจะต้องพบกับ

ปัญหาอย่างแน่นอน

From Puget Bay to San Diego no dog could escape what was coming.

ตั้งแต่ Puget Bay จนถึง San Diego

ไม่มีสุนัขตัวไหนหนีรอดจากสิ่งที่กำลังจะเกิดขึ้นได้

Men, groping in the Arctic darkness, had found a yellow metal.

ชายคนหนึ่งกำลังคลำหาอะไรบางอย่างในความมืดของอาร์กติก

และพบโลหะสีเหลือง

Steamship and transportation companies were chasing the discovery.

บริษัทเรือกลไฟและขนส่งกำลังติดตามการค้นพบนี้

Thousands of men were rushing into the Northland.

ผู้ชายนับพันกำลังรีบเร่งเข้าสู่ดินแดนตอนเหนือ

These men wanted dogs, and the dogs they wanted were heavy dogs.

ผู้ชายเหล่านี้ต้องการสุนัข

และสุนัขที่พวกเขาต้องการก็เป็นสุนัขตัวใหญ่

Dogs with strong muscles by which to toil.

สุนัขที่มีกล้ามเนื้อแข็งแรงเพื่อใช้ทำงานหนัก

Dogs with furry coats to protect them from the frost.

สุนัขที่มีขนยาวเพื่อปกป้องตัวเองจากน้ำค้างแข็ง

Buck lived at a big house in the sun-kissed Santa Clara Valley.

บัคอาศัยอยู่ในบ้านหลังใหญ่ในหุบเขาซานตาคลาราอันอบอุ่นไปด้วยแสงแดด

Judge Miller's place, his house was called.

บ้านของผู้พิพากษามิลเลอร์เรียกว่า

His house stood back from the road, half hidden among the trees.

บ้านของเขาตั้งอยู่ห่างจากถนนครึ่งหนึ่งซ่อนอยู่ท่ามกลางต้นไม้

One could get glimpses of the wide veranda running around the house.

สามารถมองเห็นระเบียงกว้างที่ทอดยาวไปรอบบ้านได้

The house was approached by graveled driveways.

บ้านหลังนี้เข้าถึงโดยทางเข้าที่เป็นกรวด

The paths wound about through wide-spreading lawns.

เส้นทางคดเคี้ยวผ่านสนามหญ้าที่กว้างขวาง

Overhead were the interlacing boughs of tall poplars.

เหนือศีรษะมีกิ่งก้านของต้นป็อปลาร์สูงที่พันกัน

At the rear of the house things were on even more spacious.

บริเวณด้านหลังบ้านมีพื้นที่กว้างขวางมากยิ่งขึ้น

There were great stables, where a dozen grooms were chatting

มีคอกม้าใหญ่ๆ มีคนดูแลม้านับสิบคนกำลังพูดคุยกัน

There were rows of vine-clad servants' cottages

มีบ้านพักคนรับใช้ที่สวมชุดเถาองุ่นเรียงรายกัน

And there was an endless and orderly array of outhouses

และมีห้องสุขาแบบเรียงรายอย่างเป็นระเบียบไม่สิ้นสุด

Long grape arbors, green pastures, orchards, and berry patches.

ซุ้มองุ่นยาว ทุ่งหญ้าสีเขียว สวนผลไม้ และแปลงผลเบอร์รี่

Then there was the pumping plant for the artesian well.

แล้วก็มีโรงงานสูบน้ำบาดาล

And there was the big cement tank filled with water.

และมีถังซีเมนต์ขนาดใหญ่ที่เต็มไปด้วยน้ำ

Here Judge Miller's boys took their morning plunge.

ที่นี่ลูกๆ ของผู้พิพากษามิลเลอร์ลงเล่นน้ำในตอนเช้า

And they cooled down there in the hot afternoon too.

และพวกเขาก็คลายความร้อนในตอนบ่ายด้วย

And over this great domain, Buck was the one who ruled all of it.

และเหนืออาณาจักรอันยิ่งใหญ่นี้ บัคคือผู้ปกครองมันทั้งหมด

Buck was born on this land and lived here all his four years.

บัคเกิดบนดินแดนแห่งนี้และอาศัยอยู่ที่นี่เป็นเวลาสี่ปี

There were indeed other dogs, but they did not truly matter.

จริงๆ แล้วมีสุนัขตัวอื่นด้วย แต่มันไม่ได้มีความสำคัญอะไรเลย

Other dogs were expected in a place as vast as this one.

คาดว่าสุนัขตัวอื่นๆ จะอยู่ในที่กว้างใหญ่เช่นนี้

These dogs came and went, or lived inside the busy kennels.

สุนัขพวกนี้มาและไปหรืออาศัยอยู่ในคอกสุนัขที่พลุกพล่าน

Some dogs lived hidden in the house, like Toots and Ysabel did.

สุนัขบางตัวอาศัยอยู่อย่างซ่อนๆ ในบ้าน เช่นเดียวกับที่ Toots และ Ysabel ทำ

Toots was a Japanese pug, Ysabel a Mexican hairless dog.

ทูทส์เป็นสุนัขพันธุ์ปั๊กญี่ปุ่น

และอิซาเบลเป็นสุนัขพันธุ์เม็กซิกันที่ไม่มีขน

These strange creatures rarely stepped outside the house.

สิ่งมีชีวิตแปลกประหลาดเหล่านี้แทบจะไม่เคยออกไปนอกบ้านเลย

They did not touch the ground, nor sniff the open air outside.

พวกมันไม่ได้สัมผัสพื้นดิน หรือดมกลิ่นอากาศภายนอกเลย

There were also the fox terriers, at least twenty in number.

ยังมีสุนัขพันธุ์ฟ็อกซ์เทอร์เรียร์อย่างน้อย 20 ตัวด้วย

These terriers barked fiercely at Toots and Ysabel indoors.

สุนัขเทอร์เรียร์พวกนี้เห่าทูทส์และอิซาเบลในบ้านอย่างดุร้าย

Toots and Ysabel stayed behind windows, safe from harm.

ทูตส์และอิซาเบลอยู่หลังหน้าต่างปลอดภัยจากอันตราย

They were guarded by housemaids with brooms and mops.

มีแม่บ้านพร้อมไม้กวาดและไม้ถูพื้นคอยดูแล

But Buck was no house-dog, and he was no kennel-dog either.

แต่บัคไม่ใช่สุนัขในบ้านและ ไม่ใช่สุนัขสำหรับเลี้ยงในกรงด้วย

The entire property belonged to Buck as his rightful realm.

ทรัพย์สินทั้งหมดเป็นของบัคซึ่งถือเป็นกรรมสิทธิ์ของเขา

Buck swam in the tank or went hunting with the Judge's sons.

บัคว่ายน้ำในถังหรือไปล่าสัตว์กับลูกชายของผู้พิพากษา

He walked with Mollie and Alice in the early or late hours.

เขาเดินเล่นกับมอลลี่และอลิซในช่วงเช้าหรือดึกๆ

On cold nights he lay before the library fire with the Judge.

ในคืนที่หนาวเย็น

เขาจะนอนหน้ากองไฟในห้องสมุดพร้อมกับผู้พิพากษา

Buck gave rides to the Judge's grandsons on his strong back.

บั๊กให้หลานชายของผู้พิพากษาขี่หลังอันแข็งแรงของเขา

He rolled in the grass with the boys, guarding them closely.

เขาพลิกตัวไปในหญ้ากับเด็กๆ โดยดูแลพวกเขาอย่างใกล้ชิด

They ventured to the fountain and even past the berry fields.

พวกเขากล้าเสี่ยงไปที่น้ำพุและแม้แต่เลยทุ่งผลเบอร์รี่

Among the fox terriers, Buck walked with royal pride always.

ในบรรดาสุนัขพันธุ์ฟ็อกซ์เทอร์เรีย

บัคเดินไปด้วยความภาคภูมิใจเสมอ

He ignored Toots and Ysabel, treating them like they were air.

เขาเพิกเฉยต่อทูตส์และอิซาเบล

และปฏิบัติกับพวกเขาเหมือนพวกเขาเป็นอากาศ

Buck ruled over all living creatures on Judge Miller's land.

บั๊กปกครองสิ่งมีชีวิตทั้งหมดบนดินแดนของผู้พิพากษามิลเลอร์

He ruled over animals, insects, birds, and even humans.

พระองค์ทรงปกครองทั้งสัตว์ แมลง นก และแม้กระทั่งมนุษย์

Buck's father Elmo had been a huge and loyal St. Bernard.

เอลโม พ่อของบัคเป็นเซนต์เบอร์นาร์ดตัวใหญ่และซื่อสัตย์

Elmo never left the Judge's side, and served him faithfully.

เอลโมไม่เคยละทิ้งหน้าที่ของผู้พิพากษาและรับใช้เขาอย่างซื่อสัตย์

Buck seemed ready to follow his father's noble example.

บัคดูเหมือนจะพร้อมที่จะทำตามตัวอย่างอันสูงส่งของพ่อของเขา

Buck was not quite as large, weighing one hundred and forty pounds.

บัคไม่ได้ตัวใหญ่มากนัก โดยมีน้ำหนักอยู่ถึงหนึ่งร้อยสี่สิบปอนด์

His mother, Shep, had been a fine Scotch shepherd dog.

แม่ของเขา ชื่อเชพ ซึ่งเป็นสุนัขเลี้ยงแกะสก็อตแลนด์ที่ดีมาก

But even at that weight, Buck walked with regal presence.

แต่ถึงแม้จะมีน้ำหนักขนาดนั้น บัคก็ยังเดินได้อย่างสง่างาม

This came from good food and the respect he always received.

นี่มาจากอาหารที่ดีและความเคารพที่เขาได้รับเสมอ

For four years, Buck had lived like a spoiled nobleman.

บัคใช้ชีวิตเหมือนขุนนางที่เอาแต่ใจมาตลอดสี่ปี

He was proud of himself, and even slightly egotistical.

เขาภูมิใจในตัวเองและมีความเห็นแก่ตัวนิดหน่อยด้วย

That kind of pride was common in remote country lords.

ความภาคภูมิใจเช่นนั้นเป็นเรื่องธรรมดาในหมู่ขุนนางในชนบทห่างไกล

But Buck saved himself from becoming pampered house-dog.

แต่บัคช่วยตัวเอง ไม่ให้ต้องกลายเป็นหมาบ้านที่ได้รับการเอาใจใส่

He stayed lean and strong through hunting and exercise.

เขารักษารูปร่างให้ผอมเพรียวและแข็งแรงด้วยการล่าสัตว์และออกกำลังกาย

He loved water deeply, like people who bathe in cold lakes.

พระองค์ทรงรักน้ำอย่างมาก

เหมือนกับคนอาบน้ำในทะเลสาบที่เย็นยะเยือก

This love for water kept Buck strong, and very healthy.

ความรักที่มีต่อน้ำทำให้บัคแข็งแรงและมีสุขภาพแข็งแรงมาก

This was the dog Buck had become in the fall of 1897.

นี่คือสุนัขที่บัคกลายมาเป็นในช่วงฤดูใบไม้ร่วงปี พ.ศ. 2440

When the Klondike strike pulled men to the frozen North.

เมื่อการประท้วงของคลอนไดค์ดึงดูดผู้คนไปยังตอนเหนืออันหนา

วเหน็บ

People rushed from all over the world into the cold land.

ผู้คนจากทั่วทุกมุมโลกแห่กันมายังดินแดนอันหนาวเย็น

Buck, however, did not read the papers, nor understand news.

อย่างไรก็ตาม บัคไม่ได้อ่านหนังสือพิมพ์และไม่เข้าใจข่าวสารด้วย

He did not know Manuel was a bad man to be around.

เขาไม่รู้ว่ามานูเอลเป็นคนไม่ดี

Manuel, who helped in the garden, had a deep problem.

มานูเอลซึ่งช่วยงานในสวนมีปัญหาใหญ่มาก

Manuel was addicted to gambling in the Chinese lottery.

แมนนูเอลติดการพนันลอตเตอรี่จีน

He also believed strongly in a fixed system for winning.

เขายังเชื่อมั่นอย่างยิ่งในระบบที่แน่นอนเพื่อการชนะ

That belief made his failure certain and unavoidable.

ความเชื่อนั้นทำให้ความล้มเหลวของเขาเป็นเรื่องแน่นอนและไม่อ

าจหลีกเลี่ยงได้

Playing a system demands money, which Manuel lacked.

การเล่นระบบต้องใช้เงิน ซึ่งมานูเอลไม่มี

His pay barely supported his wife and many children.

รายได้ของเขาแทบจะเลี้ยงภรรยาและลูกๆ หลายคนไม่ได้เลย

On the night Manuel betrayed Buck, things were normal.

ในคืนที่ Manuel ทรยศต่อ Buck ทุกอย่างก็เป็นปกติ

The Judge was at a Raisin Growers' Association meeting.

ผู้พิพากษาอยู่ที่การประชุมสมาคมผู้ปลูกลูกเกด

The Judge's sons were busy forming an athletic club then.

ขณะนั้นบุตรชายของผู้พิพากษาได้ยุ่งอยู่กับการจัดตั้งชมรมกีฬา

No one saw Manuel and Buck leaving through the orchard.

ไม่มีใครเห็น Manuel และ Buck ออกจากสวนผลไม้ไป

Buck thought this walk was just a simple nighttime stroll.

บัคคิดว่าการเดินเล่นครั้งนี้เป็นเพียงการเดินเล่นตอนกลางคืนธรรม

ดา

They met only one man at the flag station, in College Park.

พวกเขาพบชายคนเดียวที่สถานีธงในเมืองคอลเลจพาร์ค

That man spoke to Manuel, and they exchanged money.

ชายคนนั้นพูดคุยกับมานูเอล และพวกเขาก็แลกเงินกัน

"Wrap up the goods before you deliver them," he suggested.

"ห่อสินค้าให้เรียบร้อยก่อนที่จะส่งมอบ" เขาแนะนำ

The man's voice was rough and impatient as he spoke.

ชายคนนี้พูดด้วยน้ำเสียงแหบและใจร้อน

Manuel carefully tied a thick rope around Buck's neck.

แมนนวลผูกเชือกเส้นหนาไว้รอบคอของบัคด้วยความระมัดระวัง

"Twist the rope, and you'll choke him plenty"

"บิดเชือกสิ แล้วคุณจะรัดคอเขาจนขาดเป็นจุณ"

The stranger gave a grunt, showing he understood well.

ชายแปลกหน้าส่งเสียงครางออกมาเพื่อแสดงว่าเขาเข้าใจดี

Buck accepted the rope with calm and quiet dignity that day.

วันนั้นบัครับเชือกด้วยความสงบและสง่างาม

It was an unusual act, but Buck trusted the men he knew.

มันเป็นการกระทำที่ไม่ปกติ แต่บัคก็ยังไว้ใจคนที่เขารู้จัก

He believed their wisdom went far beyond his own thinking.

เขาเชื่อว่าภูมิปัญญาของพวกเขามีขอบเขตที่ไกลเกินกว่าความคิดของเขาเอง

But then the rope was handed to the hands of the stranger.

แต่ทันใดนั้นเชือกก็ถูกส่งไปอยู่ในมือของคนแปลกหน้า

Buck gave a low growl that warned with quiet menace.

บัคส่งเสียงขู่ต่ำเพื่อเตือนด้วยความคุกคามอันเงียบสงบ

He was proud and commanding, and meant to show his displeasure.

เขาเป็นคนหยิ่งยะโสและชอบสั่งการและหมายความถึงการแสดงความไม่พอพระทัย

Buck believed his warning would be understood as an order.

บัคเชื่อว่าคำเตือนของเขาจะได้รับการเข้าใจว่าเป็นคำสั่ง

To his shock, the rope tightened fast around his thick neck.

เชือกรัดรอบคออันหนาของเขาแน่นขึ้นจนทำให้เขาตกตะลึง

His air was cut off and he began to fight in a sudden rage.

อากาศของเขาถูกตัดและเขาเริ่มต่อสู้ด้วยความโกรธฉับพลัน

He sprang at the man, who quickly met Buck in mid-air.

เขาพุ่งเข้าหาชายคนนั้นซึ่งพบบัคอย่างรวดเร็วในกลางอากาศ

The man grabbed Buck's throat and skillfully twisted him in the air.

ชายคนนั้นคว้าคอของบัคและบิดเขาขึ้นไปในอากาศอย่างชำนาญ

Buck was thrown down hard, landing flat on his back.

บั๊กถูกโยนลงมาอย่างแรงจนล้มลงกับพื้น

The rope now choked him cruelly while he kicked wildly.

เชือกรัดคอเขาอย่างโหดร้ายในขณะที่เขาเตะอย่างบ้าคลั่ง

His tongue fell out, his chest heaved, but gained no breath.

ลิ้นเขาหลุดออก หน้าอกเขาขึ้นลง แต่กลับหายใจไม่ได้

He had never been treated with such violence in his life.

เขาไม่เคยได้รับการปฏิบัติด้วยความรุนแรงเช่นนี้ในชีวิตของเขามาก่อน

He had also never been filled with such deep fury before.

เขายังไม่เคยเต็มไปด้วยความโกรธแค้นลึกๆ เช่นนี้มาก่อน

But Buck's power faded, and his eyes turned glassy.

แต่พลังของบัคก็ค่อยๆ ลดลง

และดวงตาของเขาก็เปลี่ยนไปเป็นประกายแวววาว

He passed out just as a train was flagged down nearby.

เขาหมดสติไปพอดีกับตอนที่รถไฟกำลังโบกมือเรียก

Then the two men tossed him into the baggage car quickly.

จากนั้นชายทั้งสองก็โยนเขาขึ้นรถสัมภาระอย่างรวดเร็ว

The next thing Buck felt was pain in his swollen tongue.

สิ่งต่อไปที่บัครู้สึกคือความเจ็บปวดที่ลิ้นบวมของเขา

He was moving in a shaking cart, only dimly conscious.

เขากำลังเคลื่อนย้ายอยู่ในรถเข็นที่สั่นไหว

โดยยังมีสติอยู่บ้างเล็กน้อย

The sharp scream of a train whistle told Buck his location.

เสียงหวูดรถไฟที่ดังแหลมทำให้บัครู้ตำแหน่งของเขา

He had often ridden with the Judge and knew the feeling.

เขาเคยขี่ม้าร่วมกับผู้พิพากษาบ่อยครั้งและเข้าใจถึงความรู้สึกนั้น

It was the unique jolt of traveling in a baggage car again.

เป็นความรู้สึกสะเทือนใจที่ไม่เหมือนใครของการเดินทางในรถบรรทุกสัมภาระอีกครั้ง

Buck opened his eyes, and his gaze burned with rage.

บั๊กลืมตาขึ้นและจ้องมองอย่างโกรธจัด

This was the anger of a proud king taken from his throne.

นี่คือความโกรธของกษัตริย์ผู้ภาคภูมิใจที่ถูกปลดจากบัลลังก์

A man reached to grab him, but Buck struck first instead.

ชายคนหนึ่งเอื้อมมือไปจะคว้าเขา แต่บัคกลับโจมตีก่อนแทน

He sank his teeth into the man's hand and held tightly.

เขากัดลงบนมือของชายคนนั้นแล้วจับไว้แน่น

He did not let go until he blacked out a second time.

เขาไม่ยอมปล่อยจนกระทั่งหมดสติไปเป็นครั้งที่สอง

"Yep, has fits," the man muttered to the baggageman.

"ใช่แล้ว มีอาการชัก" ชายคนนั้นพึมพำกับพนักงานขนสัมภาระ

The baggageman had heard the struggle and come near.

คนขนสัมภาระได้ยินเสียงทะเลาะจึงเข้ามาใกล้

"I'm taking him to 'Frisco for the boss," the man explained.

"ฉันจะพาเขาไปที่ฟริสโก้เพื่อพบเจ้านาย" ชายคนนั้นอธิบาย

"There's a fine dog-doctor there who says he can cure them."

"มีหมอสุนัขเก่งๆ

อยู่ที่นั่นซึ่งบอกว่าสามารถรักษาสุนัขเหล่านั้นได้"

Later that night the man gave his own full account.

ต่อมาคืนนั้นชายคนนั้นก็เล่าเรื่องทั้งหมดของเขาเอง

He spoke from a shed behind a saloon on the docks.

เขาพูดจากโรงเก็บของหลังร้านอาหารที่ท่าเรือ

"All I was given was fifty dollars," he complained to the saloon man.

"ผมได้รับแค่ห้าสิบเหรียญเท่านั้น" เขาบ่นกับคนขายเหล้า

"I wouldn't do it again, not even for a thousand in cold cash."

"ผมจะไม่ทำมันอีกแล้ว แม้จะได้เงินสดเป็นพันเหรียญก็ตาม"

His right hand was tightly wrapped in a bloody cloth.

พระหัตถ์ขวาของพระองค์ถูกพันด้วยผ้าเปื้อนเลือดอย่างแน่นหนา

His trouser leg was torn wide open from knee to foot.

ขาของกางเกงของเขาฉีกขาดตั้งแต่เข่าถึงเท้า

"How much did the other mug get paid?" asked the saloon man.

"แก้วอีกใบได้เงินเท่าไร" เจ้าของร้านถาม

"A hundred," the man replied, "he wouldn't take a cent less."

"ร้อยเดียว" ชายคนนั้นตอบ "เขาไม่ยอมลดแม้แต่เซ็นต์เดียว"

"That comes to a hundred and fifty," the saloon man said.

"นั่นก็เท่ากับหนึ่งร้อยห้าสิบ" คนขายเหล้ากล่าว

"And he's worth it all, or I'm no better than a blockhead."

"และเขาก็คุ้มค่าทั้งหมด ไม่เช่นนั้นฉันก็คงไม่ต่างจากคนโง่"

The man opened the wrappings to examine his hand.

ชายคนนั้นเปิดผ้าพันแผลเพื่อตรวจสอบมือของเขา

The hand was badly torn and crusted in dried blood.

มือฉีกขาดอย่างรุนแรงและมีคราบเลือดแห้งติดอยู่

"If I don't get the hydrophobia…" he began to say.

"ถ้าฉันไม่เป็นโรคกลัวน้ำ…" เขาเริ่มพูด

"It'll be because you were born to hang," came a laugh.

"นั่นก็เพราะคุณเกิดมาเพื่อแขวนคอ" มีเสียงหัวเราะดังขึ้น

"Come help me out before you get going," he was asked.

"มาช่วยฉันหน่อยก่อนที่คุณจะไป" เขาถูกขอร้อง

Buck was in a daze from the pain in his tongue and throat.

บัคอยู่ในอาการมึนงงจากความเจ็บปวดในลิ้นและลำคอ

He was half-strangled, and could barely stand upright.

เขาถูกบีบคอจนเกือบขาด และแทบจะยืนตัวตรงไม่ได้

Still, Buck tried to face the men who had hurt him so.

บัคยังคงพยายามเผชิญหน้ากับผู้ชายที่ทำร้ายเขาเช่นนี้

But they threw him down and choked him once again.

แต่พวกนั้นกลับโยนเขาลงและรัดคอเขาอีกครั้ง

Only then could they saw off his heavy brass collar.

จากนั้นพวกเขาจึงสามารถเลื่อยคอทองเหลืองอันหนักอึ้งของเขา
ออกได้

They removed the rope and shoved him into a crate.

พวกเขาถอดเชือกออกแล้วผลักเขาใส่กล่อง

The crate was small and shaped like a rough iron cage.

ลังนั้นมีขนาดเล็กและมีรูปร่างเหมือนกรงเหล็กหยาบๆ

Buck lay there all night, filled with wrath and wounded
pride.

บัคนอนอยู่ที่นั่นตลอดทั้งคืน

เต็มไปด้วยความโกรธและความภาคภูมิใจที่บอบช้ำ

He could not begin to understand what was happening to
him.

เขาไม่สามารถเข้าใจได้ว่าเกิดอะไรขึ้นกับเขา

Why were these strange men keeping him in this small
crate?

เหตุใดชายแปลกหน้าเหล่านั้นถึงขังเขาไว้ในลังเล็กๆ นี้?

What did they want with him, and why this cruel captivity?

พวกเขาต้องการอะไรจากเขา

และทำไมจึงต้องถูกจองจำอย่างโหดร้ายเช่นนี้?

He felt a dark pressure; a sense of disaster drawing closer.

เขารู้สึกถึงแรงกดดันอันมืดมน ความรู้สึกหายนะกำลังใกล้เข้ามา

It was a vague fear, but it settled heavily on his spirit.

มันเป็นความกลัวที่คลุมเครือ

แต่มันมีอิทธิพลอย่างมากต่อจิตวิญญาณของเขา

Several times he jumped up when the shed door rattled.
หลายครั้งที่เขากระโดดขึ้นเมื่อประตูโรงเก็บของสั่น

He expected the Judge or the boys to appear and rescue him.
เขาคาดหวังว่าผู้พิพากษาหรือเด็กๆ จะปรากฏตัวและช่วยเหลือเขา

But only the saloon-keeper's fat face peeked inside each time.
แต่มีเพียงใบหน้าอ้วนๆ

ของเจ้าของร้านเหล้าที่แอบมองเข้ามาข้างในทุกครั้ง

The man's face was lit by the dim glow of a tallow candle.
ใบหน้าของชายผู้นี้ส่องสว่างด้วยแสงเทียนไขอันริบหรี่

Each time, Buck's joyful bark changed to a low, angry growl.
แต่ละครั้ง

เสียงเห่าอย่างสนุกสนานของบัคก็จะเปลี่ยนเป็นเสียงคำรามต่ำๆ

ด้วยความโกรธ

The saloon-keeper left him alone for the night in the crate
เจ้าของร้านปล่อยให้เขาอยู่คนเดียวในกรงทั้งคืน

But when he awoke in the morning more men were coming.
แต่เมื่อเขาตื่นขึ้นมาในตอนเช้าก็มีชายอีกหลายคนเข้ามา

Four men came and gingerly picked up the crate without a word.
ชายสี่คนเข้ามาหยิบลังขึ้นอย่างระมัดระวังโดยไม่พูดอะไร

Buck knew at once the situation he found himself in.
บัครู้ทันทีถึงสถานการณ์ที่เขาพบว่าตนเองกำลังเผชิญอยู่

They were further tormentors that he had to fight and fear.
พวกมันคือสิ่งทรมานอีกประการหนึ่งที่เขาต้องต่อสู้และหวาดกลัว

These men looked wicked, ragged, and very badly groomed.
ผู้ชายพวกนี้ดูชั่วร้าย ทรุดโทรม และดูแลตัวเองไม่ดีเลย

Buck snarled and lunged at them fiercely through the bars.

บัคขู่คำรามและพุ่งเข้าหาพวกเขาอย่างดุร้ายผ่านลูกกรง

They just laughed and jabbed at him with long wooden sticks.

พวกเขาเพียงแต่หัวเราะและแทงเขาด้วยไม้ยาวๆ

Buck bit at the sticks, then realized that was what they liked.

บัคกัดไม้แล้วรู้ว่านั่นคือสิ่งที่พวกเขาชอบ

So he lay down quietly, sullen and burning with quiet rage.

จึงได้นอนลงอย่างเงียบๆ

ด้วยอาการบูดบึ้งและโกรธจัดอย่างเงียบๆ

They lifted the crate into a wagon and drove away with him.

พวกเขาจึงยกลังใส่เกวียนแล้วขับออกไปกับเขา

The crate, with Buck locked inside, changed hands often.

ลังที่บัคถูกล็อคอยู่ข้างในเปลี่ยนมือบ่อยครั้ง

Express office clerks took charge and handled him briefly.

เจ้าหน้าที่สำนักงานเอ็กซ์เพรสเข้ามาดูแลและดูแลเขาสั้นๆ

Then another wagon carried Buck across the noisy town.

จากนั้นรถบรรทุกอีกคันก็บรรทุกบัคข้ามเมืองที่วุ่นวาย

A truck took him with boxes and parcels onto a ferry boat.

รถบรรทุกได้นำเขาพร้อมกล่องและพัสดุขึ้นเรือข้ามฟาก

After crossing, the truck unloaded him at a rail depot.

เมื่อข้ามไปแล้ว รถบรรทุกก็ได้ขนเขาลงจากรถไฟที่สถานีรถไฟ

At last, Buck was placed inside a waiting express car.

ในที่สุด บัคก็ถูกวางลงในรถด่วนที่กำลังรออยู่

For two days and nights, trains pulled the express car away.

รถไฟได้นำรถด่วนออกไปเป็นเวลาสองวันสองคืน

Buck neither ate nor drank during the whole painful journey.

บัคไม่ได้กินหรือดื่มอะไรเลยตลอดการเดินทางอันแสนเจ็บปวด

When the express messengers tried to approach him, he growled.

เมื่อผู้ส่งสารด่วนพยายามเข้าใกล้เขา เขาก็คำราม

They responded by mocking him and teasing him cruelly.

พวกเขาตอบโต้เขาด้วยการล้อเลียนและล้อเลียนเขาอย่างโหดร้าย

Buck threw himself at the bars, foaming and shaking

บัคโยนตัวเองไปที่ลูกกรง มีฟองและสั่น

they laughed loudly, and taunted him like schoolyard bullies.

พวกเขาหัวเราะเสียงดัง

และเยาะเย้ยเขาเหมือนกับนักเลงในโรงเรียน

They barked like fake dogs and flapped their arms.

พวกมันเห่าเหมือนสุนัขปลอมและโบกแขนไปมา

They even crowed like roosters just to upset him more.

พวกมันยังขันเหมือนไก่ตัวผู้เพื่อทำให้เขาหงุดหงิดมากยิ่งขึ้น

It was foolish behavior, and Buck knew it was ridiculous.

นั่นเป็นพฤติกรรมที่โง่เขลาและบัคก็รู้ว่ามันไร้สาระ

But that only deepened his sense of outrage and shame.

แต่สิ่งนั้นกลับยิ่งทำให้เขารู้สึกโกรธและอับอายมากขึ้น

He was not bothered much by hunger during the trip.

เขาไม่กังวลเกี่ยวกับความหิวมากนักตลอดการเดินทาง

But thirst brought sharp pain and unbearable suffering.

แต่ความกระหายนำมาซึ่งความเจ็บปวดอย่างรุนแรงและความทุกข์

ทรมานที่ไม่อาจทนทานได้

His dry, inflamed throat and tongue burned with heat.

คอและลิ้นของเขาที่แห้งและอักเสบร้อนผ่าว

This pain fed the fever rising within his proud body.

ความเจ็บปวดนี้กระตุ้นให้ไข้เพิ่มขึ้นในร่างกายอันภาคภูมิใจของเข

า

Buck was thankful for one single thing during this trial.

บัครู้สึกขอบคุณสำหรับสิ่งๆ เดียวในระหว่างการพิจารณาคดีครั้งนี้

The rope had been removed from around his thick neck.

เชือกถูกดึงออกจากรอบคออันหนาของเขา

The rope had given those men an unfair and cruel advantage.

เชือกได้ทำให้คนเหล่านั้นได้เปรียบอย่างไม่ยุติธรรมและโหดร้าย

Now the rope was gone, and Buck swore it would never return.

ตอนนี้เชือกก็หายไปแล้ว และบัคสาบานว่ามันจะไม่กลับมาอีก

He resolved no rope would ever go around his neck again.

เขาตั้งใจว่าจะไม่มีเชือกมาพันคอเขาอีกต่อไป

For two long days and nights, he suffered without food.

เขาทนทุกข์ทรมานโดยไม่ได้กินอาหารเป็นเวลาสองวันสองคืนอัน

ยาวนาน

And in those hours, he built up an enormous rage inside.

และในช่วงเวลานั้น เขาก็ได้สะสมความโกรธอันรุนแรงไว้ภายใน

His eyes turned bloodshot and wild from constant anger.

ดวงตาของเขาแดงก่ำและดุร้ายจากความโกรธอย่างต่อเนื่อง

He was no longer Buck, but a demon with snapping jaws.

เขาไม่ใช่บั๊กอีกต่อไป แต่เป็นปีศาจที่มีขากรรไกรงับ

Even the Judge would not have known this mad creature.

แม้กระทั่งผู้พิพากษาก็คงไม่รู้จักสิ่งมีชีวิตที่บ้าคลั่งตัวนี้

The express messengers sighed in relief when they reached Seattle

ผู้ส่งสารด่วนถอนหายใจด้วยความโล่งใจเมื่อถึงซีแอตเทิล

Four men lifted the crate and brought it to a back yard.

ผู้ชายสี่คนยกลังและเอาไปไว้ที่สนามหลังบ้าน

The yard was small, surrounded by high and solid walls.

สนามหญ้ามีขนาดเล็กล้อมรอบด้วยกำแพงสูงและแข็งแรง

A big man stepped out in a sagging red sweater shirt.

ชายร่างใหญ่คนหนึ่งก้าวออกมาด้วยเสื้อเชิ้ตสเวตเตอร์สีแดงหลวม
ๆ

He signed the delivery book with a thick and bold hand.

เขาเซ็นสมุดส่งของด้วยมือที่หนาและหนา

Buck sensed at once that this man was his next tormentor.

บัครู้สึกทันทีว่าผู้ชายคนนี้คือผู้ทรมานเขาคนต่อไป

He lunged violently at the bars, eyes red with fury.

เขาพุ่งเข้าหาลูกกรงอย่างรุนแรง ดวงตาแดงก่ำด้วยความโกรธ

The man just smiled darkly and went to fetch a hatchet.

ชายผู้นั้นเพียงแต่ยิ้มอย่างมืดมนแล้วเดินไปเอาขวานมา

He also brought a club in his thick and strong right hand.

เขายังนำไม้กระบองมาในมือขวาที่หนาและแข็งแรงของเขาด้วย

"You going to take him out now?" the driver asked, concerned.

"คุณจะพาเขาออกไปตอนนี้เลยไหม"

คนขับรถถามด้วยความเป็นห่วง

"Sure," said the man, jamming the hatchet into the crate as a lever.

"แน่นอน" ชายคนนั้นพูดพร้อมกับยัดขวานลงในลังเหมือนคันโยก

The four men scattered instantly, jumping up onto the yard wall.

ชายทั้งสี่แยกย้ายกันทันทีและกระโดดขึ้นไปบนกำแพงสนาม

From their safe spots above, they waited to watch the spectacle.

จากจุดปลอดภัยด้านบน พวกเขารอชมปรากฏการณ์นี้

Buck lunged at the splintered wood, biting and shaking fiercely.

บัคพุ่งเข้าหาไม้ที่แตกเป็นเสี่ยง ๆ กัดและสั่นอย่างรุนแรง

Each time the hatchet hit the cage), Buck was there to attack it.

ทุกครั้งที่ขวานกระทบกรง บัคก็จะอยู่ที่นั่นเพื่อโจมตีมัน

He growled and snapped with wild rage, eager to be set free.

เขาขู่และขู่ตะคอกด้วยความโกรธอย่างรุนแรง

ต้องการที่จะเป็นอิสระ

The man outside was calm and steady, intent on his task.

ชายข้างนอกดูสงบและมั่นคง มุ่งมั่นกับภารกิจของเขา

"Right then, you red-eyed devil," he said when the hole was large.

"งั้นก็ดี เจ้าปีศาจตาแดงก่ำ" เขากล่าวขณะที่รูนั้นใหญ่มาก

He dropped the hatchet and took the club in his right hand.

เขาปล่อยขวานแล้วหยิบไม้กระบองในมือขวา

Buck truly looked like a devil; eyes bloodshot and blazing.

บัคดูเหมือนปีศาจจริงๆ ตาของเขาแดงก่ำและเป็นประกาย

His coat bristled, foam frothed at his mouth, eyes glinting.

เสื้อคลุมของเขามีขนขึ้น มีฟองขึ้นที่ปาก ดวงตาเป็นประกาย

He bunched his muscles and sprang straight at the red sweater.

เขาเกร็งกล้ามเนื้อแล้วพุ่งตรงไปที่เสื้อสเวตเตอร์สีแดง

One hundred and forty pounds of fury flew at the calm man.

ความโกรธหนักหนึ่งร้อยสี่สิบปอนด์พุ่งเข้าหาชายผู้สงบนิ่ง

Just before his jaws clamped shut, a terrible blow struck him.

ก่อนที่ขากรรไกรของเขาจะปิดลง ก็มีการโจมตีอันน่ากลัวเกิดขึ้น

His teeth snapped together on nothing but air
ฟันของเขาสบกันโดยไม่มีอะไรนอกจากอากาศ
a jolt of pain reverberated through his body
ความเจ็บปวดสะเทือนไปทั่วร่างกาย
He flipped midair and crashed down on his back and side.
เขาพลิกตัวในอากาศและล้มลงทั้งด้านหลังและด้านข้าง
He had never before felt a club's blow and could not grasp it.
เขาไม่เคยรู้สึกถึงแรงกระแทกจากไม้กระบองมาก่อนและไม่สามา
รถคว้ามันไว้ได้
With a shrieking snarl, part bark, part scream, he leaped again.
เขาได้กระโจนอีกครั้งโดยส่งเสียงแหลม ส่วนหนึ่งก็เห่า
ส่วนหนึ่งก็กรี๊ดร้อง
Another brutal strike hit him and hurled him to the ground.
หมัดหนักอีกครั้งก็ฟาดเขาจนร่วงลงสู่พื้น
This time Buck understood—it was the man's heavy club.
คราวนี้บัคเข้าใจแล้ว—มันคือไม้กระบองหนักของชายคนนั้น
But rage blinded him, and he had no thought of retreat.
แต่ความโกรธเข้าครอบงำเขาจนมองไม่เห็นอะไร
และเขาไม่คิดจะถอยหนี
Twelve times he launched himself, and twelve times he fell.
เขาพุ่งตัวออกไปสิบสองครั้ง และล้มลงสิบสองครั้ง
The wooden club smashed him each time with ruthless, crushing force.
กระบองไม้ฟาดเขาอย่างรุนแรงในแต่ละครั้ง
After one fierce blow, he staggered to his feet, dazed and slow.

หลังจากถูกโจมตีอย่างรุนแรงครั้งหนึ่ง

เขาก็เซลุกขึ้นยืนอย่างมึนงงและช้าๆ

Blood ran from his mouth, his nose, and even his ears.

เลือดไหลออกมาจากปาก จมูก และแม้กระทั่งหูของเขา

His once-beautiful coat was smeared with bloody foam.

เสื้อคลุมอันสวยงามของเขาเคยเปื้อนไปด้วยฟองสีเลือด

Then the man stepped up and struck a wicked blow to the nose.

จากนั้นชายคนนั้นก้าวขึ้นไปและโจมตีจมูกอย่างดุร้าย

The agony was sharper than anything Buck had ever felt.

ความทุกข์ทรมานนั้นรุนแรงกว่าสิ่งใดที่บัคเคยรู้สึก

With a roar more beast than dog, he leaped again to attack.

ด้วยเสียงคำรามที่ดุร้ายยิ่งกว่าสุนัข เขาก็กระโจนเข้าโจมตีอีกครั้ง

But the man caught his lower jaw and twisted it backward.

แต่ชายคนนั้นจับขากรรไกรล่างของเขาไว้และบิดไปด้านหลัง

Buck flipped head over heels, crashing down hard again.

บัคพลิกหัวกลับหางและล้มลงอย่างแรงอีกครั้ง

One final time, Buck charged at him, now barely able to stand.

บัควิ่งเข้าหาเขาเป็นครั้งสุดท้าย โดยตอนนี้แทบจะยืนไม่ไหวแล้ว

The man struck with expert timing, delivering the final blow.

ชายผู้นี้โจมตีด้วยจังหวะที่ชำนาญและโจมตีครั้งสุดท้ายได้สำเร็จ

Buck collapsed in a heap, unconscious and unmoving.

บัคล้มลงเป็นกอง หมดสติและไม่ขยับตัว

"He's no slouch at dog-breaking, that's what I say," a man yelled.

"เขาไม่ใช่คนไม่เอาไหนในการฝึกสุนัขหรอกนะ
นั่นคือสิ่งที่ฉันพูด" ชายคนหนึ่งตะโกน

“Druther can break the will of a hound any day of the week."

“ดรูเทอร์สามารถทำลายความตั้งใจของสุนัขล่าเนื้อได้ทุกวันในสัปดาห์”

“And twice on a Sunday!” added the driver.

“และสองครั้งในวันอาทิตย์!” คนขับรถเสริม

He climbed into the wagon and cracked the reins to leave.

เขาขึ้นไปบนเกวียนแล้วดึงบังเหียนเพื่อออกเดินทาง

Buck slowly regained control of his consciousness

บัคค่อยๆ กลับมาควบคุมสติของตัวเองได้อีกครั้ง

but his body was still too weak and broken to move.

แต่ร่างกายของเขายังอ่อนแอและหักเกินกว่าจะขยับได้

He lay where he had fallen, watching the red-sweatered man.

เขานอนอยู่ตรงจุดที่เขาล้มลง
และมองดูชายที่สวมเสื้อกันหนาวสีแดง

“He answers to the name of Buck,” the man said, reading aloud.

“เขาตอบในนามของบัค” ชายคนนั้นพูดขณะอ่านออกเสียง

He quoted from the note sent with Buck’s crate and details.

เขาอ้างจากบันทึกที่ส่งไปพร้อมกับลังของบัคและรายละเอียด

“Well, Buck, my boy,” the man continued with a friendly tone,

“เอาล่ะ บัค ลูกชายของฉัน” ชายคนนั้นพูดต่อด้วยน้ำเสียงเป็นมิตร

“we’ve had our little fight, and now it’s over between us.”

“เราทะเลาะกันนิดหน่อย และตอนนี้เรื่องระหว่างเราก็จบลงแล้ว”

"You've learned your place, and I've learned mine," he added.

"คุณได้เรียนรู้สถานที่ของคุณแล้ว

และฉันก็ได้เรียนรู้สถานที่ของฉันแล้ว" เขากล่าวเสริม

"Be good, and all will go well, and life will be pleasant."

"จงเป็นคนดี แล้วทุกอย่างจะดีไปเอง และชีวิตจะมีความสุข"

"But be bad, and I'll beat the stuffing out of you, understand?"

"แต่ถ้าเธอไม่ดี ฉันจะกระทืบเธอจนแหลกสลาย เข้าใจไหม"

As he spoke, he reached out and patted Buck's sore head.

ในขณะที่เขาพูด

เขาก็เอื้อมมือออกไปและตบหัวที่ปวดเมื่อยของบัค

Buck's hair rose at the man's touch, but he didn't resist.

ผมของบัคลุกขึ้นเมื่อถูกสัมผัสของชายคนนั้น แต่เขาไม่ได้ต่อต้าน

The man brought him water, which Buck drank in great gulps.

ชายคนนั้นนำน้ำมาให้เขา ซึ่งบัคก็ดื่มจนหมดอึก

Then came raw meat, which Buck devoured chunk by chunk.

จากนั้นก็มาถึงเนื้อดิบซึ่งบัคกินเข้าไปทีละชิ้น

He knew he was beaten, but he also knew he wasn't broken.

เขารู้ว่าเขาถูกตี แต่เขาก็รู้เช่นกันว่าเขาไม่ได้พ่ายแพ้

He had no chance against a man armed with a club.

เขาไม่มีทางสู้กับคนถือไม้กระบองได้

He had learned the truth, and he never forgot that lesson.

เขาได้เรียนรู้ความจริงแล้วและเขาไม่เคยลืมบทเรียนนั้น

That weapon was the beginning of law in Buck's new world.

อาวุธนั้นคือจุดเริ่มต้นของกฎหมายในโลกใหม่ของบัค

It was the start of a harsh, primitive order he could not deny.

มันคือจุดเริ่มต้นของคำสั่งอันเข้มงวดและดั้งเดิมที่เขาไม่สามารถป
ฏิเสธได้

He accepted the truth; his wild instincts were now awake.

เขาได้ยอมรับความจริงแล้ว

ตอนนี้สัญชาตญาณดิบของเขาตื่นขึ้นแล้ว

The world had grown harsher, but Buck faced it bravely.

โลกนี้โหดร้ายขึ้น แต่บัคก็เผชิญหน้ากับมันอย่างกล้าหาญ

He met life with new caution, cunning, and quiet strength.

เขาเผชิญชีวิตด้วยความระมัดระวัง ความฉลาด

และความแข็งแกร่งที่เงียบสงบ

More dogs arrived, tied in ropes or crates like Buck had
been.

มีสุนัขตัวอื่นๆ มาถึงเพิ่มเติม

โดยถูกมัดด้วยเชือกหรือถูกใส่ไว้ในลังเหมือนที่บัคเคยถูก

Some dogs came calmly, others raged and fought like wild
beasts.

สุนัขบางตัวเข้ามาอย่างใจเย็น

บางตัวก็โกรธจัดและต่อสู้ดุร้ายราวกับสัตว์ป่า

All of them were brought under the rule of the red-
sweatered man.

พวกเขาทั้งหมดถูกนำมาอยู่ภายใต้การปกครองของชายเสื้อแดง

Each time, Buck watched and saw the same lesson unfold.

แต่ละครั้ง บัคจะเฝ้าดูและเห็นบทเรียนเดียวกันเกิดขึ้น

The man with the club was law; a master to be obeyed.

ชายที่ถือกระบองคือผู้รักษากฎหมาย เป็นเจ้านายที่ต้องเชื่อฟัง

He did not need to be liked, but he had to be obeyed.

เขาไม่จำเป็นต้องเป็นที่ชื่นชอบ แต่เขาต้องได้รับการเชื่อฟัง

Buck never fawned or wagged like the weaker dogs did.

บัคไม่เคยประจบสอพลอหรือส่ายหางเหมือนสุนัขที่อ่อนแอทำ

He saw dogs that were beaten and still licked the man's hand.

เขาเห็นสุนัขที่ถูกตีแล้วยังเลียมือชายคนนั้น

He saw one dog who would not obey or submit at all.

เขาเห็นสุนัขตัวหนึ่งที่ไม่เชื่อฟังหรือยอมจำนนเลย

That dog fought until he was killed in the battle for control.

สุนัขตัวนั้นต่อสู้จนกระทั่งถูกฆ่าในการต่อสู้เพื่อชิงอำนาจ

Strangers would sometimes come to see the red-sweatered man.

บางครั้งจะมีคนแปลกหน้ามาพบชายสวมเสื้อสเวตเตอร์สีแดง

They spoke in strange tones, pleading, bargaining, and laughing.

พวกเขาพูดด้วยน้ำเสียงแปลกๆ วิงวอน ต่อรอง และหัวเราะ

When money was exchanged, they left with one or more dogs.

เมื่อแลกเงินกันแล้ว

พวกเขาก็ออกไปพร้อมกับสุนัขหนึ่งตัวหรือหลายตัว

Buck wondered where these dogs went, for none ever returned.

บัคสงสัยว่าสุนัขพวกนี้หายไปไหน เพราะไม่มีตัวไหนกลับมาเลย

fear of the unknown filled Buck every time a strange man came

ความกลัวสิ่งที่ไม่รู้ทำให้บัครู้สึกทุกครั้งที่มีชายแปลกหน้าเข้ามา

he was glad each time another dog was taken, rather than himself.

เขาดีใจทุกครั้งที่มีการนำสุนัขตัวอื่นไป แทนที่จะเป็นตัวเขาเอง

But finally, Buck's turn came with the arrival of a strange man.

แต่ในที่สุด

บัคก็มาถึงพร้อมกับการมาถึงของชายแปลกหน้าคนหนึ่ง

He was small, wiry, and spoke in broken English and curses.

เขาเป็นคนตัวเล็ก ผอมบาง และพูดภาษาอังกฤษแบบงูๆ ปลาๆ

และพูดจาหยาบคาย

"Sacredam!" he yelled when he laid eyes on Buck's frame.

"ซาเครดัม!" เขาตะโกนเมื่อได้เห็นร่างของบัค

"That's one damn bully dog! Eh? How much?" he asked
aloud.

"นั่นมันสุนัขขี้รังแกจริงๆ นะ เท่าไหร่" เขาถามออกไปดังๆ

"Three hundred, and he's a present at that price,"

"สามร้อยแล้วเขาก็เป็นของขวัญในราคานั้น"

"Since it's government money, you shouldn't complain,
Perrault."

"เพราะว่ามันเป็นเงินของรัฐบาล คุณไม่ควรบ่นนะ เพอร์โรลต์"

Perrault grinned at the deal he had just made with the man.

เพอร์โรลต์ยิ้มกับข้อตกลงที่เขาเพิ่งทำกับชายคนนั้น

The price of dogs had soared due to the sudden demand.

ราคาของสุนัขพุ่งสูงขึ้นเนื่องจากมีความต้องการที่เพิ่มขึ้นอย่างฉับ

พลัน

Three hundred dollars wasn't unfair for such a fine beast.

สามร้อยเหรียญถือว่าไม่ยุติธรรมสำหรับสัตว์ร้ายที่สวยงามเช่นนี้

The Canadian Government would not lose anything in the
deal

รัฐบาลแคนาดาจะไม่สูญเสียอะไรจากข้อตกลงนี้

Nor would their official dispatches be delayed in transit.

และการจัดส่งอย่างเป็นทางการของพวกเขาก็จะไม่ล่าช้าระหว่างก

ารขนส่ง

Perrault knew dogs well, and could see Buck was something rare.

เพอร์โรลต์รู้จักสุนัขเป็นอย่างดี และมองเห็นว่าบัคเป็นสิ่งหายาก

"One in ten ten-thousand," he thought, as he studied Buck's build.

"หนึ่งในหมื่นหมื่น" เขาคิดขณะศึกษาหุ่นของบัค

Buck saw the money change hands, but showed no surprise.

บัคเห็นเงินเปลี่ยนมือแต่ก็ไม่แสดงอาการแปลกใจ

Soon he and Curly, a gentle Newfoundland, were led away.

ในไม่ช้า เขาและเคอร์ลี่ สุนัขพันธุ์นิวฟันด์แลนด์ผู้ใจดี

ก็ถูกพาตัวไป

They followed the little man from the red sweater's yard.

พวกเขาเดินตามชายร่างเล็กมาจากลานบ้านของเสื้อสเวตเตอร์สีแดง

That was the last Buck ever saw of the man with the wooden club.

นั่นเป็นครั้งสุดท้ายที่บัคได้เห็นชายที่ถือกระบองไม้

From the Narwhal's deck he watched Seattle fade into the distance.

จากดาดฟ้าของเรือนาร์วาล เขาเฝ้าดูซีแอตเทิลค่อยๆ

เลือนหายไปในระยะไกล

It was also the last time he ever saw the warm Southland.

นั่นยังเป็นครั้งสุดท้ายที่เขาได้เห็นดินแดนทางใต้อันอบอุ่นด้วย

Perrault took them below deck, and left them with François.

เปอร์โรลต์พาพวกเขาไปใต้ดาดฟ้า

แล้วทิ้งพวกเขาไว้กับฟรานซัวส์

François was a black-faced giant with rough, calloused hands.

ฟรานซัวส์เป็นยักษ์ที่มีใบหน้าสีดำและมีมือที่หยาบกร้าน

He was dark and swarthy; a half-breed French-Canadian.

เขามีผิวคล้ำและคล้ำ เป็นลูกครึ่งฝรั่งเศส-แคนาดา

To Buck, these men were of a kind he had never seen before.

สำหรับบัค ผู้ชายพวกนี้เป็นคนที่เขาไม่เคยเห็นมาก่อน

He would come to know many such men in the days ahead.

ในวันข้างหน้าเขาคงจะได้รู้จักผู้ชายประเภทนี้อีกหลายคน

He did not grow fond of them, but he came to respect them.

เขาไม่ได้รักพวกเขาเลย แต่เขากลับเคารพพวกเขา

They were fair and wise, and not easily fooled by any dog.

พวกมันมีความยุติธรรมและฉลาด

และไม่โดนสุนัขตัวไหนหลอกได้ง่าย

They judged dogs calmly, and punished only when deserved.

พวกเขาตัดสินสุนัขอย่างใจเย็นและลงโทษเมื่อสมควรเท่านั้น

In the Narwhal's lower deck, Buck and Curly met two dogs.

ที่ชั้นล่างของเรือนาร์วาล บัคและเคอร์ลี่ได้พบกับสุนัขสองตัว

One was a large white dog from far-off, icy Spitzbergen.

ตัวหนึ่งเป็นสุนัขสีขาวตัวใหญ่จากสปิทซ์เบอร์เกนที่แสนหนาวเหน็บที่อยู่ไกลออกไป

He'd once sailed with a whaler and joined a survey group.

ครั้งหนึ่งเขาเคยล่องเรือกับเรือล่าปลาวาฬและเข้าร่วมกลุ่มสำรวจ

He was friendly in a sly, underhanded and crafty fashion.

เขาเป็นคนเป็นมิตรโดยมีเล่ห์เหลี่ยม ร้ายกาจ และมีเล่ห์เหลี่ยม

At their first meal, he stole a piece of meat from Buck's pan.

ในมื้อแรกของพวกเขา เขาขโมยเนื้อชิ้นหนึ่งจากกระทะของบัค

Buck jumped to punish him, but François's whip struck first.

บัคกระโจนเข้าไปเพื่อจะลงโทษเขา

แต่แส้ของฟรานซัวส์กลับฟาดเข้าที่ก่อน

The white thief yelped, and Buck reclaimed the stolen bone.

โจรผิวขาวร้องตะโกน และบัคก็เอากระดูกที่ถูกขโมยไปคืนมา

That fairness impressed Buck, and François earned his respect.

ความยุติธรรมนั้นสร้างความประทับใจให้บัค

และฟรานซัวส์ก็สมควรได้รับความเคารพจากเขา

The other dog gave no greeting, and wanted none in return.

สุนัขตัวอื่นไม่ทักทายเลย และไม่ต้องการการทักทายตอบแทนด้วย

He didn't steal food, nor sniff at the new arrivals with interest.

เขาไม่ได้ขโมยอาหารหรือดมกลิ่นผู้มาใหม่ด้วยความสนใจ

This dog was grim and quiet, gloomy and slow-moving.

สุนัขตัวนี้มีลักษณะดุร้ายและเงียบขรึม

มีลักษณะมืดหม่นและเคลื่อนไหวช้า

He warned Curly to stay away by simply glaring at her.

เขาเตือนเคอร์ลี่ให้หลีกเลี่ยงด้วยการจ้องมองเธออย่างเฉยเมย

His message was clear; leave me alone or there'll be trouble.

ข้อความของเขานั้นชัดเจน: ปล่อยฉันไว้คนเดียว

ไม่เช่นนั้นจะมีปัญหาเกิดขึ้น

He was called Dave, and he barely noticed his surroundings.

เขาชื่อเดฟ และเขาแทบไม่ได้สังเกตสภาพแวดล้อมของเขาเลย

He slept often, ate quietly, and yawned now and again.

เขาหลับบ่อย กินอาหารเงียบๆ และหาวเป็นครั้งคราว

The ship hummed constantly with the beating propeller below.

เรือส่งเสียงฮัมอย่างต่อเนื่องพร้อมกับใบพัดที่ตีอยู่ด้านล่าง

Days passed with little change, but the weather got colder.

วันเวลาผ่านไปโดยมีการเปลี่ยนแปลงเพียงเล็กน้อย

แต่สภาพอากาศกลับหนาวเย็นมากขึ้น

Buck could feel it in his bones, and noticed the others did too.

บัคสามารถรู้สึกได้ในกระดูกของเขา

และสังเกตเห็นว่าคนอื่นก็รู้สึกเช่นกัน

Then one morning, the propeller stopped and all was still.

แล้วเช้าวันหนึ่งใบพัดก็หยุดและทุกอย่างก็นิ่งสงบ

An energy swept through the ship; something had changed.

พลังงานบางอย่างพุ่งผ่านเรือ มีบางสิ่งบางอย่างที่เปลี่ยนไป

François came down, clipped them on leashes, and brought them up.

ฟรานซัวส์ลงมา จับสายจูงพวกมัน และพาพวกมันขึ้นมา

Buck stepped out and found the ground soft, white, and cold.

บัคก้าวออกมาและพบว่าพื้นดินนุ่ม ขาว และเย็น

He jumped back in alarm and snorted in total confusion.

เขากระโดดถอยกลับด้วยความตื่นตระหนกและผงะถอยด้วยความ

สับสนอย่างมาก

Strange white stuff was falling from the gray sky.

มีวัตถุสีขาวแปลกๆ ตกลงมาจากท้องฟ้าสีเทา

He shook himself, but the white flakes kept landing on him.

เขาส่ายตัว แต่เกล็ดสีขาวก็ยังคงตกลงมาบนตัวเขา

He sniffed the white stuff carefully and licked at a few icy bits.

เขาดมของเหลวสีขาวอย่างระมัดระวังและเลียน้ำแข็งสักสองสามชิ้
น

The powder burned like fire, then vanished right off his
tongue.

ผงเผาไหม้เหมือนไฟ จากนั้นก็หายไปจากลิ้นของเขา

Buck tried again, puzzled by the odd vanishing coldness.

บัคพยายามอีกครั้ง โดยรู้สึกสับสนกับความเย็นแปลกๆ ที่หายไป

The men around him laughed, and Buck felt embarrassed.

ผู้ชายรอบๆ ตัวเขาต่างก็หัวเราะ และบัคก็รู้สึกเขินอาย

He didn't know why, but he was ashamed of his reaction.

เขาไม่รู้ว่าทำไม แต่เขาก็รู้สึกละอายกับปฏิกิริยาของตัวเอง

It was his first experience with snow, and it confused him.

นั่นถือเป็นประสบการณ์ครั้งแรกของเขาเกี่ยวกับหิมะ

และมันทำให้เขาสับสน

The Law of Club and Fang
กฎแห่งคลับและเขี้ยว

Buck's first day on the Dyea beach felt like a terrible nightmare.

วันแรกของบัคที่ชายหาดไดอารู้สึกเหมือนฝันร้ายอันเลวร้าย

Each hour brought new shocks and unexpected changes for Buck.

แต่ละชั่วโมงนำมาซึ่งความตกตะลึงใหม่ๆ

และการเปลี่ยนแปลงที่ไม่คาดคิดสำหรับบัค

He had been pulled from civilization and thrown into wild chaos.

เขาถูกดึงออกจากอารยธรรมและถูกโยนเข้าสู่ความโกลาหลวุ่นวาย

This was no sunny, lazy life with boredom and rest.

นี่ไม่ใช่ชีวิตที่สดใส ขี้เกียจ และมีความเบื่อหน่ายและการพักผ่อน

There was no peace, no rest, and no moment without danger.

ไม่มีความสงบ ไม่มีการพักผ่อน และไม่มีขณะใดที่ไม่มีอันตราย

Confusion ruled everything, and danger was always close.

ความสับสนครอบงำทุกสิ่ง และอันตรายก็อยู่ใกล้ตัวเสมอ

Buck had to stay alert because these men and dogs were different.

บัคต้องคอยระวังตัวอยู่เสมอเพราะผู้ชายและสุนัขเหล่านี้มีความแต

กต่างกัน

They were not from towns; they were wild and without mercy.

พวกนั้นมิได้มาจากเมือง เป็นพวกป่าเถื่อนและไม่มีความเมตตา

These men and dogs only knew the law of club and fang.

พวกผู้ชายและสุนัขเหล่านี้รู้จักเพียงกฎของกระบองและเขี้ยวเท่านั้

น

Buck had never seen dogs fight like these savage huskies.

บัคไม่เคยเห็นสุนัขต่อสู้กันเหมือนสุนัขไซบีเรียนฮัสกี้ป่าเถื่อนพวกนี้มาก่อน

His first experience taught him a lesson he would never forget.

ประสบการณ์ครั้งแรกทำให้เขาได้รับบทเรียนที่เขาจะไม่มีวันลืม

He was lucky it was not him, or he would have died too.

เขาโชคดีที่ไม่ใช่เขา ไม่เช่นนั้นเขาคงตายไปแล้ว

Curly was the one who suffered while Buck watched and learned.

เคอร์ลี่เป็นคนที่ต้องทนทุกข์ทรมานในขณะที่บัคเฝ้าดูและเรียนรู้

They had made camp near a store built from logs.

พวกเขาตั้งค่ายอยู่ใกล้กับร้านค้าที่สร้างด้วยท่อนไม้

Curly tried to be friendly to a large, wolf-like husky.

เคอร์ลี่พยายามที่จะเป็นมิตรกับฮัสกี้ตัวใหญ่ที่คล้ายหมาป่า

The husky was smaller than Curly, but looked wild and mean.

ฮัสกี้ตัวเล็กกว่าเคิร์ลลี่ แต่ดูดุร้ายและดุร้าย

Without warning, he jumped and slashed her face open.

โดยไม่ทันได้ตั้งตัว เขาก็กระโดดและฟันหน้าของเธอออก

His teeth cut from her eye down to her jaw in one move.

ฟันของเขาตัดจากตาของเธอลงมาถึงขากรรไกรในครั้งเดียว

This was how wolves fought—hit fast and jump away.

การต่อสู้ของหมาป่าเป็นแบบนี้ คือ

โจมตีอย่างรวดเร็วแล้วกระโดดหนี

But there was more to learn than from that one attack.

แต่ยังมีสิ่งที่ต้องเรียนรู้มากกว่าการโจมตีครั้งนั้น

Dozens of huskies rushed in and made a silent circle.

สุนัขฮัสกี้หลายสิบตัววิ่งเข้ามาและเดินเป็นวงกลมอย่างเงียบงัน

They watched closely and licked their lips with hunger.

พวกเขาดูอย่างใกล้ชิดและเลียริมฝีปากด้วยความหิวโหย

Buck didn't understand their silence or their eager eyes.

บัคไม่เข้าใจความเงียบหรือสายตาที่กระตือรือร้นของพวกเขา

Curly rushed to attack the husky a second time.

เคอร์ลี่รีบวิ่งไปโจมตีฮัสกี้เป็นครั้งที่สอง

He used his chest to knock her over with a strong move.

เขาใช้หน้าอกของเขากระแทกเธอล้มลงด้วยการเคลื่อนไหวที่แข็งแกร่ง

She fell on her side and could not get back up.

เธอล้มลงด้านข้างและไม่สามารถลุกขึ้นได้

That was what the others had been waiting for all along.

นั่นคือสิ่งที่คนอื่น ๆ รอคอยมาตลอด

The huskies jumped on her, yelping and snarling in a frenzy.

สุนัขไซบีเรียนฮัสกี้กระโจนเข้าใส่เธอ

พร้อมส่งเสียงร้องโหยหวนและคำรามอย่างบ้าคลั่ง

She screamed as they buried her under a pile of dogs.

เธอกรีดร้องขณะที่พวกเขาฝังเธอไว้ใต้กองสุนัข

The attack was so fast that Buck froze in place with shock.

การโจมตีนั้นรวดเร็วมากจนทำให้บั๊กตกใจจนตัวแข็ง

He saw Spitz stick out his tongue in a way that looked like a laugh.

เขาเห็นสปิทซ์แลบออกมาในลักษณะที่ดูเหมือนหัวเราะ

François grabbed an axe and ran straight into the group of dogs.

ฟรานซัวส์คว้าขวานแล้ววิ่งตรงเข้าใส่กลุ่มสุนัข

Three other men used clubs to help beat the huskies away.

ชายอีกสามคนใช้ไม้กระบองช่วยตีฮัสกี้หนีไป

In just two minutes, the fight was over and the dogs were gone.

เพียงสองนาทีการต่อสู้ก็สิ้นสุดลงและสุนัขก็หายไป

Curly lay dead in the red, trampled snow, her body torn apart.

เคอร์ลี่นอนตายอยู่ใต้หิมะสีแดงที่ถูกเหยียบย่ำ

ร่างของเธอถูกฉีกขาดเป็นชิ้นเล็กชิ้นน้อย

A dark-skinned man stood over her, cursing the brutal scene.

ชายผิวสีเข้มยืนอยู่เหนือเธอ พร้อมสาปแช่งฉากอันโหดร้าย

The memory stayed with Buck and haunted his dreams at night.

ความทรงจำนั้นยังคงอยู่กับบัคและหลอกหลอนความฝันของเขาใ

นตอนกลางคืน

That was the way here; no fairness, no second chance.

นั่นคือหนทางที่นี่ ไม่มีความยุติธรรม ไม่มีโอกาสแก้ตัว

Once a dog fell, the others would kill without mercy.

เมื่อสุนัขตัวหนึ่งล้มลง สุนัขตัวอื่นก็จะฆ่ามันอย่างไม่ปรานี

Buck decided then that he would never allow himself to fall.

บัคตัดสินใจแล้วว่าเขาจะไม่ยอมให้ตัวเองล้มลงอีก

Spitz stuck out his tongue again and laughed at the blood.

สปิทซ์แลบลิ้นออกมาอีกครั้งแล้วหัวเราะเยาะเลือด

From that moment on, Buck hated Spitz with all his heart.

ตั้งแต่นั้นเป็นต้นมา บัคก็เกลียดสปิทซ์สุดหัวใจ

Before Buck could recover from Curly's death, something new happened.

ก่อนที่บัคจะฟื้นจากการตายของเคอร์ลี่ มีสิ่งใหม่เกิดขึ้น

François came over and strapped something around Buck's body.

ฟรานซัวส์เข้ามาและรัดอะไรบางอย่างไว้รอบตัวของบัค

It was a harness like the ones used on horses at the ranch.

มันเป็นสายรัดแบบที่ใช้กับม้าในฟาร์ม

As Buck had seen horses work, now he was made to work too.

เมื่อบัคเห็นม้าทำงาน ตอนนี้เขาจึงถูกบังคับให้ทำงานด้วยเช่นกัน

He had to pull François on a sled into the forest nearby.

เขาต้องดึงฟรานซัวส์บนเลื่อนเข้าไปในป่าใกล้ๆ

Then he had to pull back a load of heavy firewood.

จากนั้นเขาต้องดึงไม้ฟืนหนักๆ กลับมา

Buck was proud, so it hurt him to be treated like a work animal.

บัครู้สึกภูมิใจ

แต่เขาก็รู้สึกเจ็บปวดที่ถูกปฏิบัติเหมือนเป็นสัตว์รับใช้

But he was wise and didn't try to fight the new situation.

แต่เขาฉลาดและไม่พยายามต่อสู้กับสถานการณ์ใหม่

He accepted his new life and gave his best in every task.

เขายอมรับชีวิตใหม่ของตนและทุ่มเทเต็มที่ในทุกๆ ภารกิจ

Everything about the work was strange and unfamiliar to him.

ทุกสิ่งเกี่ยวกับงานนั้นดูแปลกและไม่คุ้นเคยสำหรับเขา

François was strict and demanded obedience without delay.

ฟรานซัวส์เป็นคนเข้มงวดและเรียกร้องการเชื่อฟังโดยไม่ชักช้า

His whip made sure that every command was followed at once.

แส้ของเขาทำให้แน่ใจว่าคำสั่งทุกข้อจะถูกปฏิบัติตามทันที

Dave was the wheeler, the dog nearest the sled behind Buck.

เดฟเป็นคนเข็นรถเลื่อน ส่วนสุนัขที่อยู่ใกล้รถเลื่อนที่สุดอยู่หลังบัค

Dave bit Buck on the back legs if he made a mistake.

เดฟจะกัดบั๊กที่ขาหลังถ้าเขาทำผิดพลาด

Spitz was the lead dog, skilled and experienced in the role.

สปิทซ์เป็นสุนัขผู้นำ มีทักษะและประสบการณ์ในบทบาทนี้

Spitz could not reach Buck easily, but still corrected him.

สปิทซ์ไม่สามารถเข้าถึงบัคได้อย่างง่ายดายแต่ก็ยังคงแก้ไขเขา

He growled harshly or pulled the sled in ways that taught Buck.

เขาขู่คำรามอย่างรุนแรงหรือดึงเลื่อนในลักษณะที่บั๊กสอน

Under this training, Buck learned faster than any of them expected.

ภายใต้การฝึกครั้งนี้ บัคเรียนรู้ได้เร็วกว่าที่พวกเขาคาดไว้

He worked hard and learned from both François and the other dogs.

เขาทำงานหนักและเรียนรู้จากทั้งฟรานซัวส์และสุนัขตัวอื่นๆ

By the time they returned, Buck already knew the key commands.

เมื่อพวกเขากลับมา บัคก็รู้คำสั่งสำคัญแล้ว

He learned to stop at the sound of "ho" from François.

เขาเรียนรู้ที่จะหยุดเมื่อได้ยินเสียง "โฮ" จากฟรานซัวส์

He learned when he had to pull the sled and run.

เขาได้เรียนรู้ว่าเมื่อใดที่เขาจะต้องดึงเลื่อนและวิ่ง

He learned to turn wide at bends in the trail without trouble.

เขาเรียนรู้ที่จะเลี้ยวโค้งให้กว้างขึ้นโดยไม่ลำบาก

He also learned to avoid Dave when the sled went downhill fast.

เขายังเรียนรู้ที่จะหลีกเลี่ยงเดฟเมื่อรถเลื่อนลงเขาอย่างรวดเร็ว

"They're very good dogs," François proudly told Perrault.

"พวกมันเป็นสุนัขที่ดีมาก"

ฟรานซัวส์บอกกับเปอร์โรลต์อย่างภาคภูมิใจ

"That Buck pulls like hell—I teach him quick as anything."

"บัคนั่นดึงได้โคตรๆ—ฉันสอนมันได้เร็วมาก"

Later that day, Perrault came back with two more husky dogs.

ในช่วงบ่ายวันนั้น เพอร์โรลต์กลับมาพร้อมกับสุนัขฮัสกี้อีกสองตัว

Their names were Billee and Joe, and they were brothers.

ชื่อของพวกเขาคือ บิลลี่ และ โจ และพวกเขาเป็นพี่น้องกัน

They came from the same mother, but were not alike at all.

พวกมันมาจากแม่เดียวกัน แต่กลับไม่เหมือนกันเสียเลย

Billee was sweet-natured and too friendly with everyone.

บิลลี่เป็นคนนิสัยดีและเป็นมิตรกับทุกคนมาก

Joe was the opposite—quiet, angry, and always snarling.

โจเป็นคนตรงกันข้าม—เงียบ โกรธ และขู่คำรามตลอดเวลา

Buck greeted them in a friendly way and was calm with both.

บั๊กทักทายพวกเขาอย่างเป็นมิตรและสงบกับทั้งคู่

Dave paid no attention to them and stayed silent as usual.

เดฟไม่ได้สนใจพวกเขาและเงียบเหมือนเดิม

Spitz attacked first Billee, then Joe, to show his dominance.

สปิทซ์โจมตีบิลลี่ก่อน จากนั้นจึงโจมตีโจ

เพื่อแสดงให้เห็นถึงความเหนือกว่าของเขา

Billee wagged his tail and tried to be friendly to Spitz.

บิลลี่กระดิกหางและพยายามที่จะเป็นมิตรกับสปิทซ์

When that didn't work, he tried to run away instead.

เมื่อวิธีนั้นไม่ได้ผล เขาก็พยายามวิ่งหนีแทน

He cried sadly when Spitz bit him hard on the side.

เขาร้องไห้เสียใจเมื่อสปิทซ์กัดเขาอย่างแรงที่ด้านข้าง

But Joe was very different and refused to be bullied.

แต่โจแตกต่างมากและปฏิเสธที่จะถูกกลั่นแกล้ง

Every time Spitz came near, Joe spun to face him fast.

ทุกครั้งที่สปิทซ์เข้ามาใกล้

โจจะหมุนตัวเพื่อเผชิญหน้ากับเขาอย่างรวดเร็ว

His fur bristled, his lips curled, and his teeth snapped wildly.

ขนของเขามีขนแข็ง ริมฝีปากของเขาม้วนงอ

และฟันของเขาขบกันอย่างรุนแรง

Joe's eyes gleamed with fear and rage, daring Spitz to strike.

ดวงตาของโจเป็นประกายด้วยความกลัวและความโกรธ

ท้าให้สปิทซ์โจมตี

Spitz gave up the fight and turned away, humiliated and angry.

สปิทซ์ยอมแพ้และหันกลับไปด้วยความอับอายและโกรธ

He took out his frustration on poor Billee and chased him away.

เขาระบายความหงุดหงิดของเขากับบิลลี่ผู้น่าสงสารแล้วไล่เขาออก
ไป

That evening, Perrault added one more dog to the team.

เย็นวันนั้น เพอร์โรลต์ได้เพิ่มสุนัขอีกตัวหนึ่งเข้ามาในทีม

This dog was old, lean, and covered in battle scars.

สุนัขตัวนี้แก่ ผอม และมีรอยแผลเป็นจากการสู้รบเต็มตัว

One of his eyes was missing, but the other flashed with power.

ดวงตาข้างหนึ่งของเขาหายไป

แต่ข้างอื่นยังคงส่องประกายด้วยพลัง

The new dog's name was Solleks, which meant the Angry One.

ชื่อสุนัขตัวใหม่คือ Solleks ซึ่งแปลว่าผู้โกรธ

Like Dave, Solleks asked nothing from others, and gave nothing back.

เช่นเดียวกับเดฟ

โซลเลกส์ไม่ได้ขออะไรจากผู้อื่นและไม่ได้ให้สิ่งใดตอบแทนกลับมา

When Solleks walked slowly into camp, even Spitz stayed away.

เมื่อ Solleks เดินเข้าไปในค่ายอย่างช้าๆ แม้แต่ Spitz ก็ยังอยู่ห่างๆ

He had a strange habit that Buck was unlucky to discover.

เขามีนิสัยแปลกๆ ที่บัคโชคไม่ดีที่ได้ค้นพบ

Solleks hated being approached on the side where he was blind.

โซลเลกส์เกลียดการถูกเข้าหาจากด้านที่เขาตาบอด

Buck did not know this and made that mistake by accident.

บัคไม่รู้เรื่องนี้และได้ทำผิดพลาดไปโดยไม่ได้ตั้งใจ

Solleks spun around and slashed Buck's shoulder deep and fast.

โซลเลกส์หมุนตัวและฟันไหล่ของบัคอย่างรุนแรงและรวดเร็ว

From that moment on, Buck never came near Solleks' blind side.

ตั้งแต่นั้นเป็นต้นมา

บัคก็ไม่เคยเข้าใกล้ด้านที่มองไม่เห็นของโซเลกส์อีกเลย

They never had trouble again for the rest of their time together.

พวกเขาไม่เคยมีปัญหาอีกเลยตลอดเวลาที่เหลือที่พวกเขาอยู่ด้วยกัน

Solleks wanted only to be left alone, like quiet Dave.
โซลเลกส์ต้องการเพียงแค่อยู่คนเดียวเหมือนกับเดฟผู้เงียบขรึม

But Buck would later learn they each had another secret goal.
แต่ในเวลาต่อมาบัคก็ได้รู้ว่าพวกเขาต่างก็มีเป้าหมายลับอีกอย่างหนึ่ง

That night Buck faced a new and troubling challenge—how to sleep.
คืนนั้นบัคต้องเผชิญกับความท้าทายใหม่ที่น่าหนักใจ
นั่นก็คือจะนอนหลับอย่างไร

The tent glowed warmly with candlelight in the snowy field.
เต็นท์ส่องสว่างอย่างอบอุ่นด้วยแสงเทียนในทุ่งหญ้าที่เต็มไปด้วยหิมะ

Buck walked inside, thinking he could rest there like before.
บัคเดินเข้าไปข้างใน
โดยคิดว่าเขาจะได้พักผ่อนที่นั่นได้เหมือนเดิม

But Perrault and François yelled at him and threw pans.
แต่เปอร์โรลต์และฟรองซัวส์ตะโกนใส่เขาและขว้างกระทะ

Shocked and confused, Buck ran out into the freezing cold.
บัคตกใจและสับสน จึงวิ่งออกไปท่ามกลางความหนาวเย็น

A bitter wind stung his wounded shoulder and froze his paws.
ลมแรงพัดกระทบไหล่ที่บาดเจ็บของเขาและอุ้งเท้าของเขาจนแข็ง

He lay down in the snow and tried to sleep out in the open.
เขานอนลงบนหิมะและพยายามนอนหลับกลางแจ้ง

But the cold soon forced him to get back up, shaking badly.

แต่ความหนาวเย็นก็บังคับให้เขาต้องลุกขึ้นอีกครั้งในขณะที่ตัวสั่น
อย่างหนัก

He wandered through the camp, trying to find a warmer spot.

เขาเดินไปทั่วค่ายเพื่อพยายามหาจุดที่อบอุ่นกว่านี้

But every corner was just as cold as the one before.

แต่ทุกมุมก็ยังคงหนาวเย็นเช่นเดิม

Sometimes savage dogs jumped at him from the darkness.

บางครั้งสุนัขป่าก็กระโดดเข้ามาหาเขาจากความมืด

Buck bristled his fur, bared his teeth, and snarled with warning.

บัคขยับขน ขู่ฟัน และขู่คำรามด้วยคำเตือน

He was learning fast, and the other dogs backed off quickly.

เขาเรียนรู้ได้เร็ว ในขณะที่สุนัขตัวอื่น ๆ ก็ถอยหนีอย่างรวดเร็ว

Still, he had no place to sleep, and no idea what to do.

แต่เขาก็ไม่มีที่นอน และไม่รู้ว่าจะทำอย่างไร

At last, a thought came to him — check on his team-mates.

ในที่สุด ความคิดก็ผุดขึ้นมาในใจเขา—

ลองตรวจดูเพื่อนร่วมทีมของเขาสิ

He returned to their area and was surprised to find them gone.

เขากลับไปยังพื้นที่ของพวกเขาและประหลาดใจเมื่อพบว่าพวกเขา
หายไป

Again he searched the camp, but still could not find them.

เขาค้นหาในค่ายอีกครั้ง แต่ก็ยังไม่พบพวกเขา

He knew they could not be in the tent, or he would be too.

เขารู้ว่าพวกเขาไม่สามารถอยู่ในเต็นท์ได้

หรือเขาก็คงอยู่ในเต็นท์นั้นด้วย

So where had all the dogs gone in this frozen camp?

แล้วสุนัขทั้งหมดหายไปไหนในค่ายน้ำแข็งนี้?

Buck, cold and miserable, slowly circled around the tent.

บัคผู้เย็นชาและน่าสงสาร เดินวนไปรอบเต็นท์อย่างช้าๆ

Suddenly, his front legs sank into soft snow and startled him.

ทันใดนั้น ขาหน้าของเขาจมลงไปในหิมะอ่อนๆ

และทำให้เขาตกใจ

Something wriggled under his feet, and he jumped back in fear.

มีสิ่งบางอย่างดิ้นอยู่ใต้เท้าของเขา

และเขาจึงกระโดดถอยหลังด้วยความกลัว

He growled and snarled, not knowing what lay beneath the snow.

เขาขู่และคำรามโดยไม่รู้ว่ามีอะไรอยู่ใต้หิมะ

Then he heard a friendly little bark that eased his fear.

แล้วเขาก็ได้ยินเสียงเห่าเล็กๆ

เป็นมิตรซึ่งช่วยคลายความกลัวของเขาลง

He sniffed the air and came closer to see what was hidden.

เขาดมกลิ่นอากาศแล้วเข้ามาใกล้เพื่อดูว่ามีอะไรซ่อนอยู่

Under the snow, curled into a warm ball, was little Billee.

ใต้หิมะ มีบิลลี่ตัวน้อยขดตัวเป็นลูกบอลอุ่นๆ

Billee wagged his tail and licked Buck's face to greet him.

บิลลี่กระดิกหางและเลียหน้าบัคเพื่อทักทายเขา

Buck saw how Billee had made a sleeping place in the snow.

บัคเห็นว่าบิลลี่สร้างที่นอนบนหิมะ

He had dug down and used his own heat to stay warm.

เขาได้ขุดลงไปและใช้ความร้อนของตัวเองเพื่อให้ร่างกายอบอุ่น

Buck had learned another lesson—this was how the dogs slept.

บัคได้เรียนรู้บทเรียนอีกบทหนึ่ง นั่นคือวิธีการนอนหลับของสุนัข

He picked a spot and started digging his own hole in the snow.

เขาเลือกจุดแล้วเริ่มขุดหลุมในหิมะของตัวเอง

At first, he moved around too much and wasted energy.

ในตอนแรกเขาเคลื่อนไหวมากเกินไปจึงเสียพลังงานโดยเปล่าประโยชน์

But soon his body warmed the space, and he felt safe.

แต่ไม่นานร่างกายของเขาก็รู้สึกอบอุ่นขึ้น และเขาก็รู้สึกปลอดภัย

He curled up tightly, and before long he was fast asleep.

เขาขดตัวแน่นและไม่นานเขาก็หลับสนิท

The day had been long and hard, and Buck was exhausted.

วันนั้นเป็นวันอันยาวนานและยากลำบาก และบัคก็เหนื่อยล้ามาก

He slept deeply and comfortably, though his dreams were wild.

เขาหลับได้สนิทและสบายแม้ว่าความฝันของเขาจะเต็มไปด้วยความเพ้อฝันก็ตาม

He growled and barked in his sleep, twisting as he dreamed.

เขาขู่และเห่าในขณะหลับ และบิดตัวในขณะที่เขาฝัน

Buck didn't wake up until the camp was already coming to life.

บัคไม่ได้ตื่นขึ้นจนกว่าค่ายจะเต็มไปด้วยความมีชีวิตชีวา

At first, he didn't know where he was or what had happened.

ในตอนแรกเขาไม่ทราบว่าเขาอยู่ที่ไหนหรือเกิดอะไรขึ้น

Snow had fallen overnight and completely buried his body.

หิมะได้ตกลงมาในช่วงกลางคืนและฝังร่างของเขาจนหมด

The snow pressed in around him, tight on all sides.

หิมะกดทับรอบตัวเขาแน่นหนาทุกด้าน

Suddenly a wave of fear rushed through Buck's entire body.

จู่ๆ คลื่นแห่งความกลัวก็พุ่งเข้าท่วมร่างของบัค

It was the fear of being trapped, a fear from deep instincts.

มันคือความกลัวที่จะถูกกักขัง

เป็นความกลัวจากสัญชาตญาณที่ฝังลึก

Though he had never seen a trap, the fear lived inside him.

แม้ว่าเขาจะไม่เคยเห็นกับดัก แต่ความกลัวก็ยังคงอยู่ในตัวเขา

He was a tame dog, but now his old wild instincts were waking.

แม้เขาจะเป็นสุนัขเชื่อง แต่ตอนนี้สัญชาตญาณป่าเถื่อนเก่าๆ

ของเขากำลังตื่นขึ้นแล้ว

Buck's muscles tensed, and his fur stood up all over his back.

กล้ามเนื้อของบัคเกร็งและขนของเขาก็ตั้งขึ้นทั่วหลังของเขา

He snarled fiercely and sprang straight up through the snow.

เขาคำรามอย่างดุร้ายและกระโจนขึ้นไปบนหิมะ

Snow flew in every direction as he burst into the daylight.

หิมะปลิวไสวไปทุกทิศทุกทางในขณะที่เขาปรากฏตัวออกมาท่าม

กลางแสงแดด

Even before landing, Buck saw the camp spread out before him.

บัคมองเห็นค่ายที่ขยายออกไปเบื้องหน้าของเขาก่อนที่จะลงจอด

He remembered everything from the day before, all at once.

เขาจำทุกสิ่งจากวันก่อนได้ในคราวเดียว

He remembered strolling with Manuel and ending up in this place.

เขาจำได้ว่าเดินเล่นกับมานูเอลและลงเอยที่สถานที่แห่งนี้

He remembered digging the hole and falling asleep in the cold.

เขาจำได้ว่าขุดหลุมแล้วผล็อยหลับไปเพราะอากาศหนาว

Now he was awake, and the wild world around him was clear.

ตอนนี้เขาตื่นแล้ว และโลกป่ารอบตัวเขาก็แจ่มใส

A shout from François hailed Buck's sudden appearance.

เสียงตะโกนของฟรานซัวส์ดังขึ้นเพื่อแสดงความยินดีที่บัคปรากฏตัวอย่างกะทันหัน

"What did I say?" the dog-driver cried loudly to Perrault.

"ฉันพูดอะไรนะ" คนขับสุนัขตะโกนเสียงดังให้เปอร์โรลต์ฟัง

"That Buck for sure learns quick as anything," François added.

"เจ้าบัคนั่นเรียนรู้ได้เร็วมากจริงๆ" ฟรานซัวส์กล่าวเสริม

Perrault nodded gravely, clearly pleased with the result.

เปอร์โรลต์พยักหน้าอย่างจริงจัง

แสดงความพึงพอใจอย่างชัดเจนกับผลลัพธ์

As a courier for the Canadian Government, he carried dispatches.

เขาทำหน้าที่เป็นผู้ส่งสารให้กับรัฐบาลแคนาดา

จึงต้องถือเอกสารต่างๆ

He was eager to find the best dogs for his important mission.

เขาตั้งใจที่จะค้นหาสุนัขที่ดีที่สุดสำหรับภารกิจสำคัญของเขา

He felt especially pleased now that Buck was part of the team.

ตอนนี้เขารู้สึกยินดีเป็นพิเศษที่บั๊กเป็นส่วนหนึ่งของทีม

Three more huskies were added to the team within an hour.

ภายในหนึ่งชั่วโมง มีสุนัขฮัสกี้เพิ่มอีก 3 ตัวเข้ามาในทีม

That brought the total number of dogs on the team to nine.

ทำให้จำนวนสุนัขในทีมมีทั้งหมด 9 ตัว

Within fifteen minutes all the dogs were in their harnesses.

ภายในเวลาสิบห้านาที สุนัขทั้งหมดก็อยู่ในสายรัดแล้ว

The sled team was swinging up the trail toward Dyea Cañon.

ทีมลากเลื่อนกำลังแกว่งไปตามเส้นทางสู่ Dyea Cañon

Buck felt glad to be leaving, even if the work ahead was hard.

บัครู้สึกดีใจที่ได้ออกไป แม้ว่างานข้างหน้าจะยากก็ตาม

He found he did not particularly despise the labor or the cold.

เขาพบว่าเขาไม่ได้เกลียดการทำงานหรือความหนาวเย็นเป็นพิเศษ

He was surprised by the eagerness that filled the whole team.

เขาประหลาดใจกับความกระตือรือร้นที่เต็มไปทั่วทั้งทีม

Even more surprising was the change that had come over Dave and Solleks.

สิ่งที่น่าประหลาดใจยิ่งกว่าคือการเปลี่ยนแปลงที่เกิดขึ้นกับ Dave

และ Solleks

These two dogs were entirely different when they were harnessed.

สุนัขสองตัวนี้มีลักษณะที่แตกต่างกันอย่างสิ้นเชิงเมื่อถูกจูง

Their passiveness and lack of concern had completely disappeared.

ความเฉยเมยและการขาดความห่วงใยของพวกเขาหายไปโดยสิ้นเชิง

They were alert and active, and eager to do their work well.

พวกเขาตื่นตัวและกระตือรือร้นที่จะทำงานของตนให้ดี

They grew fiercely irritated at anything that caused delay or confusion.

พวกเขาเริ่มรู้สึกหงุดหงิดอย่างรุนแรงเมื่อทำอะไรก็ตามที่ทำให้เกิด

ความล่าช้าหรือสับสน

The hard work on the reins was the center of their entire being.

การทำงานหนักในการบังคับสายบังเหียนคือศูนย์กลางของตัวตนทั้

งหมดของพวกเขา

Sled pulling seemed to be the only thing they truly enjoyed.

การลากเลื่อนดูเหมือนจะเป็นสิ่งเดียวที่พวกเขาสนุกจริงๆ

Dave was at the back of the group, closest to the sled itself.

เดฟอยู่ด้านหลังของกลุ่ม ใกล้กับรถเลื่อนมากที่สุด

Buck was placed in front of Dave, and Solleks pulled ahead of Buck.

บัคถูกวางไว้ข้างหน้าเดฟ และโซเลกส์ก็เดินไปข้างหน้าบัค

The rest of the dogs were strung out ahead in a single file.

สุนัขที่เหลือทั้งหมดยืนเรียงแถวข้างหน้าเป็นแถวเดียว

The lead position at the front was filled by Spitz.

ตำแหน่งผู้นำที่ด้านหน้าถูกครอบครองโดยสปิทซ์

Buck had been placed between Dave and Solleks for instruction.

บัคได้รับการวางไว้ระหว่างเดฟกับโซเลกส์เพื่อรับคำแนะนำ

He was a quick learner, and they were firm and capable teachers.

เขาเป็นคนเรียนรู้เร็วและพวกเขาก็เป็นครูที่มั่นคงและมีความสามา

รถ

They never allowed Buck to remain in error for long.

พวกเขาไม่เคยอนุญาตให้บัคอยู่ในความผิดพลาดเป็นเวลานาน

They taught their lessons with sharp teeth when needed.

พวกเขาสอนบทเรียนด้วยฟันที่แหลมคมเมื่อจำเป็น

Dave was fair and showed a quiet, serious kind of wisdom.

เดฟเป็นคนยุติธรรมและเป็นคนฉลาดและจริงจัง

He never bit Buck without a good reason to do so.

เขาไม่เคยกัดบัคโดยไม่มีเหตุผลที่ดีที่จะทำเช่นนั้น

But he never failed to bite when Buck needed correction.

แต่เขาไม่เคยล้มเหลวที่จะกัดเมื่อบัคต้องการการแก้ไข

François's whip was always ready and backed up their authority.

แส้ของฟรานซัวส์พร้อมเสมอและสนับสนุนอำนาจของพวกเขา

Buck soon found it was better to obey than to fight back.

ในไม่ช้าบัคก็พบว่าการเชื่อฟังนั้นดีกว่าการต่อสู้กลับ

Once, during a short rest, Buck got tangled in the reins.

ครั้งหนึ่งในช่วงพักสั้นๆ บัคได้ติดสายบังเหียน

He delayed the start and confused the team's movement.

เขาทำให้การเริ่มต้นล่าช้าและทำให้การเคลื่อนไหวของทีมสับสน

Dave and Solleks flew at him and gave him a rough beating.

เดฟและโซเลกส์บินเข้าหาเขาและทุบตีเขาอย่างรุนแรง

The tangle only got worse, but Buck learned his lesson well.

แม้ปัญหาจะแย่ลง แต่บัคก็เรียนรู้บทเรียนของเขาได้ดี

From then on, he kept the reins taut, and worked carefully.

ตั้งแต่นั้นเป็นต้นมาเขาคอยคุมบังเหียนให้ตึงและทำงานอย่างระมัด
ระวัง

Before the day ended, Buck had mastered much of his task.

ก่อนสิ้นวัน บัคก็ได้ทำภารกิจของเขาสำเร็จไปมากแล้ว

His teammates almost stopped correcting or biting him.

เพื่อนร่วมทีมของเขาเกือบจะหยุดแก้ไขหรือกัดเขาแล้ว

François's whip cracked through the air less and less often.

แส้ของฟรานซัวส์ฟาดผ่านอากาศน้อยลงเรื่อยๆ

Perrault even lifted Buck's feet and carefully examined each paw.

เพอร์โรลต์ยกเท้าของบัคขึ้นและตรวจสอบอุ้งเท้าแต่ละข้างอย่างระมัดระวัง

It had been a hard day's run, long and exhausting for them all.

มันเป็นวันวิ่งที่ยากลำบาก ยาวนาน

และเหนื่อยล้าสำหรับพวกเขาทุกคน

They travelled up the Cañon, through Sheep Camp, and past the Scales.

พวกเขาเดินทางขึ้น Cañon ผ่าน Sheep Camp และผ่าน Scales

They crossed the timber line, then glaciers and snowdrifts many feet deep.

พวกเขาข้ามแนวไม้

จากนั้นก็ผ่านธารน้ำแข็งและหิมะที่สูงถึงหลายฟุต

They climbed the great cold and forbidding Chilkoot Divide.

พวกเขาปีนขึ้นไปบนหุบเขาชิลคูตที่หนาวเหน็บและอันตราย

That high ridge stood between salt water and the frozen interior.

สันเขาสูงนั้นตั้งอยู่ระหว่างน้ำเค็มและภายในที่เป็นน้ำแข็ง

The mountains guarded the sad and lonely North with ice and steep climbs.

ภูเขาปกป้องดินแดนทางเหนืออันเศร้าโศกและเปล่าเปลี่ยวด้วยน้ำ

แข็งและการไต่เขาที่สูงชัน

They made good time down a long chain of lakes below the divide.

พวกเขาใช้เวลาอย่างดีไปตามห่วงโซ่ทะเลสาบอันยาวที่อยู่ใต้แนวแบ่ง

Those lakes filled the ancient craters of extinct volcanoes.

ทะเลสาบเหล่านี้เต็มไปด้วยปล่องภูเขาไฟที่ดับสนิทในอดีต

Late that night, they reached a large camp at Lake Bennett.

ดึกคืนนั้น พวกเขาก็มาถึงค่ายใหญ่ที่ทะเลสาบเบนเนตต์

Thousands of gold seekers were there, building boats for spring.

มีผู้แสวงหาทองคำนับพันคนมาที่นั่นเพื่อสร้างเรือสำหรับฤดูใบไม้ผลิ

The ice was going break up soon, and they had to be ready.

น้ำแข็งกำลังจะแตกในเร็วๆ นี้ และพวกเขาต้องเตรียมพร้อมไว้

Buck dug his hole in the snow and fell into a deep sleep.

บัคขุดหลุมในหิมะแล้วหลับไปอย่างสนิท

He slept like a working man, exhausted from the harsh day of toil.

เขาหลับเหมือนคนทำงานที่เหนื่อยล้าจากการตรากตรำทำงานหนักมาตลอดทั้งวัน

But too early in the darkness, he was dragged from sleep.

แต่ในความมืดเร็วเกินไป เขาก็ถูกดึงออกมาจากการหลับใหล

He was harnessed with his mates again and attached to the sled.

เขาถูกนำกลับมาผูกกับเพื่อนๆ ของเขาอีกครั้งและผูกเข้ากับรถเลื่อน

That day they made forty miles, because the snow was well trodden.

วันนั้นพวกเขาเดินไปได้ประมาณสี่สิบไมล์ เพราะมีหิมะตกมาก

The next day, and for many days after, the snow was soft.

วันรุ่งขึ้น และอีกหลายวันต่อจากนั้น หิมะก็เริ่มอ่อนลง

They had to make the path themselves, working harder and moving slower.

พวกเขาต้องสร้างเส้นทางเอง โดยทำงานหนักขึ้นและเดินช้าลง

Usually, Perrault walked ahead of the team with webbed snowshoes.

โดยปกติแล้ว

เพอร์โรลต์จะเดินไปข้างหน้าทีมโดยสวมรองเท้าเดินหิมะแบบมีพังผืด

His steps packed the snow, making it easier for the sled to move.

ขั้นบันไดของเขาทำให้หิมะแน่นเพื่อให้เลื่อนได้สะดวกขึ้น

François, who steered from the gee-pole, sometimes took over.

ฟรานซัวส์ ซึ่งบังคับจากเสาจี ก็เข้ามาควบคุมเป็นบางครั้ง

But it was rare that François took the lead

แต่การที่ฟรานซัวส์ได้เป็นผู้นำนั้นถือเป็นเรื่องยาก

because Perrault was in a rush to deliver the letters and parcels.

เพราะเพอร์โรลต์กำลังเร่งรีบที่จะส่งจดหมายและพัสดุ

Perrault was proud of his knowledge of snow, and especially ice.

เปอร์โรลต์ภูมิใจในความรู้ของเขาเกี่ยวกับหิมะ โดยเฉพาะน้ำแข็ง

That knowledge was essential, because fall ice was dangerously thin.

ความรู้ดังกล่าวมีความจำเป็น

เนื่องจากน้ำแข็งในฤดูใบไม้ร่วงนั้นบางจนเป็นอันตราย

Where water flowed fast beneath the surface, there was no ice at all.

บริเวณที่มีน้ำไหลแรงใต้ผิวดินนั้น ไม่มีน้ำแข็งอยู่เลย

Day after day, the same routine repeated without end.

วันแล้ววันเล่า กิจวัตรเดิมๆ จะเกิดขึ้นซ้ำแล้วซ้ำเล่าไม่มีที่สิ้นสุด

Buck toiled endlessly in the reins from dawn until night.

บัคทำงานหนักอย่างไม่มีที่สิ้นสุดในบังเหียนจากรุ่งเช้าจรดค่ำ

They left camp in the dark, long before the sun had risen.

พวกเขาออกจากค่ายในความมืดนานก่อนพระอาทิตย์จะขึ้น

By the time daylight came, many miles were already behind them.

เมื่อฟ้าสว่างขึ้น ก็พบว่าพวกเขามีระยะทางหลายไมล์แล้ว

They pitched camp after dark, eating fish and burrowing into snow.

พวกเขาตั้งค่ายพักหลังจากมืดค่ำ โดยกินปลาและขุดรูในหิมะ

Buck was always hungry and never truly satisfied with his ration.

บัคหิวตลอดเวลาและไม่เคยพอใจกับอาหารที่เขาได้รับจริงๆ

He received a pound and a half of dried salmon each day.

เขาได้รับปลาแซลมอนแห้งหนึ่งปอนด์ครึ่งทุกวัน

But the food seemed to vanish inside him, leaving hunger behind.

แต่ดูเหมือนว่าอาหารจะหายไปจากตัวเขา

ทิ้งไว้เพียงความหิวเท่านั้น

He suffered from constant pangs of hunger, and dreamed of more food.

เขาต้องทนทุกข์ทรมานจากความหิวโหยตลอดเวลา

และฝันถึงอาหารมื้ออื่นๆ

The other dogs got only one pound of food, but they stayed strong.

สุนัขตัวอื่นได้รับอาหารเพียงหนึ่งปอนด์เท่านั้น

แต่พวกมันก็ยังแข็งแรงอยู่

They were smaller, and had been born into the northern life.

พวกเขาตัวเล็กกว่า และเกิดในโลกภาคเหนือ

He swiftly lost the fastidiousness which had marked his old life.

เขาสูญเสียความพิถีพิถันที่เคยติดตัวมาตั้งแต่ชีวิตเก่าของเขาไปอย่างรวดเร็ว

He had been a dainty eater, but now that was no longer possible.

เขาเคยเป็นคนกินอาหารจุมาก

แต่ตอนนี้ไม่สามารถเป็นแบบนั้นได้อีกต่อไปแล้ว

His mates finished first and robbed him of his unfinished ration.

เพื่อนๆ ของเขาเสร็จก่อนและขโมยอาหารที่ยังไม่หมดของเขาไป

Once they began there was no way to defend his food from them.

เมื่อพวกเขาเริ่มต้นแล้วไม่มีทางที่จะปกป้องอาหารของเขาจากพวกมันได้

While he fought off two or three dogs, the others stole the rest.

ในขณะที่เขาต่อสู้กับสุนัขสองสามตัว ตัวอื่นก็ขโมยตัวที่เหลือไป

To fix this, he began eating as fast as the others ate.

เพื่อแก้ไขปัญหานี้ เขาจึงเริ่มกินเร็วเท่ากับคนอื่น ๆ

Hunger pushed him so hard that he even took food not his own.

ความหิวทำให้เขาต้องหิวมากจนถึงขั้นต้องกินอาหารที่ไม่ใช่ของตัวเอง

He watched the others and learned quickly from their actions.

เขาเฝ้าดูคนอื่นๆ

และเรียนรู้จากการกระทำของพวกเขาได้อย่างรวดเร็ว

He saw Pike, a new dog, steal a slice of bacon from Perrault.

เขาเห็นไพค์ สุนัขตัวใหม่ ขโมยเบคอนจากเพอร์โรลต์

Pike had waited until Perrault's back was turned to steal the bacon.

ไพค์รอจนกระทั่งเพอร์โรลต์หันหลังกลับเพื่อขโมยเบคอน

The next day, Buck copied Pike and stole the whole chunk.

วันรุ่งขึ้น บัคก็เลียนแบบไพค์ และขโมยชิ้นส่วนทั้งหมดไป

A great uproar followed, but Buck was not suspected.

เกิดความโกลาหลครั้งใหญ่ตามมา แต่บั๊กไม่ได้ถูกสงสัย

Dub, a clumsy dog who always got caught, was punished instead.

ดับ สุนัขขี้เซาที่โดนจับได้ตลอดกลับถูกทำโทษแทน

That first theft marked Buck as a dog fit to survive the North.

การโจรกรรมครั้งแรกนั้นทำให้บั๊กกลายเป็นสุนัขที่เหมาะจะมีชีวิตรอดในภาคเหนือ

He showed he could adapt to new conditions and learn quickly.

เขาแสดงให้เห็นว่าเขาสามารถปรับตัวเข้ากับเงื่อนไขใหม่ๆ

และเรียนรู้ได้อย่างรวดเร็ว

Without such adaptability, he would have died swiftly and badly.

หากขาดความสามารถในการปรับตัวเช่นนี้

เขาคงเสียชีวิตอย่างรวดเร็วและทรมาน

It also marked the breakdown of his moral nature and past values.

นอกจากนี้ยังเป็นเครื่องหมายที่แสดงถึงการเสื่อมสลายของธรรมชาติทางศีลธรรมและค่านิยมในอดีตของเขาด้วย

In the Southland, he had lived under the law of love and kindness.

ในดินแดนทางใต้

เขาใช้ชีวิตอยู่ภายใต้กฎแห่งความรักและความเมตตา

There it made sense to respect property and other dogs' feelings.

ตรงนั้นมันสมเหตุสมผลที่จะเคารพทรัพย์สินและความรู้สึกของสุนัขตัวอื่น

But the Northland followed the law of club and the law of fang.

แต่ดินแดนเหนือปฏิบัติตามกฎแห่งไม้กระบองและกฎแห่งเขี้ยว

Whoever respected old values here was foolish and would fail.

ผู้ใดที่เคารพค่านิยมเก่าแก่ที่นี่เป็นผู้โง่เขลาและจะล้มเหลว

Buck did not reason all this out in his mind.

บัคไม่ได้คิดเหตุผลทั้งหมดนี้ในใจของเขา

He was fit, and so he adjusted without needing to think.

เขามีสุขภาพแข็งแรงและปรับตัวได้โดยไม่ต้องคิดมาก

All his life, he had never run away from a fight.

ตลอดชีวิตของเขาเขาไม่เคยหนีจากการต่อสู้เลย

But the wooden club of the man in the red sweater changed that rule.

แต่ไม้กระบองของชายผู้สวมเสื้อกันหนาวสีแดงได้เปลี่ยนกฎนั้นไป

Now he followed a deeper, older code written into his being.
ตอนนี้เขาติดตามรหัสที่เก่ากว่าและลึกซึ้งกว่าซึ่งเขียนไว้ในตัวเขา

He did not steal out of pleasure, but from the pain of hunger.
เขาไม่ได้ขโมยเพราะความสุข

แต่ขโมยมาจากความเจ็บปวดของความหิว

He never robbed openly, but stole with cunning and care.
เขาไม่เคยขโมยอย่างเปิดเผยแต่ขโมยด้วยไหวพริบและระมัดระวัง

He acted out of respect for the wooden club and fear of the fang.
เขากระทำการดังกล่าวเพราะเคารพไม้กระบองและกลัวเขี้ยว

In short, he did what was easier and safer than not doing it.
โดยสรุปแล้ว เขาทำสิ่งที่ง่ายกว่าและปลอดภัยกว่าการไม่ทำ

His development—or perhaps his return to old instincts—was fast.
พัฒนาการของเขา—หรือบางทีการกลับคืนสู่สัญชาตญาณเก่าๆ—เกิดขึ้นอย่างรวดเร็ว

His muscles hardened until they felt as strong as iron.
กล้ามเนื้อของเขาแข็งแกร่งขึ้นจนรู้สึกได้ความแข็งแกร่งเทียบเท่าเหล็ก

He no longer cared about pain, unless it was serious.
เขาไม่สนใจความเจ็บปวดอีกต่อไป เว้นแต่ว่ามันจะร้ายแรง

He became efficient inside and out, wasting nothing at all.
เขาเริ่มมีประสิทธิภาพทั้งภายในและภายนอก

โดยไม่สูญเปล่าสิ่งใดเลย

He could eat things that were vile, rotten, or hard to digest.

เขาสามารถกินสิ่งที่น่ารังเกียจ เน่าเสีย หรือย่อยยากได้

Whatever he ate, his stomach used every last bit of value.

ไม่ว่าเขาจะกินอะไร ท้องของเขาก็จะใช้ของมีค่าจนหมด

His blood carried the nutrients far through his powerful body.

เลือดของเขาพาสารอาหารไปทั่วร่างกายอันทรงพลังของเขา

This built strong tissues that gave him incredible endurance.

สิ่งนี้สร้างเนื้อเยื่อที่แข็งแรงซึ่งทำให้เขามีความอดทนอย่างเหลือเชื่อ

His sight and smell became much more sensitive than before.

การมองเห็นและการได้กลิ่นของเขามีความละเอียดอ่อนมากขึ้นกว่าก่อนมาก

His hearing grew so sharp he could detect faint sounds in sleep.

การได้ยินของเขามีพัฒนาการแหลมคมมากจนสามารถได้ยินเสียงแผ่วเบาในขณะนอนหลับได้

He knew in his dreams whether the sounds meant safety or danger.

เขารู้ในฝันว่าเสียงเหล่านั้นหมายถึงความปลอดภัยหรืออันตราย

He learned to bite the ice between his toes with his teeth.

เขาเรียนรู้ที่จะกัดน้ำแข็งระหว่างนิ้วเท้าด้วยฟัน

If a water hole froze over, he would break the ice with his legs.

หากมีหลุมน้ำแข็งขึ้นมา เขาจะทุบน้ำแข็งให้แตกด้วยขาของเขา

He reared up and struck the ice hard with stiff front limbs.

เขาผงะตัวขึ้นและฟาดน้ำแข็งอย่างแรงด้วยขาหน้าอันแข็งแกร่ง

His most striking ability was predicting wind changes overnight.

ความสามารถที่โดดเด่นที่สุดของเขาคือการทำนายการเปลี่ยนแปล
งของลมในช่วงกลางคืน

Even when the air was still, he chose spots sheltered from wind.

แม้ว่าอากาศจะนิ่งอยู่ เขาก็เลือกจุดที่ลมไม่พัด

Wherever he dug his nest, the next day's wind passed him by.

ไม่ว่าเขาจะขุดรังที่ใด ลมแห่งวันรุ่งขึ้นก็จะพัดผ่านเขาไป

He always ended up snug and protected, to leeward of the breeze.

เขามักจะจบลงอย่างอบอุ่นและได้รับการปกป้องโดยหลีกเลี่ยงลม

Buck not only learned by experience—his instincts returned too.

บัคไม่เพียงแต่เรียนรู้จากประสบการณ์เท่านั้น

แต่สัญชาตญาณของเขาก็กลับคืนมาด้วยเช่นกัน

The habits of domesticated generations began to fall away.

นิสัยของคนรุ่นก่อนเริ่มลดลง

In vague ways, he remembered the ancient times of his breed.

เขาจำช่วงเวลาโบราณของสายพันธุ์ของเขาได้อย่างคลุมเครือ

He thought back to when wild dogs ran in packs through forests.

เขาคิดย้อนกลับไปถึงเมื่อสุนัขป่าวิ่งเป็นฝูงในป่า

They had chased and killed their prey while running it down.

พวกเขาไล่ตามและฆ่าเหยื่อของพวกเขาในขณะที่วิ่งไล่ตามมัน

It was easy for Buck to learn how to fight with tooth and speed.

สำหรับบัคแล้ว

มันเป็นเรื่องง่ายที่เขาจะเรียนรู้วิธีต่อสู้ด้วยฟันและความเร็ว

He used cuts, slashes, and quick snaps just like his ancestors.

เขาใช้วิธีการเฉือนและฟันอย่างรวดเร็วเช่นเดียวกับบรรพบุรุษของ

เขา

Those ancestors stirred within him and awoke his wild nature.

บรรพบุรุษเหล่านั้นเคลื่อนไหวอยู่ในตัวเขา

และปลุกธรรมชาติอันป่าเถื่อนของเขาให้ตื่นขึ้น

Their old skills had passed into him through the bloodline.

ทักษะเก่าๆ ของพวกเขาถูกส่งต่อเข้าสู่เขาโดยทางสายเลือด

Their tricks were his now, with no need for practice or effort.

ตอนนี้กลอุบายของพวกเขาเป็นของเขาแล้ว

โดยไม่จำเป็นต้องฝึกฝนหรือพยายามใดๆ

On still, cold nights, Buck lifted his nose and howled.

ในคืนที่ยังคงหนาวเย็น บัคจะยกจมูกขึ้นและหอน

He howled long and deep, the way wolves had done long ago.

เขาส่งเสียงหอนยาวและลึกเช่นเดียวกับที่หมาป่าเคยทำเมื่อนานมา

แล้ว

Through him, his dead ancestors pointed their noses and howled.

บรรพบุรุษที่ตายไปแล้วของเขาชี้จมูกและโวยวายผ่านเขา

They howled down through the centuries in his voice and shape.

พวกมันคำรามมาหลายศตวรรษด้วยเสียงและรูปร่างของเขา

His cadences were theirs, old cries that told of grief and cold.

จังหวะของเขาเป็นของพวกเขา เสียงร้องเก่าๆ

ที่บอกถึงความเศร้าโศกและความหนาวเย็น

They sang of darkness, of hunger, and the meaning of winter.

พวกเขาขับขานถึงความมืด ความหิวโหย

และความหมายของฤดูหนาว

Buck proved of how life is shaped by forces beyond oneself,

บัคพิสูจน์ให้เห็นว่าชีวิตถูกหล่อหลอมโดยพลังที่อยู่เหนือตัวเรา

the ancient song rose through Buck and took hold of his soul.

บทเพลงโบราณดังขึ้นในจิตใจของบัคและเข้าครอบงำวิญญาณของเขา

He found himself because men had found gold in the North.

เขาค้นพบตัวเองเพราะมนุษย์ค้นพบทองคำในภาคเหนือ

And he found himself because Manuel, the gardener's helper, needed money.

และเขาพบว่าตัวเองกำลังเดือดร้อนเพราะมานูเอล

ผู้ช่วยคนสวนต้องการเงิน

The Dominant Primordial Beast
สัตว์ร้ายดั้งเดิมที่มีอำนาจเหนือกว่า

The dominant primordial beast was as strong as ever in Buck.

สัตว์ดึกดำบรรพ์ที่มีอำนาจเหนือกว่าก็ยังคงแข็งแกร่งเช่นเคยในบัค

But the dominant primordial beast had lain dormant in him.

แต่สัตว์ดึกดำบรรพ์ที่มีอำนาจเหนือกว่าได้แฝงตัวอยู่ในตัวเขา

Trail life was harsh, but it strengthened beast inside Buck.

ชีวิตบนเส้นทางนั้นช่างโหดร้าย

แต่มันทำให้สัตว์ร้ายภายในตัวของบั๊กแข็งแกร่งขึ้น

Secretly the beast grew stronger and stronger every day.

โดยลับๆ สัตว์ร้ายนั้นก็แข็งแกร่งขึ้นเรื่อยๆ ทุกวัน

But that inner growth stayed hidden to the outside world.

แต่การเจริญเติบโตภายในนั้นยังคงซ่อนอยู่จากโลกภายนอก

A quiet and calm primordial force was building inside Buck.

พลังดั้งเดิมอันเงียบสงบกำลังสร้างขึ้นภายในบัค

New cunning gave Buck balance, calm control, and poise.

ความฉลาดแกมโกงแบบใหม่ทำให้บัคมีความสมดุล

ควบคุมได้อย่างสงบ และมีสติ

Buck focused hard on adapting, never feeling fully relaxed.

บัคเน้นการปรับตัวอย่างหนักแต่ไม่เคยรู้สึกผ่อนคลายอย่างเต็มที่

He avoided conflict, never starting fights, nor seeking trouble.

เขาหลีกเลี่ยงความขัดแย้ง ไม่เคยก่อเรื่องทะเลาะ

และ ไม่หาเรื่องเดือดร้อน

A slow, steady thoughtfulness shaped Buck's every move.

ความรอบคอบที่ช้าและมั่นคงเป็นตัวกำหนดทุกการเคลื่อนไหวของบัค

He avoided rash choices and sudden, reckless decisions.

เขาหลีกเลี่ยงการเลือกอย่างหุนหันพลันแล่นและการตัดสินใจอย่างฉับพลันและเสี่ยงอันตราย

Though Buck hated Spitz deeply, he showed him no aggression.

แม้ว่าบัคจะเกลียดสปิทซ์มาก

แต่เขาก็ไม่ได้แสดงท่าทีก้าวร้าวต่อสปิทซ์เลย

Buck never provoked Spitz, and kept his actions restrained.

บั๊กไม่เคยยั่วสปิทซ์และควบคุมการกระทำของเขาไม่ให้รุนแรงขึ้น

Spitz, on the other hand, sensed the growing danger in Buck.

ในทางกลับกัน

สปิทซ์สัมผัสได้ถึงความอันตรายที่เพิ่มมากขึ้นในตัวบัค

He saw Buck as a threat and a serious challenge to his power.

เขาเห็นบัคเป็นภัยคุกคามและเป็นความท้าทายที่ร้ายแรงต่ออำนาจของเขา

He used every chance to snarl and show his sharp teeth.

เขาใช้ทุกโอกาสในการขู่คำรามและแสดงฟันอันแหลมคมของเขา

He was trying to start the deadly fight that had to come.

เขากำลังพยายามเริ่มการต่อสู้อันร้ายแรงที่จะมาถึง

Early in the trip, a fight nearly broke out between them.

ในช่วงเริ่มต้นการเดินทาง

เกือบเกิดการทะเลาะวิวาทระหว่างพวกเขา

But an unexpected accident stopped the fight from happening.

แต่แล้วอุบัติเหตุที่ไม่คาดฝันก็ทำให้การต่อสู้ไม่สามารถเกิดขึ้นได้

That evening they set up camp on the bitterly cold Lake Le Barge.

เย็นวันนั้น

พวกเขาตั้งค่ายพักแรมที่ทะเลสาบเลอบาร์จอันหนาวเหน็บ

The snow was falling hard, and the wind cut like a knife.

หิมะกำลังตกลงมาอย่างหนัก และลมก็พัดกรรโชกแรงเหมือนมีด

The night had come too fast, and darkness surrounded them.

เมื่อคืนผ่านไปเร็วเกินไป และความมืดก็ปกคลุมพวกเขาไปหมด

They could hardly have chosen a worse place for rest.

พวกเขาแทบไม่สามารถเลือกสถานที่พักผ่อนที่แย่ไปกว่านี้อีกแล้ว

The dogs searched desperately for a place to lie down.

สุนัขค้นหาสถานที่ที่จะนอนอย่างสิ้นหวัง

A tall rock wall rose steeply behind the small group.

กำแพงหินสูงชันตั้งอยู่ด้านหลังกลุ่มเล็กๆ ของพวกเขา

The tent had been left behind in Dyea to lighten the load.

เต็นท์ดังกล่าวถูกทิ้งไว้ที่ Dyea เพื่อช่วยแบ่งเบาภาระ

They had no choice but to make the fire on the ice itself.

พวกเขาไม่มีทางเลือกอื่นนอกจากการก่อไฟบนน้ำแข็งโดยตรง

They spread their sleeping robes directly on the frozen lake.

พวกเขานำชุดนอนไปปูลงบนทะเลสาบที่เป็นน้ำแข็งโดยตรง

A few sticks of driftwood gave them a little bit of fire.

กิ่งไม้ที่พัดมาเกยตื้นเพียงไม่กี่กิ่งก็ทำให้มีไฟลุกโชนขึ้นเล็กน้อย

But the fire was built on the ice, and thawed through it.

แต่ไฟได้ก่อตัวขึ้นบนน้ำแข็ง และละลายหายไป

Eventually they were eating their supper in darkness.

ในที่สุดพวกเขาก็รับประทานอาหารเย็นกันในความมืด

Buck curled up beside the rock, sheltered from the cold wind.

บัคนอนขดตัวอยู่ข้างก้อนหินเพื่อหลบลมหนาว

The spot was so warm and safe that Buck hated to move away.

สถานที่นั้นอบอุ่นและปลอดภัยมากจนบัคไม่อยากจะย้ายออกไป

But François had warmed the fish and was handing out rations.

แต่ฟรานซัวส์ได้อุ่นปลาไว้และกำลังแจกอาหารอยู่

Buck finished eating quickly, and returned to his bed.

บัคกินเสร็จอย่างรวดเร็วและกลับไปนอนบนเตียงของเขา

But Spitz was now laying where Buck had made his bed.

แต่ตอนนี้ สปิทซ์กำลังนอนอยู่ที่เดิมที่บัคปูเตียงไว้

A low snarl warned Buck that Spitz refused to move.

เสียงคำรามต่ำเตือนบัคว่าสปิตซ์ปฏิเสธที่จะเคลื่อนไหว

Until now, Buck had avoided this fight with Spitz.

จนถึงตอนนี้ บัคก็หลีกเลี่ยงการต่อสู้กับสปิทซ์ครั้งนี้

But deep inside Buck the beast finally broke loose.

แต่ลึกๆ ในตัวของบัค เจ้าสัตว์ร้ายตัวนี้ก็ได้หลุดออกมาในที่สุด

The theft of his sleeping place was too much to tolerate.

การขโมยที่นอนของเขาเป็นเรื่องที่เกินความสามารถที่จะทนได้

Buck launched himself at Spitz, full of anger and rage.

บั๊กพุ่งเข้าหาสปิทซ์อย่างเต็มไปด้วยความโกรธและความเดือดดาล

Up until not Spitz had thought Buck was just a big dog.

จนกระทั่งถึงตอนนี้ สปิทซ์คิดว่าบัคเป็นเพียงสุนัขตัวใหญ่เท่านั้น

He didn't think Buck had survived through his spirit.

เขาไม่คิดว่าบัครอดชีวิตมาได้ด้วยจิตวิญญาณของเขา

He was expecting fear and cowardice, not fury and revenge.

เขาคาดหวังถึงความกลัวและความขี้ขลาด

ไม่ใช่ความโกรธและการแก้แค้น

François stared as both dogs burst from the ruined nest.

ฟรานซัวส์จ้องมองขณะที่สุนัขทั้งสองตัววิ่งออกมาจากรังที่พังทลาย

He understood at once what had started the wild struggle.

เขาเข้าใจทันทีว่าอะไรเป็นจุดเริ่มต้นของการต่อสู้ดุเดือด

"A-a-ah!" François cried out in support of the brown dog.

"อา-อา!" ฟรานซัวส์ร้องออกมาเพื่อสนับสนุนสุนัขสีน้ำตาล

"Give him a beating! By God, punish that sneaky thief!"

"ตีมันซะ! ลงโทษไอ้โจรเจ้าเล่ห์นั่นซะ!"

Spitz showed equal readiness and wild eagerness to fight.

สปิทซ์แสดงให้เห็นถึงความพร้อมและความกระตือรือร้นที่จะต่อสู้อย่างดุเดือดเท่าเทียมกัน

He cried out in rage while circling fast, seeking an opening.

เขาตะโกนออกมาด้วยความโกรธขณะบินวนอย่างรวดเร็วเพื่อหาช่องเปิด

Buck showed the same hunger to fight, and the same caution.

บัคแสดงให้เห็นถึงความหิวโหยในการต่อสู้และความระมัดระวังเช่นเดียวกัน

He circled his opponent as well, trying to gain the upper hand in battle.

เขายังวนรอบคู่ต่อสู้ของเขาด้วยเช่นกัน

พยายามที่จะได้เปรียบในการต่อสู้

Then something unexpected happened and changed everything.

จากนั้นมีเหตุการณ์ที่ไม่คาดคิดเกิดขึ้นและทำให้ทุกอย่างเปลี่ยนไป

That moment delayed the eventual fight for the leadership.

ช่วงเวลาดังกล่าวทำให้การต่อสู้เพื่อชิงตำแหน่งผู้นำล่าช้าออกไป

Many miles of trail and struggle still waited before the end.

เส้นทางหลายไมล์และการต่อสู้ยังคงรออยู่ก่อนถึงจุดสิ้นสุด

Perrault shouted an oath as a club smacked against bone.

เพอร์โรลต์ตะโกนคำสาบานในขณะที่กระบองถูกตบเข้ากับกระดู
ก

A sharp yelp of pain followed, then chaos exploded all around.

มีเสียงร้องโหยหวนด้วยความเจ็บปวดตามมา

และจากนั้นความโกลาหลก็ระเบิดขึ้นทั่วบริเวณ

Dark shapes moved in camp; wild huskies, starved and fierce.

รูปร่างอันดำมืดเคลื่อนตัวเข้ามาในค่าย ฮัสกี้ป่า หิวโหย และดุร้าย

Four or five dozen huskies had sniffed the camp from far away.

สุนัขฮัสกี้สี่ถึงห้าสิบตัวได้ดมกลิ่นค่ายมาจากระยะไกล

They had crept in quietly while the two dogs fought nearby.

พวกมันแอบเข้ามาอย่างเงียบๆ

ในขณะที่สุนัขทั้งสองตัวกำลังต่อสู้กันอยู่ใกล้ๆ

François and Perrault charged, swinging clubs at the invaders.

ฟรานซัวส์และเพอร์โรลต์โจมตีและฟาดไม้เข้าที่ผู้รุกราน

The starving huskies showed teeth and fought back in frenzy.

ฮัสกี้ที่อดอยากโชว์เขี้ยวและต่อสู้กลับอย่างบ้าคลั่ง

The smell of meat and bread had driven them past all fear.

กลิ่นของเนื้อและขนมปังทำให้พวกเขากลัวจนไม่กล้าแตะต้องอีกต่อไป

Perrault beat a dog that had buried its head in the grub-box.
เพอร์โรลต์ตีสุนัขที่ฝังหัวไว้ในกล่องอาหาร

The blow hit hard, and the box flipped, food spilling out.
แรงกระแทกรุนแรงมาก และกล่องก็พลิกคว่ำ อาหารก็หกออกมา

In seconds, a score of wild beasts tore into the bread and meat.
ภายในไม่กี่วินาที สัตว์ป่านับสิบตัวก็ฉีกขนมปังและเนื้อออกไป

The men's clubs landed blow after blow, but no dog turned away.
สโมสรชายต่างก็โจมตีกันไปมา แต่ไม่มีสุนัขตัวใดหันหนี

They howled in pain, but fought until no food remained.
พวกมันร้องโหยหวนด้วยความเจ็บปวดแต่ก็ต่อสู้จนกระทั่งไม่มีอาหารเหลืออยู่

Meanwhile, the sled-dogs had jumped from their snowy beds.
ในขณะเดียวกัน สุนัขลากเลื่อนก็กระโดดลงมาจากเตียงหิมะ

They were instantly attacked by the vicious hungry huskies.
พวกมันถูกโจมตีโดยสุนัขฮัสกี้หิวโหยดุร้ายทันที

Buck had never seen such wild and starved creatures before.
บัคไม่เคยเห็นสัตว์ป่าและอดอาหารขนาดนี้มาก่อน

Their skin hung loose, barely hiding their skeletons.
ผิวหนังของพวกเขาห้อยหลวมแทบไม่สามารถซ่อนโครงกระดูกได้เลย

There was a fire in their eyes, from hunger and madness
มีไฟในดวงตาของพวกเขาจากความหิวโหยและความบ้าคลั่ง

There was no stopping them; no resisting their savage rush.

ไม่มีอะไรจะหยุดพวกมันได้

ไม่มีการต้านทานการบุกจู่โจมอันโหดร้ายของพวกมัน

The sled-dogs were shoved back, pressed against the cliff wall.

สุนัขลากเลื่อนถูกผลักกลับไป กดไว้ที่ผนังหน้าผา

Three huskies attacked Buck at once, tearing into his flesh.

สุนัขฮัสกี้สามตัวโจมตีบั๊กพร้อมๆ กันจนเนื้อของเขาฉีกขาด

Blood poured from his head and shoulders, where he'd been cut.

เลือดไหลออกมาจากศีรษะและไหล่ของเขาซึ่งเป็นบริเวณที่เขาถูกตัด

The noise filled the camp; growling, yelps, and cries of pain.

เสียงดังสนั่นไปทั่วค่าย มีทั้งเสียงคำราม เสียงร้องโหยหวนและเสียงร้องด้วยความเจ็บปวด

Billee cried loudly, as usual, caught in the fray and panic.

บิลลี่ร้องไห้เสียงดังเหมือนเช่นเคย

ท่ามกลางความสับสนวุ่นวายและความตื่นตระหนก

Dave and Solleks stood side by side, bleeding but defiant.

เดฟและโซเลกส์ยืนเคียงข้างกัน โดยมีเลือดไหลแต่ก็ท้าทาย

Joe fought like a demon, biting anything that came close.

โจต่อสู้เหมือนปีศาจ กัดทุกสิ่งที่เข้ามาใกล้

He crushed a husky's leg with one brutal snap of his jaws.

เขาขย้ำขาของสุนัขไซบีเรียนฮัสกี้ด้วยการกัดเพียงครั้งเดียวอย่างโหดร้าย

Pike jumped on the wounded husky and broke its neck instantly.

ไพค์กระโจนใส่ฮัสกี้ที่บาดเจ็บจนคอหักทันที

Buck caught a husky by the throat and ripped through the vein.

บัคจับคอสุนัขฮัสกี้แล้วฉีกเส้นเลือดออก

Blood sprayed, and the warm taste drove Buck into a frenzy.

เลือดพุ่งกระจาย และรสชาติที่อบอุ่นทำให้บัคเกิดความคลั่งไคล้

He hurled himself at another attacker without hesitation.

เขาพุ่งเข้าหาผู้จู่โจมอีกคน โดยไม่ลังเล

At the same moment, sharp teeth dug into Buck's own throat.

ขณะเดียวกัน ฟันอันแหลมคมก็จิกเข้าไปในลำคอของบัค

Spitz had struck from the side, attacking without warning.

สปิทซ์ได้โจมตีจากด้านข้างโดยไม่ได้เตือนล่วงหน้า

Perrault and François had defeated the dogs stealing the food.

เปอร์โรลต์และฟรานซัวส์ได้เอาชนะสุนัขที่ขโมยอาหารไปได้

Now they rushed to help their dogs fight back the attackers.

ตอนนี้พวกเขารีบเข้าไปช่วยสุนัขของพวกเขาต่อสู้กับผู้โจมตี

The starving dogs retreated as the men swung their clubs.

สุนัขที่หิวโหยถอยหนีไป

ขณะที่ผู้ชายกำลังฟาดไม้กระบองของตน

Buck broke free from the attack, but the escape was brief.

บั๊กสามารถหลบหนีจากการโจมตีได้

แต่ก็สามารถหลบหนีได้เพียงระยะสั้นๆ

The men ran to save their dogs, and the huskies swarmed again.

คนเหล่านั้นวิ่งไปช่วยสุนัขของพวกเขา

และสุนัขไซบีเรียนฮัสกี้ก็กลับมารุมกันอีกครั้ง

Billee, frightened into bravery, leapt into the pack of dogs.

บิลลี่ตกใจจนต้องกล้าหาญและกระโดดขึ้นไปบนฝูงสุนัข

But then he fled across the ice, in raw terror and panic.

แต่แล้วเขาก็วิ่งหนีข้ามน้ำแข็งด้วยความหวาดกลัวและตื่นตระหนก

Pike and Dub followed close behind, running for their lives.

ไพค์และดับตามมาอย่างกระชั้นชิดและวิ่งหนีเพื่อเอาชีวิตรอด

The rest of the team broke and scattered, following after them.

ส่วนทีมที่เหลือก็แยกย้ายกันตามไป

Buck gathered his strength to run, but then saw a flash.

บั๊กรวบรวมพลังเพื่อวิ่ง แต่แล้วก็เห็นแสงวาบ

Spitz lunged at Buck's side, trying to knock him to the ground.

สปิทซ์พุ่งเข้าหาบัค พยายามจะผลักเขาลงพื้น

Under that mob of huskies, Buck would have had no escape.

ภายใต้ฝูงฮัสกี้เหล่านั้น บัคคงไม่มีทางหนีรอดไปได้

But Buck stood firm and braced for the blow from Spitz.

แต่บัคยืนหยัดมั่นคงและเตรียมรับมือกับการโจมตีจากสปิตซ์

Then he turned and ran out onto the ice with the fleeing team.

จากนั้นเขาก็หันหลังแล้ววิ่งออกไปบนน้ำแข็งพร้อมกับทีมที่กำลัง

หลบหนี

Later, the nine sled-dogs gathered in the shelter of the woods.

ต่อมาสุนัขลากเลื่อนทั้งเก้าตัวก็มารวมตัวกันที่บริเวณพักพิงกลางป่

า

No one chased them anymore, but they were battered and wounded.

ไม่มีใครไล่ตามพวกเขาอีกต่อไป

แต่พวกเขากลับถูกทุบตีและได้รับบาดเจ็บ

Each dog had wounds; four or five deep cuts on every body.

สุนัขแต่ละตัวมีบาดแผล มีรอยแผลลึกประมาณสี่ถึงห้ารอยตามตัว

Dub had an injured hind leg and struggled to walk now.

ดับได้รับบาดเจ็บที่ขาหลังและต้องดิ้นรนที่จะเดินตอนนี้

Dolly, the newest dog from Dyea, had a slashed throat.

ดอลลี่ สุนัขตัวใหม่ที่สุดจากไดอา มีคอที่ถูกเฉือน

Joe had lost an eye, and Billee's ear was cut to pieces

โจสูญเสียตาข้างหนึ่ง และหูของบิลลี่ก็ถูกตัดเป็นชิ้นเล็กชิ้นน้อย

All the dogs cried in pain and defeat through the night.

สุนัขทุกตัวร้องไห้ด้วยความเจ็บปวดและพ่ายแพ้ตลอดคืน

At dawn they crept back to camp, sore and broken.

เมื่อรุ่งสางพวกเขาก็ค่อยๆ

คืบคลานกลับค่ายในสภาพเจ็บปวดและแตกหัก

The huskies had vanished, but the damage had been done.

พวกฮัสกี้หายไปแล้ว แต่ความเสียหายก็เกิดขึ้นแล้ว

Perrault and François stood in foul moods over the ruin.

เปอร์โรลต์และฟรานซัวส์ยืนด้วยอารมณ์หงุดหงิดใจเกี่ยวกับซากป

รักหักพัง

Half of the food was gone, snatched by the hungry thieves.

อาหารหายไปครึ่งหนึ่ง ถูกโจรผู้หิวโหยขโมยไป

The huskies had torn through sled bindings and canvas.

สุนัขฮัสกี้ฉีกเชือกที่ผูกรถเลื่อนและผ้าใบขาด

Anything with a smell of food had been devoured
completely.

ทุกสิ่งทุกอย่างที่มีกลิ่นอาหารถูกกินจนหมดสิ้น

They ate a pair of Perrault's moose-hide traveling boots.

พวกเขาได้กินรองเท้าบูทเดินทางทำจากหนังมูสของ Perrault
หนึ่งคู่

They chewed leather reis and ruined straps beyond use.

พวกมันเคี้ยวหนังวัวและทำลายสายรัดจนไม่สามารถใช้งานได้อีก

François stopped staring at the torn lash to check the dogs.

ฟรานซัวส์หยุดจ้องเชือกที่ขาดเพื่อตรวจสอบสุนัข

"Ah, my friends," he said, his voice low and filled with
worry.

"โอ้ เพื่อนของฉัน"

เขากล่าวด้วยน้ำเสียงต่ำและเต็มไปด้วยความกังวล

"Maybe all these bites will turn you into mad beasts."

"บางทีการกัดเหล่านี้อาจทำให้คุณกลายเป็นสัตว์บ้าได้"

"Maybe all mad dogs, sacredam! What do you think,
Perrault?"

"บางทีพวกหมาบ้าทั้งหลายก็อาจจะบ้าเหมือนกันนะ นักบุญ!
คุณคิดยังไงบ้าง เพอร์โรลต์?"

Perrault shook his head, eyes dark with concern and fear.

เพอร์โรลต์ส่ายหัว ดวงตามืดมนไปด้วยความกังวลและความกลัว

Four hundred miles still lay between them and Dawson.

ระหว่างพวกเขากับดอว์สันยังมีระยะทางอีกสี่ร้อยไมล์

Dog madness now could destroy any chance of survival.

ความบ้าคลั่งของสุนัขในตอนนี้อาจทำลายโอกาสในการมีชีวิตรอด
ได้

They spent two hours swearing and trying to fix the gear.

พวกเขาใช้เวลาสองชั่วโมงในการด่าทอและพยายามซ่อมเกียร์

The wounded team finally left the camp, broken and
defeated.

ทีมที่ได้รับบาดเจ็บในที่สุดก็ออกจากค่ายด้วยความพ่ายแพ้และแต
กสลาย

This was the hardest trail yet, and each step was painful.

นี่เป็นเส้นทางที่ยากที่สุด และแต่ละก้าวก็เจ็บปวดมาก

The Thirty Mile River had not frozen, and was rushing wildly.

แม่น้ำเธิร์ตี้ไมล์ยังไม่แข็งตัว แต่ไหลเชี่ยวอย่างรุนแรง

Only in calm spots and swirling eddies did ice manage to hold.

มีเพียงจุดสงบและกระแสน้ำวนเท่านั้นที่น้ำแข็งสามารถจับตัวได้

Six days of hard labor passed until the thirty miles were done.

หกวันแห่งความยากลำบากผ่านไปจนกระทั่งเดินทางได้สามสิบไม
ล์

Each mile of the trail brought danger and the threat of death.

ทุกๆ

ไมล์ของเส้นทางเต็มไปด้วยอันตรายและภัยคุกคามแห่งความตาย

The men and dogs risked their lives with every painful step.

คนและสุนัขเสี่ยงชีวิตในทุกย่างก้าวอันเจ็บปวด

Perrault broke through thin ice bridges a dozen different times.

เปอร์โรลต์ทะลุสะพานน้ำแข็งบางๆ มาแล้วนับสิบครั้ง

He carried a pole and let it fall across the hole his body made.

เขาถือเสาแล้วปล่อยให้มันตกไปตามรูที่ร่างกายของเขาเจาะไว้

More than once did that pole save Perrault from drowning.

เสาไม้ต้นนั้นสามารถช่วยชีวิตเปอร์โรลต์จากการจมน้ำได้มากกว่า
หนึ่งครั้ง

The cold snap held firm, the air was fifty degrees below zero.

คลื่นความหนาวเย็นยังคงรุนแรง อุณหภูมิอยู่ที่ 50 องศาต่ำกว่าศูนย์

Every time he fell in, Perrault had to light a fire to survive.

ทุกครั้งที่เขาล้มลง เพอร์โรลต์จะต้องจุดไฟเพื่อเอาชีวิตรอด

Wet clothing froze fast, so he dried them near blazing heat.

เสื้อผ้าเปียกจะแข็งตัวเร็วมาก

ดังนั้นเขาจึงต้องทำให้แห้งโดยแทบไม่ต้องตากแดด

No fear ever touched Perrault, and that made him a courier.

เปอร์โรลต์ไม่เคยเผชิญกับความกลัวใดๆ

และนั่นทำให้เขากลายเป็นผู้ส่งสาร

He was chosen for danger, and he met it with quiet resolve.

เขาถูกเลือกเพราะความอันตราย

และเขารับมือกับมันอย่างมั่นคงและแน่วแน่

He pressed forward into wind, his shriveled face frostbitten.

เขาก้าวไปข้างหน้าฝ่าลม ใบหน้าเหี่ยวเฉาของเขาถูกน้ำแข็งกัดกิน

From faint dawn to nightfall, Perrault led them onward.

ตั้งแต่รุ่งสางจนค่ำ เพอร์โรลต์นำพวกเขาเดินหน้าต่อไป

He walked on narrow rim ice that cracked with every step.

เขาเดินบนขอบน้ำแข็งแคบๆ ที่แตกร้าวทุกครั้งที่ก้าวเดิน

They dared not stop—each pause risked a deadly collapse.

พวกเขาไม่กล้าหยุดเลย—

การหยุดแต่ละครั้งเสี่ยงต่อการพังทลายอันร้ายแรง

One time the sled broke through, pulling Dave and Buck in.

ครั้งหนึ่งรถเลื่อนทะลุออกมาและดึงเดฟและบัคเข้ามา

By the time they were dragged free, both were near frozen.

ตอนที่พวกเขาถูกดึงออกไป ทั้งสองแทบจะแข็งเป็นน้ำแข็งแล้ว

The men built a fire quickly to keep Buck and Dave alive.

คนเหล่านั้นก่อไฟอย่างรวดเร็วเพื่อให้บัคและเดฟมีชีวิตอยู่

The dogs were coated in ice from nose to tail, stiff as carved wood.

สุนัขมีร่างกายปกคลุมไปด้วยน้ำแข็งตั้งแต่จมูกจรดหาง แข็งราวกับไม้แกะสลัก

The men ran them in circles near the fire to thaw their bodies.

พวกผู้ชายวิ่งเป็นวงกลมใกล้กองไฟเพื่อละลายร่างกายของพวกเขา

They came so close to the flames that their fur was singed.

พวกมันเข้ามาใกล้เปลวไฟมากจนขนของพวกมันไหม้เกรียม

Spitz broke through the ice next, dragging in the team behind him.

จากนั้น สปิทซ์ก็ทะลุน้ำแข็งไปและลากทีมที่อยู่ข้างหลังเขาเข้ามา

The break reached all the way up to where Buck was pulling.

การแตกหักนั้นเกิดขึ้นถึงบริเวณที่บัคกำลังดึงอยู่

Buck leaned back hard, paws slipping and trembling on the edge.

บัคเอนตัวไปด้านหลังอย่างแรง อุ้งเท้าลื่นและสั่นอยู่บนขอบ

Dave also strained backward, just behind Buck on the line.

เดฟยังฝืนถอยหลังไปเล็กน้อย ขณะอยู่หลังบัคบนเส้น

François hauled on the sled, his muscles cracking with effort.

ฟรานซัวส์ลากเลื่อน โดยที่กล้ามเนื้อของเขาตึงเพราะออกแรงมาก

Another time, rim ice cracked before and behind the sled.

ครั้งหนึ่งขอบน้ำแข็งแตกร้าวทั้งก่อนและหลังรถเลื่อน

They had no way out except to climb a frozen cliff wall.

พวกเขาไม่มีทางออกใด ๆ ยกเว้นต้องปีนหน้าผาที่เป็นน้ำแข็ง

Perrault somehow climbed the wall; a miracle kept him alive.

เปอร์โรลต์สามารถปีนกำแพงขึ้นไปได้อย่างไม่น่าเชื่อ

แต่ปาฏิหาริย์ทำให้เขารอดชีวิตมาได้

François stayed below, praying for the same kind of luck.

ฟรานซัวส์อยู่ข้างล่างเพื่ออธิษฐานให้โชคดีเช่นเดียวกัน

They tied every strap, lashing, and trace into one long rope.

พวกเขาผูกสายรัด เชือกผูก

และเชือกตามยาวเข้าด้วยกันเป็นเชือกเส้นเดียว

The men hauled each dog up, one at a time to the top.

คนเหล่านั้นลากสุนัขแต่ละตัวขึ้นไปด้านบนทีละตัว

François climbed last, after the sled and the entire load.

ฟรานซัวส์เป็นคนปีนขึ้นเป็นคนสุดท้าย

รองจากเลื่อนและสัมภาระทั้งหมด

Then began a long search for a path down from the cliffs.

จากนั้นจึงเริ่มการค้นหาทางลงจากหน้าผาอันยาวนาน

They finally descended using the same rope they had made.

ในที่สุดพวกเขาก็ลงมาโดยใช้เชือกเส้นเดียวกับที่พวกเขาทำไว้

Night fell as they returned to the riverbed, exhausted and sore.

เมื่อถึงเวลากลางคืน

พวกเขาก็กลับมาที่แม่น้ำด้วยความเหนื่อยล้าและเจ็บปวด

They had taken a full day to cover only a quarter of a mile.

พวกเขาใช้เวลาทั้งวันเพื่อเดินทางเพียงแค่หนึ่งในสี่ไมล์

By the time they reached the Hootalinqua, Buck was worn out.

ตอนที่พวกเขาไปถึงฮูทาลินควา บัคก็เหนื่อยล้าแล้ว

The other dogs suffered just as badly from the trail conditions.

สุนัขตัวอื่นๆ ก็ได้รับความทุกข์ทรมานจากสภาพเส้นทางเช่นกัน

But Perrault needed to recover time, and pushed them on each day.

แต่เปอร์โรลต์จำเป็นต้องคืนเวลาและผลักดันพวกเขาต่อไปในแต่ละวัน

The first day they traveled thirty miles to Big Salmon.

วันที่แรกพวกเขาเดินทางสามสิบไมล์ไปยังบิ๊กแซลมอน

The next day they travelled thirty-five miles to Little Salmon.

วันรุ่งขึ้น พวกเขาเดินทางได้ประมาณ 35 ไมล์จนถึงลิตเติลแซลมอน

On the third day they pushed through forty long frozen miles.

ในวันที่สาม

พวกเขาต้องเดินทางผ่านเส้นทางอันหนาวเหน็บยาวนานถึงสี่สิบไมล์

By then, they were nearing the settlement of Five Fingers.

ในเวลานั้น พวกเขาใกล้จะถึงถิ่นฐานของ Five Fingers แล้ว

Buck's feet were softer than the hard feet of native huskies.

เท้าของบัคมีความนุ่มนวลกว่าเท้าที่แข็งของสุนัขฮัสกี้พื้นเมือง

His paws had grown tender over many civilized generations.

อุ้งเท้าของเขามีความอ่อนนุ่มมาหลายชั่วรุ่นแล้ว

Long ago, his ancestors had been tamed by river men or hunters.

เมื่อนานมาแล้ว

บรรพบุรุษของเขาถูกฝึกให้เชื่องโดยชาวแม่น้ำหรือพรานล่าสัตว์

Every day Buck limped in pain, walking on raw, aching paws.

ทุกวันบัคจะต้องเดินกะเผลกเพราะความเจ็บปวด

อุ้งเท้าเจ็บและปวด

At camp, Buck dropped like a lifeless form upon the snow.

เมื่อถึงค่าย บัคก็ล้มลงเหมือนร่างไร้ชีวิตบนหิมะ

Though starving, Buck did not rise to eat his evening meal.

แม้ว่าจะหิวโหย บัคก็ไม่ยอมลุกขึ้นมาทานมื้อเย็น

François brought Buck his ration, laying fish by his muzzle.

ฟรานซัวส์นำอาหารมาให้บัคโดยวางปลาไว้ตรงปากกระบอกปืน

Each night the driver rubbed Buck's feet for half an hour.

ทุกคืนคนขับจะนวดเท้าบัคเป็นเวลาครึ่งชั่วโมง

François even cut up his own moccasins to make dog footwear.

ฟรานซัวส์ยังตัดรองเท้าโมคาซินของตัวเองเพื่อทำเป็นรองเท้าสุนัขอีกด้วย

Four warm shoes gave Buck a great and welcome relief.

รองเท้าที่อบอุ่นสี่คู่ทำให้บัครู้สึกโล่งใจอย่างมาก

One morning, François forgot the shoes, and Buck refused to rise.

เช้าวันหนึ่ง ฟรานซัวส์ลืมรองเท้ามา และบัคก็ไม่ยอมลุกขึ้น

Buck lay on his back, feet in the air, waving them pitifully.

บัคนอนหงายโดยยกเท้าขึ้นและโบกมืออย่างน่าสงสาร

Even Perrault grinned at the sight of Buck's dramatic plea.

แม้แต่เพอร์โรลต์ยังยิ้มเมื่อเห็นคำวิงวอนอันน่าตื่นเต้นของบัค

Soon Buck's feet grew hard, and the shoes could be discarded.

ในไม่ช้าเท้าของบัคก็แข็งขึ้น และรองเท้าก็ถูกทิ้งไปได้

At Pelly, during harness time, Dolly let out a dreadful howl.

ระหว่างเวลาที่เพลลี่รัดคอ ดอลลี่ก็ส่งเสียงหอนอย่างน่ากลัว

The cry was long and filled with madness, shaking every dog.

เสียงร้องนั้นยาวและเต็มไปด้วยความบ้าคลั่ง ทำให้สุนัขทุกตัวสั่น

Each dog bristled in fear without knowing the reason.

สุนัขแต่ละตัวขนลุกซู่ด้วยความกลัวโดยไม่ทราบสาเหตุ

Dolly had gone mad and hurled herself straight at Buck.

ดอลลี่คลั่งและพุ่งตัวเข้าหาบัคโดยตรง

Buck had never seen madness, but horror filled his heart.

บัคไม่เคยเห็นความบ้าคลั่ง

แต่ความสยองขวัญก็เข้าครอบงำหัวใจของเขา

With no thought, he turned and fled in absolute panic.

โดยไม่คิดอะไร

เขาหันหลังแล้ววิ่งหนีไปด้วยความตื่นตระหนกอย่างยิ่ง

Dolly chased him, her eyes wild, saliva flying from her jaws.

ดอลลี่ไล่ตามเขา ดวงตาของเธอดุร้าย

น้ำลายไหลออกมาจากปากของเธอ

She kept right behind Buck, never gaining and never falling back.

เธอเดินตามหลังบัคมาตลอด ไม่เคยได้อะไรกลับมา

และไม่เคยถอยกลับ

Buck ran through woods, down the island, across jagged ice.

บัควิ่งผ่านป่า ลงไปตามเกาะ และข้ามน้ำแข็งที่ขรุขระ

He crossed to an island, then another, circling back to the river.

เขาข้ามไปยังเกาะหนึ่งแล้วข้ามไปอีกเกาะหนึ่งแล้ววนกลับมาที่แม่น้ำ

Still Dolly chased him, her growl close behind at every step.

ดอลลี่ยังคงไล่ตามเขาโดยส่งเสียงคำรามตามติดทุกก้าวย่าง

Buck could hear her breath and rage, though he dared not look back.

บัคได้ยินเสียงหายใจและความโกรธของเธอ

แม้ว่าเขาจะไม่กล้ามองกลับไปก็ตาม

François shouted from afar, and Buck turned toward the voice.

ฟรานซัวส์ตะโกนมาจากที่ไกล และบัคก็หันไปทางเสียงนั้น

Still gasping for air, Buck ran past, placing all hope in François.

บัควิ่งผ่านไปโดยยังหายใจไม่ออก

โดยฝากความหวังไว้ที่ฟรานซัวส์

The dog-driver raised an axe and waited as Buck flew past.

คนขับสุนัขยกขวานขึ้นและรอขณะที่บั๊กบินผ่านไป

The axe came down fast and struck Dolly's head with deadly force.

ขวานลงมาอย่างรวดเร็วและฟาดศีรษะของดอลลี่ด้วยพลังอันร้ายแรง

Buck collapsed near the sled, wheezing and unable to move.

บัคล้มลงใกล้กับรถเลื่อน

หายใจมีเสียงหวีดและไม่สามารถขยับตัวได้

That moment gave Spitz his chance to strike an exhausted foe.

ช่วงเวลานั้นทำให้ Spitz มีโอกาสที่จะโจมตีศัตรูที่เหนื่อยล้า

Twice he bit Buck, ripping flesh down to the white bone.

เขาได้กัดบั๊กสองครั้ง จนเนื้อถูกฉีกออกถึงกระดูกสีขาว

François's whip cracked, striking Spitz with full, furious force.

แส้ของฟรานซัวส์ฟาดอย่างดังและโจมตีสปิทซ์อย่างรุนแรง

Buck watched with joy as Spitz received his harshest beating yet.

บัคเฝ้าดูด้วยความดีใจขณะที่สปิทซ์โดนตีอย่างรุนแรงที่สุดเท่าที่เคยมีมา

"He's a devil, that Spitz," Perrault muttered darkly to himself.

"เขาเป็นปีศาจนะ สปิทซ์"

เพอร์โรลต์พึมพำกับตัวเองอย่างหม่นหมอง

"Someday soon, that cursed dog will kill Buck—I swear it."

"สักวันหนึ่งใน ไม่ช้านี้ สุนัขคำสาปตัวนั้นจะฆ่าบัค ฉันสาบาน"

"That Buck has two devils in him," François replied with a nod.

"บัคนั้นมีปีศาจสองตัวอยู่ในตัว" ฟรานซัวส์ตอบด้วยการพยักหน้า

"When I watch Buck, I know something fierce waits in him."

"เมื่อผมดูบัค ผมรู้ว่ามีบางอย่างที่ดุร้ายรออยู่ในตัวเขา"

"One day, he'll get mad as fire and tear Spitz to pieces."

"สักวันหนึ่ง

เขาจะโกรธจัดเหมือนไฟและฉีกสปิทซ์เป็นชิ้นเล็กชิ้นน้อย"

"He'll chew that dog up and spit him on the frozen snow."

"เขาจะเคี้ยวสุนัขตัวนั้นแล้วถุยมันลงบนหิมะที่แข็งตัว"

"Sure as anything, I know this deep in my bones."

"แน่นอนว่าฉันรู้เรื่องนี้ลึกๆ อยู่ในกระดูกของฉัน"

From that moment forward, the two dogs were locked in war.

ตั้งแต่นั้นเป็นต้นมาสุนัขทั้งสองก็กลายเป็นคู่ต่อสู้กัน

Spitz led the team and held power, but Buck challenged that.

สปิทซ์เป็นผู้นำทีมและรักษาอำนาจไว้ได้ แต่บัคท้าทายในเรื่องนั้น

Spitz saw his rank threatened by this odd Southland stranger.

สปิทซ์เห็นว่าตำแหน่งของเขาถูกคุกคามโดยชายแปลกหน้าจากดินแดนใต้ผู้นี้

Buck was unlike any southern dog Spitz had known before.

บัคเป็นสุนัขพันธุ์ทางใต้ที่สปิตซ์เคยรู้จักมาก่อน

Most of them failed—too weak to live through cold and hunger.

พวกเขาส่วนใหญ่ล้มเหลว

อ่อนแอเกินกว่าจะทนอยู่ท่ามกลางความหนาวและความหิวโหยได้

They died fast under labor, frost, and the slow burn of famine.

พวกเขาตายอย่างรวดเร็วภายใต้แรงงาน ความเย็นยะเยือก

และความอดอยากที่ค่อยๆ ทวีความรุนแรงขึ้น

Buck stood apart—stronger, smarter, and more savage each day.

บัคโดดเด่นกว่าคนอื่น แข็งแกร่งกว่า ฉลาดกว่า

และดุร้ายกว่าทุกวัน

He thrived on hardship, growing to match the northern huskies.

เขาเจริญเติบโตท่ามกลางความยากลำบาก

และเติบโตจนทัดเทียมกับสุนัขพันธุ์ฮัสกี้ทางเหนือ

Buck had strength, wild skill, and a patient, deadly instinct.

บัคมีพละกำลัง ทักษะอันดุเดือด

และสัญชาตญาณอันอดทนและอันตราย

The man with the club had beaten rashness out of Buck.

ชายที่ถือไม้กระบองได้ทุบตีความความหุนหันพลันแล่นของบั๊ก

Blind fury was gone, replaced by quiet cunning and control.

ความโกรธอย่างโง่เขลาได้หายไป

ถูกแทนที่ด้วยความฉลาดแกมโกงและการควบคุมอันเงียบสงบ

He waited, calm and primal, watching for the right moment.

เขาคอยอย่างสงบและดั้งเดิมเพื่อเฝ้าสังเกตหาจังหวะที่เหมาะสม

Their fight for command became unavoidable and clear.

การต่อสู้เพื่อแย่งชิงคำสั่งของพวกเขากลายเป็นสิ่งที่หลีกเลี่ยงไม่ได้

และชัดเจน

Buck desired leadership because his spirit demanded it.

บัคต้องการความเป็นผู้นำเพราะจิตวิญญาณของเขาต้องการมัน

He was driven by the strange pride born of trail and harness.

เขาถูกขับเคลื่อนโดยความภาคภูมิใจที่แปลกประหลาดซึ่งเกิดจากก

ารเดินบนเส้นทางและบังเหียน

That pride made dogs pull till they collapsed on the snow.

ความภาคภูมิใจนั้นทำให้สุนัขดึงจนล้มลงบนหิมะ

Pride lured them into giving all the strength they had.

ความภาคภูมิใจล่อลวงพวกเขาให้ยอมทุ่มกำลังทั้งหมดที่พวกเขามี

Pride can lure a sled-dog even to the point of death.

ความภาคภูมิใจสามารถล่อลวงสุนัขลากเลื่อนได้แม้กระทั่งเมื่อใกล้

จะตาย

Losing the harness left dogs broken and without purpose.

การทำสายรัดหายทำให้สุนัขหักและไม่มีจุดหมาย

The heart of a sled-dog can be crushed by shame when they
retire.

หัวใจของสุนัขลากเลื่อนอาจจะถูกทำลายด้วยความอับอายเมื่อมันเ

กษียณ

Dave lived by that pride as he dragged the sled from behind.

เดฟใช้ชีวิตด้วยความภาคภูมิใจในขณะที่เขาลากเลื่อนจากด้านหลัง

Solleks, too, gave his all with grim strength and loyalty.
โซลเลกส์เองก็ทุ่มเทอย่างเต็มที่ด้วยความแข็งแกร่งและความภักดี

Each morning, pride turned them from bitter to determined.
ในแต่ละเช้า

ความภูมิใจเปลี่ยนจากความขมขื่นให้กลายเป็นความมุ่งมั่น

They pushed all day, then dropped silent at the camp's end.
พวกเขาผลักดันกันตลอดทั้งวัน จากนั้นก็เงียบหายไปที่ปลายค่าย

That pride gave Spitz the strength to beat shirkers into line.
ความภาคภูมิใจนั้นทำให้ Spitz

มีความแข็งแกร่งในการเอาชนะผู้หลบเลี่ยงให้เข้าแถว

Spitz feared Buck because Buck carried that same deep pride.
สปิทซ์กลัวบัค

เนื่องจากบัคก็มีความภาคภูมิใจอย่างลึกซึ้งเช่นเดียวกัน

Buck's pride now stirred against Spitz, and he did not stop.
ตอนนี้ความภูมิใจของบัคเริ่มต่อต้านสปิทซ์ และเขาก็ไม่ได้หยุด

Buck defied Spitz's power and blocked him from punishing dogs.
บัคขัดขืนพลังของสปิทซ์และขัดขวางไม่ให้เขาลงโทษสุนัข

When others failed, Buck stepped between them and their leader.
เมื่อคนอื่นๆ ล้มเหลว

บัคก็เข้ามาขวางระหว่างพวกเขากับผู้นำของพวกเขา

He did this with intent, making his challenge open and clear.
เขาทำสิ่งนี้ด้วยเจตนาเพื่อท้าทายอย่างเปิดเผยและชัดเจน

On one night heavy snow blanketed the world in deep silence.

คืนหนึ่ง หิมะที่ตกหนักปกคลุมโลกด้วยความเงียบสงบ

The next morning, Pike, lazy as ever, did not rise for work.

เช้าวันรุ่งขึ้น ไพค์ยังคงขี้เกียจเช่นเคย และไม่ลุกขึ้นไปทำงาน

He stayed hidden in his nest beneath a thick layer of snow.

เขาซ่อนตัวอยู่ในรังของเขาใต้ชั้นหิมะหนาทึบ

François called out and searched, but could not find the dog.

ฟรานซัวส์ตะโกนออกไปและค้นหาแต่ไม่พบสุนัข

Spitz grew furious and stormed through the snow-covered camp.

สปิทซ์โกรธมากและบุกฝ่าค่ายที่ปกคลุมไปด้วยหิมะ

He growled and sniffed, digging madly with blazing eyes.

เขาขู่และดมกลิ่นอย่างบ้าคลั่งด้วยดวงตาที่ลุกโชน

His rage was so fierce that Pike shook under the snow in fear.

ความโกรธของเขารุนแรงมากจนทำให้ไพค์สั่นเทาด้วยความกลัว

When Pike was finally found, Spitz lunged to punish the hiding dog.

เมื่อพบไพค์ในที่สุด สปิทซ์ก็พุ่งเข้าลงโทษสุนัขที่ซ่อนอยู่

But Buck sprang between them with a fury equal to Spitz's own.

แต่บัคก็กระโจนเข้ามาระหว่างพวกเขาด้วยความโกรธไม่แพ้สปิตซ์เลย

The attack was so sudden and clever that Spitz fell off his feet.

การโจมตีนั้นกะทันหันและชาญฉลาดมากจนสปิทซ์ล้มลง

Pike, who had been shaking, took courage from this defiance.

ไพค์ที่กำลังสั่นอยู่รู้สึกมีกำลังใจจากการท้าทายครั้งนี้

He leapt on the fallen Spitz, following Buck's bold example.

เขากระโจนใส่สุนัขพันธุ์สปิทซ์ที่ล้มลง

โดยทำตามตัวอย่างอันกล้าหาญของบัค

Buck, no longer bound by fairness, joined the strike on Spitz.

บัคซึ่งไม่ผูกพันด้วยความยุติธรรมอีกต่อไป

จึงเข้าร่วมการประท้วงสปิตซ์

François, amused yet firm in discipline, swung his heavy lash.

ฟรานซัวส์รู้สึกขบขันแต่ก็มั่นคงในระเบียบวินัย

และฟาดแส้อันหนักหน่วงของเขา

He struck Buck with all his strength to break up the fight.

เขาโจมตีบัคด้วยพละกำลังทั้งหมดของเขาเพื่อยุติการต่อสู้

Buck refused to move and stayed atop the fallen leader.

บั๊กปฏิเสธที่จะเคลื่อนไหวและอยู่เหนือผู้นำที่ล้มลง

François then used the whip's handle, hitting Buck hard.

จากนั้นฟรานซัวส์ก็ใช้ด้ามแส้ตีบั๊กอย่างแรง

Staggering from the blow, Buck fell back under the assault.

บัคเซไปเซมาหลังจากโดนโจมตี และล้มลงอีกครั้ง

François struck again and again while Spitz punished Pike.

ฟรานซัวส์โจมตีซ้ำแล้วซ้ำเล่าในขณะที่สปิทซ์ลงโทษไพค์

Days passed, and Dawson City grew nearer and nearer.

วันเวลาผ่านไป และเมือง Dawson City ก็ใกล้เข้ามาเรื่อยๆ

Buck kept interfering, slipping between Spitz and other dogs.

บัคคอยเข้าไปแทรกแซง โดยลอดระหว่างสปิทซ์กับสุนัขตัวอื่นๆ

He chose his moments well, always waiting for François to leave.

เขาเลือกช่วงเวลาได้ดีมาก โดยคอยรอให้ฟรานซัวส์จากไปเสมอ

Buck's quiet rebellion spread, and disorder took root in the team.

การกบฏอันเงียบงันของบัคแพร่กระจาย

และความวุ่นวายก็หยั่งรากลึกในทีม

Dave and Solleks stayed loyal, but others grew unruly.

เดฟและโซเลกส์ยังคงภักดี แต่บางคนกลับดื้อรั้น

The team grew worse—restless, quarrelsome, and out of line.

ทีมแย่ลงเรื่อยๆ ไม่สงบ ทะเลาะเบาะแว้ง และไร้ระเบียบ

Nothing worked smoothly anymore, and fights became common.

ไม่มีอะไรทำงานราบรื่นอีกต่อไป

และการต่อสู้ก็กลายเป็นเรื่องปกติ

Buck stayed at the heart of the trouble, always provoking unrest.

บัคอยู่ที่ใจกลางปัญหาและคอยกระตุ้นให้เกิดความไม่สงบอยู่เสมอ

François stayed alert, afraid of the fight between Buck and Spitz.

ฟรานซัวส์ยังคงระมัดระวัง

เพราะกลัวการต่อสู้ระหว่างบั๊กกับสปิทซ์

Each night, scuffles woke him, fearing the beginning finally arrived.

ในแต่ละคืน การทะเลาะวิวาทจะปลุกเขาให้ตื่น

เพราะกลัวว่าจุดเริ่มต้นจะมาถึงในที่สุด

He leapt from his robe, ready to break up the fight.

เขาถอดเสื้อคลุมออกพร้อมที่จะหยุดการต่อสู้

But the moment never came, and they reached Dawson at last.

แต่เวลานั้นไม่เคยมาถึง และพวกเขาก็ไปถึงเมืองดอว์สันในที่สุด

The team entered the town one bleak afternoon, tense and quiet.

ทีมมาถึงเมืองในบ่ายวันหนึ่งอันมืดหม่น เงียบสงบ และตึงเครียด

The great battle for leadership still hung in the frozen air.

การต่อสู้อันยิ่งใหญ่เพื่อชิงความเป็นผู้นำยังคงแขวนลอยอยู่ในอากาศอันหนาวเหน็บ

Dawson was full of men and sled-dogs, all busy with work.

Dawson เต็มไปด้วยคนและสุนัขลากเลื่อน

ซึ่งทุกคนต่างก็ยุ่งกับงาน

Buck watched the dogs pull loads from morning until night.

บัคเฝ้าดูสุนัขลากของจากเช้าจรดค่ำ

They hauled logs and firewood, freighted supplies to the mines.

พวกเขาลากท่อนไม้และไม้ฟืน และขนเสบียงไปที่เหมืองแร่

Where horses once worked in the Southland, dogs now labored.

ในบริเวณตอนใต้ของทวีปอเมริกา เคยมีม้าทำงาน แต่ปัจจุบันสุนัขกลับทำงานหนัก

Buck saw some dogs from the South, but most were wolf-like huskies.

บั๊กเห็นสุนัขบางตัวจากทางใต้

แต่ส่วนใหญ่เป็นสุนัขพันธุ์ฮัสกี้ที่มีลักษณะคล้ายหมาป่า

At night, like clockwork, the dogs raised their voices in song.

ในเวลากลางคืน สุนัขก็จะส่งเสียงร้องตามอย่างไม่หยุดหย่อน

At nine, at midnight, and again at three, the singing began.

เวลาเก้าโมง เวลาเที่ยงคืน และเวลาสามโมงอีกครั้ง

การร้องเพลงก็เริ่มขึ้น

Buck loved joining their eerie chant, wild and ancient in sound.

บั๊กชอบร่วมร้องเพลงสวดอันน่าขนลุกของพวกเขา

ซึ่งมีเสียงที่ดุร้ายและเก่าแก่

The aurora flamed, stars danced, and snow blanketed the land.

แสงเหนือเปล่งประกาย ดวงดาวเต้นรำ

และหิมะปกคลุมไปทั่วแผ่นดิน

The dogs' song rose as a cry against silence and bitter cold.

เสียงร้องของสุนัขดังขึ้นท่ามกลางความเงียบและความหนาวเหน็บ

But their howl held sorrow, not defiance, in every long note.

แต่เสียงคร่ำครวญของพวกเขาเต็มไปด้วยความเศร้าโศก

ไม่ใช่การท้าทายในทุก ๆ โน้ตยาว ๆ

Each wailing cry was full of pleading; the burden of life itself.

เสียงคร่ำครวญแต่ละเสียงเต็มไปด้วยการวิงวอนซึ่งเป็นภาระของชีวิตเอง

That song was old—older than towns, and older than fires

เพลงนั้นเก่ามาก—เก่ากว่าเมือง และเก่ากว่าไฟ

That song was more ancient even than the voices of men.

เพลงนั้นเก่าแก่ยิ่งกว่าเสียงมนุษย์เสียอีก

It was a song from the young world, when all songs were sad.

เป็นเพลงจากโลกวัยรุ่นที่เพลงทุกเพลงล้วนเศร้า

The song carried sorrow from countless generations of dogs.

บทเพลงนี้ถ่ายทอดความโศกเศร้าของสุนัขนับไม่ถ้วนรุ่น

Buck felt the melody deeply, moaning from pain rooted in the ages.

บัครู้สึกถึงทำนองเพลงได้อย่างลึกซึ้ง

คร่ำครวญถึงความเจ็บปวดที่หยั่งรากลึกในยุคสมัยต่างๆ

He sobbed from a grief as old as the wild blood in his veins.

เขาสะอื้นไห้ด้วยความเศร้าโศกเท่ากับเลือดป่าที่อยู่ในเส้นเลือดของเขา

The cold, the dark, and the mystery touched Buck's soul.

ความหนาวเย็น ความมืด และความลึกลับ

สัมผัสจิตวิญญาณของบัค

That song proved how far Buck had returned to his origins.

เพลงนั้นพิสูจน์ให้เห็นว่าบัคได้ย้อนกลับไปยังต้นกำเนิดของเขาไกลแค่ไหน

Through snow and howling he had found the start of his own life.

ท่ามกลางหิมะและเสียงหอน

เขาได้พบจุดเริ่มต้นของชีวิตของเขาเอง

Seven days after arriving in Dawson, they set off once again.

หลังจากมาถึงเมืองดอว์สันได้เจ็ดวัน พวกเขาก็ออกเดินทางอีกครั้ง

The team dropped from the Barracks down to the Yukon Trail.

ทีมได้ออกเดินทางจากค่ายทหารมายังเส้นทางยูคอน

They began the journey back toward Dyea and Salt Water.

พวกเขาเริ่มเดินทางกลับไปยัง Dyea และ Salt Water

Perrault carried dispatches even more urgent than before.

เปอร์โรลต์ส่งข่าวสารที่มีความเร่งด่วนมากกว่าเดิม

He was also seized by trail pride and aimed to set a record.

เขายังรู้สึกภาคภูมิใจในเส้นทางและตั้งเป้าที่จะสร้างสถิติ

This time, several advantages were on Perrault's side.

ครั้งนี้ มีข้อได้เปรียบหลายประการอยู่ฝ่ายของเพอร์โรลต์

The dogs had rested for a full week and regained their strength.

สุนัขได้พักผ่อนมาหนึ่งสัปดาห์เต็ม และกลับมามีกำลังอีกครั้ง

The trail they had broken was now hard-packed by others.

เส้นทางที่พวกเขาเดินก่อนหน้านี้

ตอนนี้ถูกคนอื่นเหยียบจนแน่นแล้ว

In places, police had stored food for dogs and men alike.

ในสถานที่ต่างๆ ตำรวจได้เก็บอาหารไว้สำหรับทั้งสุนัขและผู้ชาย

Perrault traveled light, moving fast with little to weigh him down.

เพอร์โรลต์เดินทางเบาๆ

และเคลื่อนที่เร็วโดยไม่มีอะไรถ่วงน้ำหนักเขาไว้

They reached Sixty-Mile, a fifty-mile run, by the first night.

พวกเขาวิ่งถึงระยะทาง 60 ไมล์ในคืนแรก

On the second day, they rushed up the Yukon toward Pelly.

ในวันที่สอง พวกเขารีบเร่งไปตามแม่น้ำยูคอนเข้าหาเพลลี

But such fine progress came with much strain for François.

แต่ความก้าวหน้าที่ดีเช่นนี้มาพร้อมกับแรงกดดันอย่างมากสำหรับ

ฟรานซัวส์

Buck's quiet rebellion had shattered the team's discipline.

การกบฏอันเงียบงันของบัคทำให้วินัยของทีมพังทลาย

They no longer pulled together like one beast in the reins.

พวกเขาไม่ดึงกันเข้าด้วยกันเหมือนสัตว์ตัวเดียวในบังเหียนอีกต่อไ

ป

Buck had led others into defiance through his bold example.

บัคได้นำคนอื่นๆ ให้ท้าทายด้วยตัวอย่างที่กล้าหาญของเขา

Spitz's command was no longer met with fear or respect.

คำสั่งของสปิทซ์ไม่ได้รับการตอบรับด้วยความกลัวหรือความเคาร

พอีกต่อไป

The others lost their awe of him and dared to resist his rule.

คนอื่นๆ สูญเสียความเกรงขามต่อเขา

และกล้าต่อต้านการปกครองของเขา

One night, Pike stole half a fish and ate it under Buck's eye.

คืนหนึ่ง ไพค์ขโมยปลาไปครึ่งตัวแล้วกินใต้ตาของบัค

Another night, Dub and Joe fought Spitz and went unpunished.

อีกคืนหนึ่ง ดับและโจสู้กับสปิทซ์และไม่ได้รับการลงโทษ

Even Billee whined less sweetly and showed new sharpness.

แม้แต่บิลลี่ก็ยังครางหวานน้อยลงและแสดงความเฉียบคมใหม่

Buck snarled at Spitz every time they crossed paths.

บัคขู่สปิทซ์ทุกครั้งที่พวกเขาเดินผ่านกัน

Buck's attitude grew bold and threatening, nearly like a bully.

ทัศนคติของบัคกลายเป็นกล้าหาญและคุกคาม

เหมือนกับคนรังแกคนอื่น

He paced before Spitz with a swagger, full of mocking menace.

เขาเดินไปมาต่อหน้าสปิทซ์ด้วยท่าทางทะนงตนและเต็มไปด้วยกา

รเยาะเย้ยคุกคาม

That collapse of order also spread among the sled-dogs.

การล่มสลายของระเบียบดังกล่าวยังแพร่กระจายไปสู่พวกสุนัขลา

กเลื่อนด้วย

They fought and argued more than ever, filling camp with noise.

พวกเขาต่อสู้และโต้เถียงกันมากขึ้นกว่าเดิม

จนทำให้ค่ายเต็มไปด้วยเสียงดัง

Camp life turned into a wild, howling chaos each night.

ชีวิตในค่ายกลายเป็นความโกลาหลวุ่นวายทุกคืน

Only Dave and Solleks remained steady and focused.

มีเพียงเดฟและโซเลกส์เท่านั้นที่ยังคงมั่นคงและมีสมาธิ

But even they became short-tempered from the constant brawls.

แต่ถึงกระนั้นพวกเขาก็ยังมีอารมณ์ฉุนเฉียวจากการทะเลาะวิวาทอย่างต่อเนื่อง

François cursed in strange tongues and stomped in frustration.

ฟรานซัวส์สาปแช่งด้วยภาษาแปลกๆ

และกระทืบเท้าด้วยความหงุดหงิด

He tore at his hair and shouted while snow flew underfoot.

เขาฉีกผมของตัวเองและตะโกนขณะที่หิมะปลิวว่อนใต้เท้า

His whip snapped across the pack but barely kept them in line.

แส้ของเขาฟาดข้ามฝูงศัตรูแต่แทบจะควบคุมพวกมันไว้ไม่ได้

Whenever his back was turned, the fighting broke out again.

เมื่อใดก็ตามที่เขาหันหลังกลับ การต่อสู้ก็เกิดขึ้นอีกครั้ง

François used the lash for Spitz, while Buck led the rebels.

ฟรานซัวส์ใช้แส้กับสปิทซ์ ในขณะที่บัคเป็นผู้นำกลุ่มกบฏ

Each knew the other's role, but Buck avoided any blame.

แต่ละคนรู้บทบาทของอีกฝ่าย แต่บัคเลี่ยงที่จะตำหนิใคร

François never caught Buck starting a fight or shirking his job.

ฟรานซัวส์ไม่เคยจับได้ว่าบัคเริ่มการต่อสู้หรือหลบเลี่ยงงานของเข
า

Buck worked hard in harness — the toil now thrilled his spirit.
บั๊กทำงานหนักมากในการฝึกม้า—

ความเหน็ดเหนื่อยนี้ทำให้จิตวิญญาณของเขาตื่นเต้น

But he found even more joy in stirring fights and chaos in camp.
แต่เขาพบความสุขมากกว่าในการยุยงปลุกปั่นและความวุ่นวายใน

ค่าย

At the Tahkeena's mouth one evening, Dub startled a rabbit.
เย็นวันหนึ่งที่ปากของ Tahkeena ดับทำให้กระต่ายตกใจ

He missed the catch, and the snowshoe rabbit sprang away.
เขาพลาดการจับและกระต่ายหิมะก็กระโจนหนีไป

In seconds, the entire sled team gave chase with wild cries.
ภายในไม่กี่วินาที ทีมลากเลื่อนทั้งทีมก็ไล่ตามด้วยเสียงร้องลั่น

Nearby, a Northwest Police camp housed fifty husky dogs.
ใกล้ๆ

กันมีค่ายตำรวจทางตะวันตกเฉียงเหนือที่เลี้ยงสุนัขพันธุ์ไซบีเรียน

ฮัสกี้ไว้ 50 ตัว

They joined the hunt, surging down the frozen river together.
พวกเขาร่วมออกตามล่าและล่องลงมาในแม่น้ำที่เป็นน้ำแข็งด้วยกั

น

The rabbit turned off the river, fleeing up a frozen creek bed.

กระต่ายเดินออกจากแม่น้ำแล้ววิ่งหนีขึ้นไปตามลำธารที่เป็นน้ำแข็ง

The rabbit skipped lightly over snow while the dogs struggled through.

กระต่ายกระโดดเบา ๆ บนหิมะ ขณะที่สุนัขดิ้นรนฝ่าไป

Buck led the massive pack of sixty dogs around each twisting bend.

บั๊กนำฝูงสุนัขจำนวนมากถึง 60 ตัวผ่านโค้งที่คดเคี้ยวแต่ละแห่ง

He pushed forward, low and eager, but could not gain ground.

เขาก้าวไปข้างหน้าอย่างต่ำและกระตือรือร้นแต่ไม่สามารถได้พื้นที่คืนมา

His body flashed under the pale moon with each powerful leap.

ร่างของเขาเปล่งประกายภายใต้แสงจันทร์สีซีดจากการกระโดดอันทรงพลังในแต่ละครั้ง

Ahead, the rabbit moved like a ghost, silent and too fast to catch.

ข้างหน้ากระต่ายเคลื่อนไหวราวกับผี เงียบงัน และเร็วเกินกว่าจะจับได้

All those old instincts—the hunger, the thrill—rushed through Buck.

สัญชาตญาณเก่าๆ ทั้งหมด ทั้งความหิว ความตื่นเต้น พุ่งพล่านในตัวบัค

Humans feel this instinct at times, driven to hunt with gun and bullet.

มนุษย์รู้สึกถึงสัญชาตญาณนี้บางครั้ง ซึ่งถูกผลักดันให้ล่าสัตว์ด้วยปืนและกระสุน

But Buck felt this feeling on a deeper and more personal level.

แต่บัครู้สึกถึงความรู้สึกนี้ในระดับที่ลึกซึ้งและเป็นส่วนตัวมากขึ้น

They could not feel the wild in their blood the way Buck could feel it.

พวกเขาไม่รู้สึกถึงความป่าเถื่อนในเลือดของพวกเขาในแบบที่บัครู้สึกได้

He chased living meat, ready to kill with his teeth and taste blood.

เขาไล่ตามเนื้อที่มีชีวิตพร้อมที่จะฆ่าด้วยฟันและลิ้มรสเลือด

His body strained with joy, wanting to bathe in warm red life.

ร่างกายของเขาตึงเครียดด้วยความสุข

อยากอาบน้ำในชีวิตสีแดงอันอบอุ่น

A strange joy marks the highest point life can ever reach.

ความยินดีที่แปลกประหลาดเป็นจุดสูงสุดที่ชีวิตสามารถไปถึงได้

The feeling of a peak where the living forget they are even alive.

ความรู้สึกของจุดสูงสุดที่คนเป็นลืมไปด้วยซ้ำว่าตนยังมีชีวิตอยู่

This deep joy touches the artist lost in blazing inspiration.

ความสุขลึกๆ

นี้สัมผัสได้ถึงศิลปินที่จมอยู่กับแรงบันดาลใจอันร้อนแรง

This joy seizes the soldier who fights wildly and spares no foe.

ความยินดีนี้จะเข้าครอบงำทหารที่ต่อสู้ดุเดือดและไม่ละเว้นศัตรู

This joy now claimed Buck as he led the pack in primal hunger.

ความสุขนี้ครอบครองบัคไปแล้ว

ขณะที่เขาเป็นผู้นำฝูงในการหิวโหยดั้งเดิม

He howled with the ancient wolf-cry, thrilled by the living chase.

เขาส่งเสียงหอนดังเหมือนหมาป่าโบราณ

รู้สึกตื่นเต้นกับการไล่ตามอย่างมีชีวิต

Buck tapped into the oldest part of himself, lost in the wild.

บัคได้สัมผัสกับส่วนที่เก่าแก่ที่สุดในตัวเอง ซึ่งหลงอยู่ในป่า

He reached deep within, past memory, into raw, ancient time.

เขาเข้าถึงส่วนลึกภายในความทรงจำในอดีต

สู่กาลเวลาอันดิบและโบราณ

A wave of pure life surged through every muscle and tendon.

คลื่นแห่งชีวิตอันบริสุทธิ์พุ่งผ่านกล้ามเนื้อและเส้นเอ็นทุกส่วน

Each leap shouted that he lived, that he moved through death.

การกระโดดแต่ละครั้งเป็นการตะโกนว่าเขายังมีชีวิตอยู่

และเขาได้ก้าวผ่านความตายมาแล้ว

His body soared joyfully over still, cold land that never stirred.

ร่างของเขาทะยานขึ้นไปอย่างมีความสุขบนดินแดนอันนิ่งสงบแล

ะหนาวเย็นที่ไม่เคยเคลื่อนไหวเลย

Spitz stayed cold and cunning, even in his wildest moments.

สปิทซ์ยังคงเย็นชาและเจ้าเล่ห์ แม้กระทั่งในช่วงเวลาที่ดุร้ายที่สุด

He left the trail and crossed land where the creek curved wide.

เขาออกจากเส้นทางแล้วเดินข้ามดินแดนที่ลำธารโค้งกว้าง

Buck, unaware of this, stayed on the rabbit's winding path.

บัคไม่รู้เรื่องนี้และเดินต่อไปตามทางคดเคี้ยวของกระต่าย

Then, as Buck rounded a bend, the ghost-like rabbit was before him.

เมื่อบัคเลี้ยวโค้ง กระต่ายที่ดูเหมือนผีก็อยู่ตรงหน้าเขา

He saw a second figure leap from the bank ahead of the prey.

เขาเห็นร่างที่สองกระโดดลงมาจากฝั่งเพื่อรอเหยื่อ

The figure was Spitz, landing right in the path of the fleeing rabbit.

ร่างนั้นคือสปิทซ์ ที่กำลังลงจอดตรงทางของกระต่ายที่กำลังวิ่งหนี

The rabbit could not turn and met Spitz's jaws in mid-air.

กระต่ายไม่สามารถหันตัวได้และพุ่งเข้าโจมตีขากรรไกรของสปิทซ์ในกลางอากาศ

The rabbit's spine broke with a shriek as sharp as a dying human's cry.

กระดูกสันหลังของกระต่ายหักด้วยเสียงกรี๊ดที่แหลมคมเท่ากับเสียงร้องของมนุษย์ที่กำลังจะตาย

At that sound—the fall from life to death—the pack howled loud.

เมื่อได้ยินเสียงนั้น—การตกจากชีวิตสู่ความตาย—ฝูงสัตว์ก็หอนดัง

A savage chorus rose from behind Buck, full of dark delight.

เสียงร้องประสานเสียงอันดุร้ายดังขึ้นจากด้านหลังของบัคซึ่งเต็มไปด้วยความสุขอันมืดมน

Buck gave no cry, no sound, and charged straight into Spitz.

บัคไม่ส่งเสียงร้องหรือส่งเสียงใดๆ และพุ่งเข้าใส่สปิทซ์โดยตรง

He aimed for the throat, but struck the shoulder instead.

เขาเล็งไปที่ลำคอแต่กลับถูกไหล่แทน

They tumbled through soft snow; their bodies locked in combat.

พวกเขาล้มลงไปในหิมะที่อ่อนนุ่ม

ร่างกายของพวกเขาล็อคกันเพื่อต่อสู้

Spitz sprang up quickly, as if never knocked down at all.

สปิทซ์กระโจนขึ้นอย่างรวดเร็ว ราวกับว่าไม่เคยถูกกระแทกล้มเลย

He slashed Buck's shoulder, then leaped clear of the fight.

เขาฟันไหล่ของบัค จากนั้นก็กระโจนหนีจากการต่อสู้

Twice his teeth snapped like steel traps, lips curled and fierce.

ฟันของเขาหักสองครั้งเหมือนกับดักเหล็ก

ริมฝีปากของเขาโค้งงอและดุร้าย

He backed away slowly, seeking firm ground under his feet.

เขาก้าวถอยออกไปอย่างช้าๆ เพื่อหาจุดที่มั่นคงใต้เท้า

Buck understood the moment instantly and fully.

บัคเข้าใจช่วงเวลานั้นทันทีและอย่างสมบูรณ์

The time had come; the fight was going to be a fight to the death.

ถึงเวลาแล้ว การต่อสู้จะต้องเป็นการต่อสู้จนตาย

The two dogs circled, growling, ears flat, eyes narrowed.

สุนัขทั้งสองตัวเดินวนไปมาพร้อมกับคำราม หูตั้งชัน และตาหรี่ลง

Each dog waited for the other to show weakness or misstep.

สุนัขแต่ละตัวต่างรอให้สุนัขตัวอื่นแสดงจุดอ่อนหรือก้าวพลาด

To Buck, the scene felt eerily known and deeply remembered.

สำหรับบัค ฉากนั้นดูเหมือนคุ้นเคยและจดจำได้อย่างลึกซึ้ง

The white woods, the cold earth, the battle under moonlight.

ป่าสีขาว พื้นดินอันหนาวเย็น การต่อสู้ใต้แสงจันทร์

A heavy silence filled the land, deep and unnatural.

ความเงียบอันหนักหน่วงแผ่ปกคลุมไปทั่วแผ่นดิน

ลึกล้ำและดูผิดธรรมชาติ

No wind stirred, no leaf moved, no sound broke the stillness.

ไม่มีลมพัด ไม่มีใบไม้เคลื่อนไหว

ไม่มีเสียงใดมาทำลายความเงียบสงบ

The dogs' breaths rose like smoke in the frozen, quiet air.

ลมหายใจของสุนัขพวยพุ่งขึ้นเหมือนควันในอากาศอันเงียบสงบแ

ละเย็นยะเยือก

The rabbit was long forgotten by the pack of wild beasts.

กระต่ายนั้นถูกลืมโดยฝูงสัตว์ป่ามานานแล้ว

These half-tamed wolves now stood still in a wide circle.

หมาป่าที่เชื่องเพียงครึ่งเดียวเหล่านี้ยืนนิ่งเป็นวงกลมกว้าง

They were quiet, only their glowing eyes revealed their hunger.

พวกเขาเงียบงัน

มีเพียงดวงตาที่เปล่งประกายเผยให้เห็นความหิวโหยของพวกเขา

Their breath drifted upward, watching the final fight begin.

ลมหายใจของพวกเขาลอยขึ้นไปเพื่อเฝ้าดูการต่อสู้ครั้งสุดท้ายเริ่มต้

นขึ้น

To Buck, this battle was old and expected, not strange at all.

สำหรับบัค การต่อสู้ครั้งนี้เป็นเรื่องเก่าและเป็นที่คาดเดาได้

ไม่ใช่เรื่องแปลกเลย

It felt like a memory of something always meant to happen.

มันรู้สึกเหมือนเป็นความทรงจำถึงสิ่งที่มักจะเกิดขึ้นเสมอ

Spitz was a trained fighting dog, honed by countless wild brawls.

สปิทซ์เป็นสุนัขต่อสู้ที่ผ่านการฝึกฝนมาเพื่อต่อสู้อย่างดุเดือดนับไม่ถ้วน

From Spitzbergen to Canada, he had mastered many foes.

ตั้งแต่สปิทซ์เบอร์เกนไปจนถึงแคนาดา

เขาได้ฝึกฝนศัตรูมาแล้วมากมาย

He was filled with fury, but never gave control to rage.

เขาเต็มไปด้วยความโกรธ แต่ไม่เคยควบคุมความโมโหได้เลย

His passion was sharp, but always tempered by hard instinct.

ความหลงใหลของเขารุนแรง

แต่ก็ถูกควบคุมโดยสัญชาตญาณที่รุนแรงอยู่เสมอ

He never attacked until his own defense was in place.

เขาไม่เคยโจมตีจนกว่าการป้องกันของตนเองจะพร้อม

Buck tried again and again to reach Spitz's vulnerable neck.

บัคพยายามซ้ำแล้วซ้ำเล่าที่จะเอื้อมถึงคอที่เปราะบางของสปิทซ์

But every strike was met by a slash from Spitz's sharp teeth.

แต่การโจมตีทุกครั้งจะต้องเจอกับฟันอันแหลมคมของสปิทซ์

Their fangs clashed, and both dogs bled from torn lips.

เขี้ยวของพวกมันปะทะกัน

และสุนัขทั้งสองตัวมีเลือดออกจากริมฝีปากที่ฉีกขาด

No matter how Buck lunged, he couldn't break the defense.

ไม่ว่าบัคจะพุ่งทะยานอย่างไร

เขาก็ไม่สามารถทำลายการป้องกันได้

He grew more furious, rushing in with wild bursts of power.

เขายิ่งโกรธมากขึ้น รีบพุ่งพลังเข้ามาอย่างดุเดือด

Again and again, Buck struck for the white throat of Spitz.

บัคโจมตีลำคอสีขาวของสปิทซ์ซ้ำแล้วซ้ำเล่า

Each time Spitz evaded and struck back with a slicing bite.

แต่ละครั้งที่สปิทซ์หลบเลี่ยงและตอบโต้ด้วยการกัดแบบเฉือน

Then Buck shifted tactics, rushing as if for the throat again.

จากนั้น บั๊กก็เปลี่ยนกลยุทธ์

รีบเข้ามาเหมือนจะโจมตีที่ลำคออีกครั้ง

But he pulled back mid-attack, turning to strike from the side.

แต่เขากลับถอยกลับระหว่างการโจมตี

และหันกลับมาโจมตีจากด้านข้าง

He threw his shoulder into Spitz, aiming to knock him down.

เขาเหวี่ยงไหล่ไปที่สปิทซ์ ตั้งใจที่จะล้มเขาลง

Each time he tried, Spitz dodged and countered with a slash.

ทุกครั้งที่เขาพยายาม สปิทซ์จะหลบและโต้ตอบด้วยการฟัน

Buck's shoulder grew raw as Spitz leapt clear after every hit.

ไหล่ของบัคปวดร้าวเมื่อสปิทซ์กระโดดหนีหลังจากโดนตีทุกครั้ง

Spitz had not been touched, while Buck bled from many wounds.

สปิทซ์ไม่ได้ถูกแตะต้อง

ในขณะที่บัคมีเลือดไหลจากบาดแผลหลายแห่ง

Buck's breath came fast and heavy, his body slick with blood.

ลมหายใจของบัคเร็วและหนัก ร่างกายของเขาเปื้อนเลือด

The fight turned more brutal with each bite and charge.

การต่อสู้กลายเป็นเรื่องโหดร้ายมากขึ้นเมื่อถูกกัดและโจมตีแต่ละค
รั้ง

Around them, sixty silent dogs waited for the first to fall.

รอบๆ ตัวพวกเขามีสุนัขเงียบๆ หกสิบตัวที่รอให้ตัวแรกตกลงมา

If one dog dropped, the pack were going to finish the fight.
หากสุนัขตัวใดตัวหนึ่งหลุดออกไป ฝูงสุนัขจะต้องยุติการต่อสู้

Spitz saw Buck weakening, and began to press the attack.
สปิทซ์เห็นว่าบัคเริ่มอ่อนแรง และเริ่มกดดันโจมตี

He kept Buck off balance, forcing him to fight for footing.
เขาทำให้บัคเสียสมดุล ทำให้เขาต้องสู้เพื่อทรงตัว

Once Buck stumbled and fell, and all the dogs rose up.
ครั้งหนึ่งบัคสะดุดและล้ม สุนัขทุกตัวก็ลุกขึ้น

But Buck righted himself mid-fall, and everyone sank back down.
แต่บัคก็ลุกขึ้นมาได้ในขณะที่ล้มลง และทุกคนก็ล้มลงไปอีกครั้ง

Buck had something rare—imagination born from deep instinct.
บัคมีสิ่งที่หายาก

นั่นก็คือจินตนาการที่เกิดจากสัญชาตญาณส่วนลึก

He fought by natural drive, but he also fought with cunning.
เขาต่อสู้โดยใช้แรงขับเคลื่อนตามธรรมชาติ

แต่เขาก็ต่อสู้ด้วยความฉลาดแกมโกงด้วยเช่นกัน

He charged again as if repeating his shoulder attack trick.
เขาชาร์จอีกครั้งราวกับว่ากำลังทำท่าโจมตีไหล่ซ้ำๆ

But at the last second, he dropped low and swept beneath Spitz.
แต่ในวินาทีสุดท้าย เขาได้ลดตัวลงมาและกวาดไปใต้สปิทซ์

His teeth locked on Spitz's front left leg with a snap.
ฟันของเขาล็อคเข้าที่ขาหน้าซ้ายของสปิทซ์อย่างรวดเร็ว

Spitz now stood unsteady, his weight on only three legs.
ขณะนี้ สปิทซ์ยืนไม่มั่นคง โดยมีน้ำหนักอยู่บนขาเพียงสามขา

Buck struck again, tried three times to bring him down.

บัคโจมตีอีกครั้ง พยายามสามครั้งที่จะล้มเขาลง

On the fourth attempt he used the same move with success

ในความพยายามครั้งที่สี่

เขาใช้การเคลื่อนไหวเดียวกันและประสบความสำเร็จ

This time Buck managed to bite the right leg of Spitz.

คราวนี้บัคสามารถกัดขาขวาของสปิทซ์ได้สำเร็จ

Spitz, though crippled and in agony, kept struggling to survive.

แม้ว่าสปิทซ์จะพิการและทรมาน แต่ก็ยังคงดิ้นรนเพื่อเอาชีวิตรอด

He saw the circle of huskies tighten, tongues out, eyes glowing.

เขามองเห็นสุนัขฮัสกี้ตัวหนึ่งขดตัวแน่น

แลบลิ้นและดวงตาเป็นประกาย

They waited to devour him, just as they had done to others.

พวกมันคอยที่จะกลืนกินเขาเหมือนอย่างที่พวกเขาทำกับผู้อื่น

This time, he stood in the center; defeated and doomed.

คราวนี้เขามายืนอยู่ตรงกลาง พ่ายแพ้และพินาศ

There was no option to escape for the white dog now.

ตอนนี้ไม่มีทางเลือกอื่นนอกจากต้องหลบหนีสำหรับสุนัขสีขาวแล้

ว

Buck showed no mercy, for mercy did not belong in the wild.

บัคไม่แสดงความเมตตา เพราะความเมตตาไม่ควรมีอยู่ในป่า

Buck moved carefully, setting up for the final charge.

บัคเคลื่อนไหวอย่างระมัดระวังเพื่อเตรียมพร้อมสำหรับการชาร์จค

รั้งสุดท้าย

The circle of huskies closed in; he felt their warm breaths.

ฝูงสุนัขไซบีเรียนฮัสกี้เดินเข้ามาใกล้ เขาสัมผัสได้ถึงลมหายใจอุ่น ๆ ของพวกมัน

They crouched low, prepared to spring when the moment came.

พวกมันหมอบตัวต่ำเตรียมที่จะกระโจนเมื่อถึงเวลา

Spitz quivered in the snow, snarling and shifting his stance.

สปิทซ์ตัวสั่นในหิมะ ส่งเสียงขู่คำรามและเปลี่ยนท่าทาง

His eyes glared, lips curled, teeth flashing in desperate threat.

เขาจ้องมองด้วยดวงตาที่ดุร้าย ริมฝีปากที่โค้งงอ

ฟันที่กระพริบเป็นสัญญาณคุกคามอย่างสิ้นหวัง

He staggered, still trying to hold off the cold bite of death.

เขาเซไปข้างหน้า

พยายามต้านทานความหนาวเหน็บแห่งความตายเอาไว้

He had seen this before, but always from the winning side.

เขาเคยเห็นแบบนี้มาก่อนแต่เป็นฝ่ายชนะเสมอ

Now he was on the losing side; the defeated; the prey; death.

บัดนี้เขาอยู่ในฝ่ายที่แพ้ ฝ่ายพ่ายแพ้ ฝ่ายตกเป็นเหยื่อ ฝ่ายความตาย

Buck circled for the final blow, the ring of dogs pressed closer.

บั๊กเดินวนเพื่อโจมตีครั้งสุดท้าย

วงแหวนของสุนัขก็เข้ามาใกล้มากขึ้น

He could feel their hot breaths; ready for the kill.

เขาสัมผัสได้ถึงลมหายใจร้อนๆ ของพวกมัน พร้อมที่จะสังหาร

A stillness fell; all was in its place; time had stopped.

ความเงียบสงบเริ่มเข้ามาแทนที่ ทุกสิ่งอยู่ในที่ของมัน

เวลาหยุดนิ่งไป

Even the cold air between them froze for one last moment.

แม้แต่ลมเย็นระหว่างพวกเขาก็ยังแข็งตัวเป็นวินาทีสุดท้าย

Only Spitz moved, trying to hold off his bitter end.

มีเพียงสปิทซ์เท่านั้นที่เคลื่อนไหว

เพื่อพยายามระงับอารมณ์ที่ขมขื่นของเขาเอาไว้

The circle of dogs was closing in around him, as was his destiny.

วงสุนัขกำลังปิดล้อมเขาเช่นเดียวกับชะตากรรมของเขา

He was desperate now, knowing what was about to happen.

ตอนนี้เขาหมดหวังแล้ว เพราะรู้ว่ากำลังจะเกิดอะไรขึ้น

Buck sprang in, shoulder met shoulder one last time.

บัคกระโจนเข้ามา ไหล่ชนไหล่เป็นครั้งสุดท้าย

The dogs surged forward, covering Spitz in the snowy dark.

สุนัขวิ่งไปข้างหน้า

ปกคลุมสปิทซ์ด้วยความมืดมิดที่เต็มไปด้วยหิมะ

Buck watched, standing tall; the victor in a savage world.

บัคเฝ้าดูอย่างยืนหยัดอย่างสง่า เขาเป็นผู้ชนะในโลกที่โหดร้าย

The dominant primordial beast had made its kill, and it was good.

สัตว์ดึกดำบรรพ์ที่มีอำนาจเหนือกว่าได้สังหารมันแล้ว

และมันก็เป็นเรื่องดี

He, Who Has Won to Mastership
ผู้ที่ได้ชัยชนะสู่ความเป็นเจ้านาย

"Eh? What did I say? I speak true when I say Buck is a devil."

"เอ๊ะ ฉันพูดอะไรนะ ฉันพูดจริงนะที่บอกว่าบัคเป็นปีศาจ"

François said this the next morning after finding Spitz missing.

ฟรานซัวส์พูดเช่นนี้ในเช้าวันรุ่งขึ้นหลังจากพบว่าสปิทซ์หายไป

Buck stood there, covered with wounds from the vicious fight.

บัคยืนอยู่ที่นั่น

ร่างกายเต็มไปด้วยบาดแผลจากการต่อสู้อันโหดร้าย

François pulled Buck near the fire and pointed at the injuries.

ฟรานซัวส์ดึงบั๊กเข้ามาใกล้กองไฟแล้วชี้ไปที่บาดแผล

"That Spitz fought like the Devik," said Perrault, eyeing the deep gashes.

"สปิทซ์ตัวนั้นต่อสู้เหมือนกับเดวิค"

เพอร์โรลต์กล่าวขณะจ้องมองบาดแผลลึก

"And that Buck fought like two devils," François replied at once.

"และบัคก็ต่อสู้ราวกับเป็นปีศาจสองตัว" ฟรานซัวส์ตอบทันที

"Now we will make good time; no more Spitz, no more trouble."

"ตอนนี้เราจะใช้เวลาให้คุ้มค่า ไม่มี Spitz อีกต่อไป

ไม่มีปัญหาอีกต่อไป"

Perrault was packing the gear and loaded the sled with care.

เพอร์โรลต์กำลังบรรจุอุปกรณ์และบรรทุกเลื่อนอย่างระมัดระวัง

François harnessed the dogs in preparation for the day's run.

ฟรานซัวส์เตรียมสุนัขให้พร้อมสำหรับการวิ่งในแต่ละวัน

Buck trotted straight to the lead position once held by Spitz.

บัควิ่งตรงไปสู่ตำแหน่งผู้นำที่เคยครองโดยสปิทซ์

But François, not noticing, led Solleks forward to the front.

แต่ฟรานซัวส์ไม่ทันสังเกต เขาก็พาโซเลกส์ไปข้างหน้า

In François's judgment, Solleks was now the best lead-dog.

ในความเห็นของ François Solleks

เป็นสุนัขนำทางที่ดีที่สุดในขณะนี้

Buck sprang at Solleks in fury and drove him back in protest.

บัคกระโจนเข้าหาโซเลกส์ด้วยความโกรธและขับไล่เขากลับไปเพื่

อประท้วง

He stood where Spitz once had stood, claiming the lead position.

เขายืนอยู่ที่เดิมที่สปิทซ์เคยยืน โดยอ้างตำแหน่งผู้นำ

"Eh? Eh?" cried François, slapping his thighs in amusement.

"เอ๊ะ? เอ๊ะ?"

ฟรานซัวส์ร้องขึ้นพร้อมตบต้นขาตัวเองด้วยความขบขัน

"Look at Buck—he killed Spitz, now he wants to take the job!"

"ดูบัคสิ เขาฆ่าสปิตซ์ ตอนนี้เขาอยากจะรับงานนี้!"

"Go away, Chook!" he shouted, trying to drive Buck away.

"ไปให้พ้นนะ นก!" เขาตะโกนพยายามไล่บั๊กออกไป

But Buck refused to move and stood firm in the snow.

แต่บัคปฏิเสธที่จะเคลื่อนไหวและยืนหยัดมั่นคงท่ามกลางหิมะ

François grabbed Buck by the scruff, dragging him aside.

ฟรานซัวส์คว้าคอของบัคแล้วลากเขาออกไป

Buck growled low and threateningly but did not attack.

บัคคำรามต่ำและคุกคามแต่ไม่ได้โจมตี

François put Solleks back in the lead, trying to settle the dispute

ฟรานซัวส์พาโซลเลกส์กลับมาเป็นผู้นำอีกครั้งและพยายามยุติข้อพิพาท

The old dog showed fear of Buck and didn't want to stay.

สุนัขแก่ตัวนี้แสดงอาการกลัวบัคและไม่อยากอยู่ต่อ

When François turned his back, Buck drove Solleks out again.

เมื่อฟรานซัวส์หันหลัง บัคก็ไล่โซเลกส์ออกไปอีกครั้ง

Solleks did not resist and quietly stepped aside once more.

โซลเลกส์ไม่ได้ต่อต้านและก้าวถอยไปอย่างเงียบๆ อีกครั้ง

François grew angry and shouted, "By God, I fix you!"

ฟรานซัวส์โกรธมากและตะโกนว่า "ด้วยพระเจ้า ฉันจะรักษาคุณ!"

He came toward Buck holding a heavy club in his hand.

เขาเดินเข้ามาหาบัคโดยถือไม้กระบองหนักๆ ไว้ในมือ

Buck remembered the man in the red sweater well.

บัคจำชายผู้สวมเสื้อกันหนาวสีแดงได้ดี

He retreated slowly, watching François, but growling deeply.

เขาถอยกลับอย่างช้าๆ พลางมองฟรานซัวส์แต่คำรามอย่างหนักแน่น

He did not rush back, even when Solleks stood in his place.

เขาไม่รีบกลับแม้ว่าโซเลคส์จะยืนอยู่ในตำแหน่งของเขาก็ตาม

Buck circled just beyond reach, snarling in fury and protest.

บั๊กเดินวนไปจนสุดระยะแล้วขู่คำรามด้วยความโกรธและประท้วง

He kept his eyes on the club, ready to dodge if François threw.

เขาเฝ้าจับตาดูสโมสรเพื่อเตรียมพร้อมหลบหากฟรานซัวส์ขว้าง

He had grown wise and wary in the ways of men with weapons.

เขาเริ่มฉลาดและระมัดระวังในวิถีทางของชายผู้ถืออาวุธ

François gave up and called Buck to his former place again.

ฟรานซัวส์ยอมแพ้และเรียกบัคกลับไปที่เดิมของเขาอีกครั้ง

But Buck stepped back cautiously, refusing to obey the order.

แต่บัคกลับก้าวถอยกลับด้วยความระมัดระวัง

ปฏิเสธที่จะปฏิบัติตามคำสั่ง

François followed, but Buck only retreated a few steps more.

ฟรานซัวส์เดินตามไป แต่บัคเพียงถอยกลับไปอีกไม่กี่ก้าว

After some time, François threw the weapon down in frustration.

หลังจากนั้นไม่นาน ฟรานซัวส์ก็โยนอาวุธลงด้วยความหงุดหงิด

He thought Buck feared a beating and was going to come quietly.

เขาคิดว่าบัคกลัวโดนตีจึงจะมาอย่างเงียบๆ

But Buck wasn't avoiding punishment—he was fighting for rank.

แต่บัคไม่ได้หลบเลี่ยงการลงโทษ เขากำลังต่อสู้เพื่อยศศักดิ์

He had earned the lead-dog spot through a fight to the death

เขาได้รับตำแหน่งสุนัขนำทางจากการต่อสู้จนตาย

he was not going to settle for anything less than being the leader.

เขาจะไม่ยอมตกลงกับอะไรที่น้อยกว่าการเป็นผู้นำ

Perrault took a hand in the chase to help catch the rebellious Buck.

เพอร์โรลต์ร่วมไล่ตามเพื่อช่วยจับบัคผู้ก่อกบฏ

Together, they ran him around the camp for nearly an hour.

พวกเขาพาเขาเดินรอบค่ายด้วยกันเกือบหนึ่งชั่วโมง

They hurled clubs at him, but Buck dodged each one skillfully.

พวกมันขว้างกระบองใส่เขา

แต่บั๊กก็หลบแต่ละกระบองได้อย่างชำนาญ

They cursed him, his ancestors, his descendants, and every hair on him.

พวกเขาสาปแช่งเขา บรรพบุรุษของเขา ลูกหลานของเขา

และผมทุกเส้นบนตัวเขา

But Buck only snarled back and stayed just out of their reach.

แต่บัคกลับขู่คำรามและอยู่ให้พ้นจากการเอื้อมถึงของพวกเขา

He never tried to run away but circled the camp deliberately.

เขาไม่เคยพยายามที่จะวิ่งหนีแต่เดินวนรอบค่ายอย่างจงใจ

He made it clear he was going to obey once they gave him what he wanted.

เขาชี้แจงให้ชัดเจนว่าเขาจะเชื่อฟังเมื่อพวกเขาให้สิ่งที่เขาต้องการ

François finally sat down and scratched his head in frustration.

ในที่สุดฟรานซัวส์ก็นั่งลงและเกาหัวด้วยความหงุดหงิด

Perrault checked his watch, swore, and muttered about lost time.

เพอร์โรลต์ตรวจสอบนาฬิกาของเขา สาบาน

และบ่นพึมพำถึงเวลาที่หายไป

An hour had already passed when they should have been on the trail.

เวลาผ่านไปหนึ่งชั่วโมงแล้วเมื่อพวกเขาควรออกเดินตามเส้นทาง

François shrugged sheepishly at the courier, who sighed in defeat.

ฟรานซัวส์ยักไหล่อย่างเขินอายให้กับคนส่งสารที่ถอนหายใจด้วยความพ่ายแพ้

Then François walked to Solleks and called out to Buck once more.

จากนั้น ฟรานซัวส์ก็เดินไปหาโซเลกส์และเรียกบัคอีกครั้ง

Buck laughed like a dog laughs, but kept his cautious distance.

บัคหัวเราะเหมือนสุนัข แต่ยังคงรักษาระยะห่างอย่างระมัดระวัง

François removed Solleks's harness and returned him to his spot.

ฟรานซัวส์ถอดสายรัดของโซเลกส์และนำเขากลับไปไว้ที่เดิม

The sled team stood fully harnessed, with only one spot unfilled.

ทีมรถเลื่อนยืนโดยมีสายรัดครบ เหลือที่ว่างเพียงจุดเดียว

The lead position remained empty, clearly meant for Buck alone.

ตำแหน่งผู้นำยังคงว่างอยู่ ชัดเจนว่าเป็นของบัคเพียงคนเดียว

François called again, and again Buck laughed and held his ground.

ฟรานซัวส์เรียกอีกครั้ง และบัคก็หัวเราะและยืนหยัดต่อไปอีกครั้ง

"Throw down the club," Perrault ordered without hesitation.

"โยนไม้กระบองลง" เปอร์โรลต์สั่งโดยไม่ลังเล

François obeyed, and Buck immediately trotted forward proudly.

ฟรานซัวส์เชื่อฟัง

และบัคก็เดินเร็วไปข้างหน้าด้วยความภาคภูมิใจทันที

He laughed triumphantly and stepped into the lead position.

เขาหัวเราะอย่างชัยชนะและก้าวขึ้นเป็นผู้นำ

François secured his traces, and the sled was broken loose.

ฟรานซัวส์รักษาร่องรอยของเขาไว้ และเลื่อนก็หลุดออก

Both men ran alongside as the team raced onto the river trail.

ชายทั้งสองวิ่งไปพร้อม ๆ
กันในขณะที่ทีมกำลังแข่งขันกันบนเส้นทางริมแม่น้ำ

François had thought highly of Buck's "two devils,"

ฟรานซัวส์มีความคิดเห็นที่ดีเกี่ยวกับ "ปีศาจสองตน" ของบัค

but he soon realized he had actually underestimated the dog.

แต่ไม่นานเขาก็ตระหนักได้ว่าที่จริงแล้วเขาประเมินสุนัขตัวนี้ต่ำไป

Buck quickly assumed leadership and performed with excellence.

บัครับตำแหน่งผู้นำอย่างรวดเร็วและมีผลงานที่ยอดเยี่ยม

In judgment, quick thinking, and fast action, Buck surpassed Spitz.

ในเรื่องของการตัดสินใจ การคิดอย่างรวดเร็ว
และการกระทำที่รวดเร็ว บัคก็แซงหน้าสปิตซ์ไป

François had never seen a dog equal to what Buck now displayed.

ฟรานซัวส์ไม่เคยเห็นสุนัขที่ทัดเทียมกับสิ่งที่บัคแสดงให้เห็นตอน
นี้มาก่อน

But Buck truly excelled in enforcing order and commanding respect.

แต่บัคมีความโดดเด่นในด้านการรักษาความสงบเรียบร้อยและการ
สั่งให้คนอื่นเคารพ

Dave and Solleks accepted the change without concern or protest.

เดฟและโซเลกส์ยอมรับการเปลี่ยนแปลงโดยปราศจากความกังวล
หรือการประท้วง

They focused only on work and pulling hard in the reins.
พวกเขาเน้นแต่เรื่องการทำงานและการดึงบังเหียนอย่างหนัก

They cared little who led, so long as the sled kept moving.
พวกเขาไม่สนใจว่าใครจะเป็นผู้นำตราบใดที่รถเลื่อนยังคงเคลื่อนที่ต่อไป

Billee, the cheerful one, could have led for all they cared.
บิลลี่ผู้ร่าเริงสามารถนำได้เท่าที่พวกเขาสนใจ

What mattered to them was peace and order in the ranks.
สิ่งที่สำคัญสำหรับพวกเขาคือสันติภาพและความสงบเรียบร้อยในหมู่ทหาร

The rest of the team had grown unruly during Spitz's decline.
ส่วนที่เหลือของทีมเติบโตขึ้นอย่างไม่เป็นระเบียบในช่วงที่ Spitz เสื่อมถอย

They were shocked when Buck immediately brought them to order.
พวกเขาตกตะลึงเมื่อบัคนำพวกมันมาสั่งทันที

Pike had always been lazy and dragging his feet behind Buck.
ไพค์เป็นคนขี้เกียจและชอบลากเท้าตามหลังบัคอยู่เสมอ

But now was sharply disciplined by the new leadership.
แต่ตอนนี้ได้รับการฝึกฝนอย่างเข้มงวดจากผู้นำคนใหม่

And he quickly learned to pull his weight in the team.
และเขาเรียนรู้ที่จะดึงน้ำหนักของเขาในทีมได้อย่างรวดเร็ว

By the end of the day, Pike worked harder than ever before.
เมื่อสิ้นสุดวัน ไพค์ก็ทำงานหนักมากกว่าที่เคย

That night in camp, Joe, the sour dog, was finally subdued.

คืนนั้นในค่าย โจ เจ้าหมาเปรี้ยว ได้ถูกปราบลงในที่สุด

Spitz had failed to discipline him, but Buck did not fail.

สปิทซ์ล้มเหลวในการลงโทษเขา แต่บัคไม่ล้มเหลว

Using his greater weight, Buck overwhelmed Joe in seconds.

บัคใช้พลังน้ำหนักที่มากขึ้นเอาชนะโจได้ภายในไม่กี่วินาที

He bit and battered Joe until he whimpered and ceased resisting.

เขาขบและทุบตีโจจนกระทั่งเขาครางและหยุดต่อต้าน

The whole team improved from that moment on.

ทั้งทีมได้รับการปรับปรุงนับตั้งแต่วินาทีนั้นเป็นต้นมา

The dogs regained their old unity and discipline.

สุนัขกลับมามีความสามัคคีและมีวินัยเหมือนเช่นเคย

At Rink Rapids, two new native huskies, Teek and Koona, joined.

ที่ Rink Rapids สุนัขฮัสกี้พื้นเมือง 2 ตัวใหม่ชื่อ Teek และ Koona ได้เข้าร่วมด้วย

Buck's swift training of them astonished even François.

การฝึกอย่างรวดเร็วของบัคทำให้แม้แต่ฟรานซัวส์ก็ประหลาดใจ

"Never was there such a dog as that Buck!" he cried in amazement.

"ไม่เคยมีหมาตัวไหนเหมือนบัคตัวนั้นเลย!"

เขาร้องด้วยความประหลาดใจ

"No, never! He's worth one thousand dollars, by God!"

"ไม่หรอก ไม่มีวัน! เขามีค่าหนึ่งพันเหรียญแน่ พระเจ้า!"

"Eh? What do you say, Perrault?" he asked with pride.

"เอ๊ะ คุณว่ายังไงบ้าง เปอร์โรลต์" เขาถามด้วยความภาคภูมิใจ

Perrault nodded in agreement and checked his notes.

เพอร์โรลต์พยักหน้าเห็นด้วยและตรวจสอบบันทึกของเขา

We're already ahead of schedule and gaining more each day.
เราก้าวหน้ากว่ากำหนดแล้วและได้รับมากขึ้นทุกวัน

The trail was hard-packed and smooth, with no fresh snow.
เส้นทางเป็นพื้นแข็งและเรียบ ไม่มีหิมะตกใหม่

The cold was steady, hovering at fifty below zero throughout.
อากาศหนาวเย็นคงที่ อยู่ที่ประมาณ 50 องศาต่ำกว่าศูนย์ตลอด

The men rode and ran in turns to keep warm and make time.
ผู้ชายขี่และวิ่งสลับกันเพื่อให้ร่างกายอบอุ่นและเพื่อประหยัดเวลา

The dogs ran fast with few stops, always pushing forward.
สุนัขวิ่งเร็วมากโดยมีการหยุดเพียงไม่กี่ครั้ง

และพยายามวิ่งไปข้างหน้าเสมอ

The Thirty Mile River was mostly frozen and easy to travel across.
แม่น้ำเธิร์ตี้ไมล์ส่วนใหญ่เป็นน้ำแข็งและสามารถสัญจรข้ามได้ง่าย

They went out in one day what had taken ten days coming in.
พวกเขาออกไปภายในหนึ่งวัน แต่ใช้เวลาเดินทางถึงสิบวัน

They made a sixty-mile dash from Lake Le Barge to White Horse.
พวกเขาวิ่งระยะทาง 60

ไมล์จากทะเลสาบเลอบาร์จไปยังไวท์ฮอร์ส

Across Marsh, Tagish, and Bennett Lakes they moved incredibly fast.
เมื่อข้ามทะเลสาบ Marsh, Tagish และ Bennett

พวกมันก็เคลื่อนที่เร็วมาก

The running man towed behind the sled on a rope.
ชายที่กำลังวิ่งอยู่ถูกดึงไปด้านหลังรถเลื่อนด้วยเชือก

On the last night of week two they got to their destination.

ในคืนสุดท้ายของสัปดาห์ที่สองพวกเขาก็มาถึงจุดหมายปลายทาง

They had reached the top of White Pass together.

พวกเขามาถึงยอดไวท์พาสพร้อมกัน

They dropped down to sea level with Skaguay's lights below them.

พวกเขาดำดิ่งลงสู่ระดับน้ำทะเล โดยมีแสงไฟ Skaguay อยู่ด้านล่าง

It had been a record-setting run across miles of cold wilderness.

เป็นการวิ่งที่สร้างสถิติใหม่ผ่านป่าดงดิบอันหนาวเหน็บเป็นระยะทางหลายไมล์

For fourteen days straight, they averaged a strong forty miles.

พวกเขาวิ่งได้เฉลี่ยระยะทาง 40 ไมล์ติดต่อกันเป็นเวลา 14 วัน

In Skaguay, Perrault and François moved cargo through town.

ในเมืองสเกกวัย เปอร์โรลต์และฟรานซัวส์ขนส่งสินค้าผ่านเมือง

They were cheered and offered many drinks by admiring crowds.

พวกเขาได้รับเสียงเชียร์และเสนอเครื่องดื่มมากมายจากฝูงชนที่ชื่นชม

Dog-busters and workers gathered around the famous dog team.

บรรดาผู้ปราบปรามสุนัขและคนงานมารวมตัวกันรอบ ๆ ทีมสุนัขชื่อดัง

Then western outlaws came to town and met violent defeat.

จากนั้นพวกนอกกฎหมายชาวตะวันตกก็เข้ามาในเมืองและพบกับความพ่ายแพ้อย่างรุนแรง

The people soon forgot the team and focused on new drama.
ผู้คนลืมทีมงานไปในไม่ช้าและหันไปสนใจละครใหม่

Then came the new orders that changed everything at once.
จากนั้นก็มาถึงคำสั่งใหม่ที่เข้ามาเปลี่ยนแปลงทุกสิ่งทุกอย่างทันที

François called Buck to him and hugged him with tearful pride.
ฟรานซัวส์เรียกบัคมาหาเขาและกอดเขาด้วยน้ำตาแห่งความภูมิใจ

That moment was the last time Buck ever saw François again.
ช่วงเวลานั้นเป็นครั้งสุดท้ายที่บัคได้พบกับฟรานซัวส์อีกครั้ง

Like many men before, both François and Perrault were gone.
เช่นเดียวกับผู้ชายหลายคนก่อนหน้านี้

ทั้งฟรานซัวส์และแปร์โรลต์ต่างก็จากไป

A Scotch half-breed took charge of Buck and his sled dog teammates.
สุนัขพันธุ์ผสมสก็อตรับหน้าที่ดูแลบัคและเพื่อนร่วมทีมสุนัขลากเลื่อนของเขา

With a dozen other dog teams, they returned along the trail to Dawson.
พวกมันพร้อมสุนัขอีกหลายฝูงเดินทางกลับมาตามเส้นทางสู่เมืองดอว์สัน

It was no fast run now—just heavy toil with a heavy load each day.
ตอนนี้มันไม่ได้เป็นการวิ่งเร็วอีกต่อไป

แต่เป็นเพียงงานหนักที่ต้องแบกรับภาระมากมายในแต่ละวัน

This was the mail train, bringing word to gold hunters near the Pole.
นี่คือรถไฟไปรษณีย์ที่นำข่าวไปยังนักล่าทองคำใกล้ขั้วโลก

Buck disliked the work but bore it well, taking pride in his effort.

บัคไม่ชอบงานชิ้นนี้แต่ก็ทนมันได้ดี

และภูมิใจในความพยายามของเขา

Like Dave and Solleks, Buck showed devotion to every daily task.

เช่นเดียวกับเดฟและโซเลกส์

บัคแสดงให้เห็นถึงความทุ่มเทในการทำงานแต่ละวัน

He made sure his teammates each pulled their fair weight.

เขาทำให้แน่ใจว่าเพื่อนร่วมทีมของเขาแต่ละคนดึงน้ำหนักที่ยุติธรรมของพวกเขา

Trail life became dull, repeated with the precision of a machine.

ชีวิตบนเส้นทางนั้นน่าเบื่อหน่าย

ซ้ำแล้วซ้ำเล่าด้วยความแม่นยำเหมือนเครื่องจักร

Each day felt the same, one morning blending into the next.

แต่ละวันรู้สึกเหมือนกัน เช้าวันหนึ่งค่อยๆ กลายเป็นเช้าวันใหม่

At the same hour, the cooks rose to build fires and prepare food.

ในเวลาเดียวกัน พ่อครัวก็ลุกขึ้นก่อไฟและปรุงอาหาร

After breakfast, some left camp while others harnessed the dogs.

หลังจากรับประทานอาหารเช้าแล้ว บางคนก็ออกจากค่าย

ในขณะที่บางคนก็จูงสุนัข

They hit the trail before the dim warning of dawn touched the sky.

พวกเขาออกเดินทางก่อนที่เสียงเตือนรุ่งอรุณจะดังขึ้นบนท้องฟ้า

At night, they stopped to make camp, each man with a set duty.

เมื่อถึงกลางคืนพวกเขาก็หยุดพักเพื่อตั้งค่าย

โดยแต่ละคนมีหน้าที่ที่แตกต่างกันออกไป

Some pitched the tents, others cut firewood and gathered pine boughs.

บางคนก็กางเต็นท์ บางคนก็ตัดฟืนและเก็บกิ่งสน

Water or ice was carried back to the cooks for the evening meal.

น้ำและน้ำแข็งถูกนำกลับไปให้พ่อครัวเพื่อรับประทานมื้อเย็น

The dogs were fed, and this was the best part of the day for them.

สุนัขได้กินอาหารแล้ว

และนี่คือช่วงเวลาที่ดีที่สุดของวันสำหรับพวกมัน

After eating fish, the dogs relaxed and lounged near the fire.

หลังจากกินปลาแล้ว สุนัขก็พักผ่อนและนอนเล่นใกล้กองไฟ

There were a hundred other dogs in the convoy to mingle with.

มีสุนัขอีกนับร้อยตัวในขบวนที่ต้องเข้าร่วมด้วย

Many of those dogs were fierce and quick to fight without warning.

สุนัขหลายตัวเหล่านี้ดุร้ายและต่อสู้อย่างรวดเร็วโดยไม่ทันตั้งตัว

But after three wins, Buck mastered even the fiercest fighters.

แต่หลังจากได้รับชัยชนะสามครั้ง

บัคก็สามารถเอาชนะแม้แต่ผู้ต่อสู้ที่ดุร้ายที่สุดได้

Now when Buck growled and showed his teeth, they stepped aside.

เมื่อบัคขู่และแสดงฟัน พวกมันก็ถอยไปข้างๆ

Perhaps best of all, Buck loved lying near the flickering campfire.

สิ่งที่ดีที่สุดก็คือ บัคชอบนอนใกล้กองไฟที่กำลังสั่นไหว

He crouched with hind legs tucked and front legs stretched ahead.

เขานอนหมอบ โดยพับขาหลังไว้และเหยียดขาหน้าไปข้างหน้า

His head was raised as he blinked softly at the glowing flames.

ศีรษะของเขาเงยขึ้นขณะที่เขากระพริบตาเบาๆ

ไปที่เปลวไฟที่เรืองแสง

Sometimes he recalled Judge Miller's big house in Santa Clara.

บางครั้งเขาก็นึกถึงบ้านหลังใหญ่ของผู้พิพากษามิลเลอร์ในซานตา

คลารา

He thought of the cement pool, of Ysabel, and the pug called Toots.

เขาคิดถึงสระซีเมนต์ของอิซาเบลและสุนัขพันธุ์ปั๊กที่ชื่อทูทส์

But more often he remembered the man with the red sweater's club.

แต่บ่อยครั้งที่เขาจำสโมสรของชายที่สวมเสื้อสเวตเตอร์สีแดงได้มากกว่า

He remembered Curly's death and his fierce battle with Spitz.

เขาจดจำการตายของเคอร์ลี่และการต่อสู้อันดุเดือดของเขากับสปิทซ์ได้

He also recalled the good food he had eaten or still dreamed of.

เขายังนึกถึงอาหารดีๆ ที่เขาเคยกินหรือยังคงฝันถึงอีกด้วย

Buck was not homesick—the warm valley was distant and unreal.

บัคไม่ได้คิดถึงบ้าน—หุบเขาอันอบอุ่นอยู่ห่างไกลและไม่จริง

Memories of California no longer held any real pull over him.

ความทรงจำเกี่ยวกับแคลิฟอร์เนียไม่ได้ดึงดูดเขาอีกต่อไป

Stronger than memory were instincts deep in his bloodline.

แข็งแกร่งยิ่งกว่าความทรงจำคือสัญชาตญาณที่ฝังลึกอยู่ในสายเลือดของเขา

Habits once lost had returned, revived by the trail and the wild.

นิสัยที่เคยหายไปก็กลับคืนมา

โดยได้รับการฟื้นคืนมาจากเส้นทางและความเป็นธรรมชาติ

As Buck watched the firelight, it sometimes became something else.

เมื่อบัคมองดูแสงไฟ บางครั้งก็กลายเป็นสิ่งอื่น

He saw in the firelight another fire, older and deeper than the present one.

เขาเห็นไฟอีกดวงหนึ่งในแสงไฟ

ซึ่งเก่ากว่าและเข้มกว่าดวงปัจจุบัน

Beside that other fire crouched a man unlike the half-breed cook.

ข้างๆ ไฟอีกกองหนึ่งมีชายคนหนึ่งหมอบอยู่

ไม่เหมือนพ่อครัวลูกครึ่ง

This figure had short legs, long arms, and hard, knotted muscles.

รูปร่างนี้มีขาที่สั้น แขนยาว และกล้ามเนื้อที่แข็งเป็นปม

His hair was long and matted, sloping backward from the eyes.

ผมของเขายาวและยุ่งเหยิงลาดลงมาด้านหลังจากดวงตา

He made strange sounds and stared out in fear at the darkness.

เขาส่งเสียงแปลกๆ และจ้องมองออกไปด้วยความกลัวในความมืด

He held a stone club low, gripped tightly in his long rough hand.

เขาถือกระบองหินไว้ต่ำโดยกำไว้แน่นด้วยมือที่ยาวและหยาบของเขา

The man wore little; just a charred skin that hung down his back.

ชายผู้นั้นสวมเสื้อผ้าเพียงน้อยชิ้น

มีเพียงผิวหนังที่ไหม้เกรียมห้อยลงมาตามหลังของเขา

His body was covered with thick hair across arms, chest, and thighs.

ร่างกายของเขาปกคลุมไปด้วยขนหนาตามแขน หน้าอก และต้นขา

Some parts of the hair were tangled into patches of rough fur.

เส้นผมบางส่วนพันกันเป็นปื้นๆ เหมือนขนหยาบๆ

He did not stand straight but bent forward from the hips to knees.

เขาไม่ได้ยืนตัวตรง แต่โน้มตัวไปข้างหน้าตั้งแต่สะโพกถึงเข่า

His steps were springy and catlike, as if always ready to leap.

ก้าวเดินของเขามีความยืดหยุ่นเหมือนแมว

ราวกับว่าเขาพร้อมที่จะกระโดดอยู่เสมอ

There was a sharp alertness, like he lived in constant fear.

มีอารมณ์ตื่นตัวอย่างรุนแรง

เหมือนกับว่าเขามีชีวิตอยู่ด้วยความหวาดกลัวตลอดเวลา

This ancient man seemed to expect danger, whether the danger was seen or not.

ชายในสมัยก่อนผู้นี้ดูเหมือนจะคาดหวังถึงอันตราย

ไม่ว่าจะมองเห็นอันตรายนั้นหรือไม่ก็ตาม

At times the hairy man slept by the fire, head tucked
between legs.

บางครั้งชายที่มีขนดกจะนอนหลับอยู่ข้างกองไฟ

โดยเอาหัวซุกไว้ระหว่างขา

His elbows rested on his knees, hands clasped above his
head.

ข้อศอกของเขาวางอยู่บนเข่าและมือของเขาประสานกันไว้เหนือศี

รษะ

Like a dog he used his hairy arms to shed off the falling rain.

เขาใช้แขนที่มีขนดกปัดน้ำฝนออกไปเหมือนกับสุนัข

Beyond the firelight, Buck saw twin coals glowing in the
dark.

เหนือแสงไฟ บัคมองเห็นถ่านแฝดเรืองแสงในความมืด

Always two by two, they were the eyes of stalking beasts of
prey.

พวกมันเป็นดวงตาของสัตว์ร้ายที่กำลังล่าเหยื่ออยู่เสมอ

โดยจ้องมาที่สองต่อสองเสมอ

He heard bodies crash through brush and sounds made in
the night.

เขาได้ยินเสียงร่างกายกระแทกเข้ากับพุ่มไม้และเสียงดังที่เกิดขึ้นใ

นยามค่ำคืน

Lying on the Yukon bank, blinking, Buck dreamed by the
fire.

บัคนอนอยู่ริมฝั่งแม่น้ำยูคอน กระพริบตาและฝันถึงกองไฟ

The sights and sounds of that wild world made his hair
stand up.

ภาพและเสียงของโลกอันดุร้ายนั้นทำเอาผมของเขาลุกตั้งขึ้น

The fur rose along his back, his shoulders, and up his neck.

ขนลุกไปตามหลัง ไหล่ และคอของเขา

He whimpered softly or gave a low growl deep in his chest.

เขาครางเบาๆ หรือส่งเสียงคำรามลึกๆ ลงในอกของเขา

Then the half-breed cook shouted, "Hey, you Buck, wake up!"

จากนั้นพ่อครัวลูกครึ่งก็ตะโกนว่า "เฮ้ คุณบัค ตื่นได้แล้ว!"

The dream world vanished, and real life returned to Buck's eyes.

โลกแห่งความฝันหายไป

และชีวิตจริงกลับคืนสู่ดวงตาของบัคอีกครั้ง

He was going to get up, stretch, and yawn, as if woken from a nap.

เขาจะลุกขึ้น ยืดตัว และหาว เหมือนกับตื่นจากการงีบหลับ

The trip was hard, with the mail sled dragging behind them.

การเดินทางเป็นเรื่องยาก

เพราะมีรถเลื่อนไปรษณีย์ลากตามหลังมาด้วย

Heavy loads and tough work wore down the dogs each long day.

การทำงานหนักและการทำงานหนักทำให้สุนัขเหนื่อยล้าในแต่ละวัน

They reached Dawson thin, tired, and needing over a week's rest.

พวกเขามาถึงเมืองดอว์สันในสภาพที่ผอมแห้ง เหนื่อยล้า

และต้องการพักผ่อนนานกว่าหนึ่งสัปดาห์

But only two days later, they set out down the Yukon again.

แต่เพียงสองวันต่อมาพวกเขาก็ออกเดินทางตามแม่น้ำยูคอนอีกครั้ง

They were loaded with more letters bound for the outside world.

พวกเขาบรรจุจดหมายอีกมากมายซึ่งมุ่งหน้าไปยังโลกภายนอก

The dogs were exhausted and the men were complaining constantly.

สุนัขเหนื่อยมาก และผู้ชายก็บ่นอยู่ตลอดเวลา

Snow fell every day, softening the trail and slowing the sleds.

หิมะตกทุกวัน

ทำให้เส้นทางนุ่มนวลขึ้นและรถเลื่อนหิมะเคลื่อนที่ได้ช้าลง

This made for harder pulling and more drag on the runners.

ทำให้การดึงยากขึ้นและแรงต้านต่อผู้วิ่งมากขึ้น

Despite that, the drivers were fair and cared for their teams.

แม้จะเป็นเช่นนั้น

แต่คนขับก็ยังคงยุติธรรมและใส่ใจทีมของพวกเขา

Each night, the dogs were fed before the men got to eat.

ในแต่ละคืน สุนัขจะได้รับอาหารก่อนที่ผู้ชายจะได้กินอาหาร

No man slept before checking the feet of his own dog's.

ไม่มีใครนอนหลับ โดยไม่ตรวจดูเท้าสุนัขของตัวเอง

Still, the dogs grew weaker as the miles wore on their bodies.

อย่างไรก็ตาม

สุนัขกลับอ่อนแอลงเมื่อร่างกายของพวกมันต้องทำงานหนักขึ้น

They had traveled eighteen hundred miles through the winter.

พวกเขาเดินทางได้หนึ่งพันแปดร้อยไมล์ในช่วงฤดูหนาว

They pulled sleds across every mile of that brutal distance.

พวกเขาลากเลื่อนข้ามทุกไมล์ในระยะทางอันโหดร้ายนั้น

Even the toughest sled dogs feel strain after so many miles.

แม้แต่สุนัขลากเลื่อนที่แข็งแกร่งที่สุดก็ยังรู้สึกถึงความเครียดหลังจากเดินทางเป็นระยะทางหลายไมล์

Buck held on, kept his team working, and maintained discipline.

บัคยึดมั่นทำให้ทีมของเขาทำงานและรักษาวินัยไว้

But Buck was tired, just like the others on the long journey.

แต่บัคก็เหนื่อยเช่นเดียวกับคนอื่นๆ ในการเดินทางอันยาวไกล

Billee whimpered and cried in his sleep each night without fail.

บิลลี่คร่ำครวญและร้องไห้ในขณะหลับทุกคืนโดยไม่พลาด

Joe grew even more bitter, and Solleks stayed cold and distant.

โจยิ่งรู้สึกขมขื่นมากขึ้น และโซเลกส์ก็ยังคงเย็นชาและห่างเหิน

But it was Dave who suffered the worst out of the entire team.

แต่เดฟคือคนที่ต้องทนทุกข์ทรมานมากที่สุดในทีม

Something had gone wrong inside him, though no one knew what.

มีบางสิ่งบางอย่างผิดปกติภายในตัวเขา

แม้จะไม่มีใครรู้ว่าคืออะไรก็ตาม

He became moodier and snapped at others with growing anger.

เขาเริ่มอารมณ์แปรปรวนมากขึ้น และโกรธคนอื่นมากขึ้น

Each night he went straight to his nest, waiting to be fed.

ในแต่ละคืนมันจะตรงไปยังรังของมันเพื่อรอรับอาหาร

Once he was down, Dave did not get up again till morning.

เมื่อเขาลงมาแล้ว เดฟก็ไม่ลุกขึ้นอีกเลยจนกระทั่งเช้า

On the reins, sudden jerks or starts made him cry out in pain.

เมื่อบังคับม้าให้กระตุกหรือเริ่มกระทันหัน

เขาจะร้องออกมาด้วยความเจ็บปวด

His driver searched for the cause, but found no injury on him.

คนขับรถของเขาพยายามค้นหาสาเหตุ แต่ไม่พบผู้ได้รับบาดเจ็บ

All the drivers began watching Dave and discussed his case.

คนขับรถทุกคนเริ่มมองดูเดฟและพูดคุยเกี่ยวกับกรณีของเขา

They talked at meals and during their final smoke of the day.

พวกเขาคุยกันระหว่างมื้ออาหารและระหว่างสูบบุหรี่ครั้งสุดท้ายของวัน

One night they held a meeting and brought Dave to the fire.

คืนหนึ่งพวกเขาประชุมกันและพาเดฟไปที่กองไฟ

They pressed and probed his body, and he cried out often.

พวกเขาพยายามบีบบังคับและตรวจค้นร่างกายของเขาจนเขาต้องร้องตะโกนบ่อยครั้ง

Clearly, something was wrong, though no bones seemed broken.

เห็นได้ชัดว่ามีบางอย่างผิดปกติ

แม้ว่าจะไม่มีกระดูกใดที่ดูเหมือนจะหักก็ตาม

By the time they reached Cassiar Bar, Dave was falling down.

ตอนที่พวกเขาไปถึงคาสเซียร์ บาร์ เดฟก็ล้มลงแล้ว

The Scotch half-breed called a halt and removed Dave from the team.

ลูกครึ่งสก็อตแลนด์สั่งหยุดและไล่เดฟออกจากทีม

He fastened Solleks in Dave's place, closest to the sled's front.

เขายึด Solleks ไว้แทน Dave

ซึ่งอยู่ใกล้กับด้านหน้าของรถเลื่อนมากที่สุด

He meant to let Dave rest and run free behind the moving sled.

เขาตั้งใจจะปล่อยให้เดฟได้พักผ่อนและวิ่งเล่นตามเลื่อนที่กำลังเคลื่อนที่

But even sick, Dave hated being taken from the job he had owned.

แต่ถึงแม้จะป่วย เดฟก็ยังเกลียดที่จะถูกหักออกจากงานที่เขาเคยทำ

He growled and whimpered as the reins were pulled from his body.

เขาขู่และครางครวญขณะที่สายบังเหียนถูกดึงออกจากตัวของเขา

When he saw Solleks in his place, he cried with broken-hearted pain.

เมื่อเห็นโซเลคส์อยู่ในสถานที่ของเขา

เขาก็ร้องไห้ด้วยความเจ็บปวดใจสลาย

The pride of trail work was deep in Dave, even as death approached.

ความภาคภูมิใจในการทำงานเส้นทางยังคงอยู่ในตัวเดฟ

แม้ว่าความตายจะใกล้เข้ามา

As the sled moved, Dave floundered through soft snow near the trail.

ขณะที่รถเลื่อนเคลื่อนที่

เดฟก็ดิ้นรนไปในหิมะที่อ่อนนุ่มใกล้เส้นทาง

He attacked Solleks, biting and pushing him from the sled's side.

เขาโจมตีโซเลกส์โดยกัดและผลักเขาจากด้านข้างของรถเลื่อน

Dave tried to leap into the harness and reclaim his working spot.

เดฟพยายามกระโดดเข้าไปในสายรัดและกลับมายืนที่เดิมเพื่อทำงาน

He yelped, whined, and cried, torn between pain and pride in labor.

เขาส่งเสียงร้องโหยหวน คร่ำครวญ และร้องไห้

สับสนระหว่างความเจ็บปวดและความภาคภูมิใจในการทำงานหนัก

The half-breed used his whip to try driving Dave away from the team.

ลูกครึ่งใช้แส้ของเขาเพื่อพยายามไล่เดฟออกไปจากทีม

But Dave ignored the lash, and the man couldn't strike him harder.

แต่เดฟไม่สนใจการเฆี่ยนตี

และชายคนนั้นก็ไม่สามารถตีเขาได้แรงกว่านี้

Dave refused the easier path behind the sled, where snow was packed.

เดฟปฏิเสธเส้นทางที่ง่ายกว่าด้านหลังรถเลื่อนซึ่งมีหิมะปกคลุมอยู่

Instead, he struggled in the deep snow beside the trail, in misery.

แต่เขาต้องดิ้นรนต่อสู้ในหิมะลึกข้างเส้นทางอย่างทุกข์ทรมาน

Eventually, Dave collapsed, lying in the snow and howling in pain.

ในที่สุด เดฟก็ล้มลง นอนอยู่บนหิมะ

และร้องโหยหวนด้วยความเจ็บปวด

He cried out as the long train of sleds passed him one by one.

เขาร้องตะโกนในขณะที่ขบวนรถเลื่อนยาววิ่งผ่านเขาไปทีละคัน

Still, with what strength remained, he rose and stumbled after them.

แม้ว่าเขาจะยังมีพละกำลังเหลืออยู่

แต่เขาก็ยังคงลุกขึ้นและเดินตามพวกเขาไป

He caught up when the train stopped again and found his old sled.

เขาตามทันเมื่อรถไฟหยุดอีกครั้งและพบเลื่อนเก่าของเขา

He floundered past the other teams and stood beside Solleks again.

เขาดิ้นรนแซงทีมอื่นๆ ไปและมายืนอยู่ข้างโซเลกส์อีกครั้ง

As the driver paused to light his pipe, Dave took his last chance.

ในขณะที่คนขับหยุดเพื่อจุดไปป์ เดฟก็คว้าโอกาสสุดท้ายของเขา

When the driver returned and shouted, the team didn't move forward.

เมื่อคนขับรถกลับมาและตะโกน ทีมก็ไม่ยอมเดินหน้าต่อ

The dogs had turned their heads, confused by the sudden stoppage.

สุนัขหันหัวไปมาเพราะสับสนจากการหยุดกะทันหัน

The driver was shocked too—the sled hadn't moved an inch forward.

คนขับก็ตกใจเช่นกัน

เพราะรถเลื่อนไม่ได้ขยับไปข้างหน้าแม้แต่น้อย

He called out to the others to come and see what had happened.

เขาเรียกคนอื่นๆ ให้มาดูว่าเกิดอะไรขึ้น

Dave had chewed through Solleks's reins, breaking both apart.

เดฟได้กัดสายบังเหียนของโซเลกส์จนขาดทั้งสองข้าง

Now he stood in front of the sled, back in his rightful position.

ตอนนี้เขายืนอยู่ข้างหน้ารถเลื่อน กลับสู่ตำแหน่งที่ถูกต้องของเขา

Dave looked up at the driver, silently pleading to stay in the traces.

เดฟเงยหน้าขึ้นมองคนขับ พร้อมกับอ้อนวอนอย่างเงียบๆ

ว่าอย่าให้ต้องจอดตาม

The driver was puzzled, unsure of what to do for the struggling dog.

คนขับรู้สึกงุนงง ไม่รู้ว่าจะต้องทำอย่างไรกับสุนัขที่กำลังดิ้นรนอยู่

The other men spoke of dogs who had died from being taken out.

ผู้ชายคนอื่นๆ พูดถึงสุนัขที่ตายจากการถูกพาออกไป

They told of old or injured dogs whose hearts broke when left behind.

พวกเขาเล่าถึงสุนัขแก่หรือสุนัขที่ได้รับบาดเจ็บที่หัวใจจะแตกสลา

ยเมื่อถูกทิ้งไว้ข้างหลัง

They agreed it was mercy to let Dave die while still in his harness.

พวกเขาตกลงกันว่าเป็นความเมตตาที่จะปล่อยให้เดฟตายในขณะที่

ยังอยู่ภายใต้การควบคุมของเขา

He was fastened back onto the sled, and Dave pulled with pride.

เขาถูกมัดกลับเข้ากับรถเลื่อน และเดฟก็ดึงรถด้วยความภาคภูมิใจ

Though he cried out at times, he worked as if pain could be ignored.

แม้ว่าบางครั้งเขาจะร้องไห้

แต่เขาก็ทำเหมือนกับว่าความเจ็บปวดนั้นไม่สามารถถูกละเลยได้

More than once he fell and was dragged before rising again.

มีหลายครั้งที่เขาล้มและถูกฉุดดึงก่อนจะลุกขึ้นมาอีกครั้ง

Once, the sled rolled over him, and he limped from that moment on.

ครั้งหนึ่ง รถเลื่อนกลิ้งทับเขา

และเขาก็เดินกะเผลกตั้งแต่นั้นเป็นต้นมา

Still, he worked until camp was reached, and then lay by the fire.

อย่างไรก็ตามเขายังคงทำงานจนกระทั่งถึงค่าย

แล้วจึงนอนอยู่ใกล้กองไฟ

By morning, Dave was too weak to travel or even stand upright.

เมื่อถึงเช้า

เดฟก็อ่อนแรงเกินกว่าจะเดินทางหรือแม้แต่จะยืนตรงได้

At harness-up time, he tried to reach his driver with trembling effort.

เมื่อถึงเวลารัดเข็มขัดนิรภัย

เขาพยายามจะเอื้อมถึงคนขับด้วยแรงอันสั่นเทา

He forced himself up, staggered, and collapsed onto the snowy ground.

เขาฝืนตัวเองลุกขึ้น เซ และล้มลงบนพื้นที่เต็มไปด้วยหิมะ

Using his front legs, he dragged his body toward the harnessing area.

เขาใช้ขาหน้าลากร่างไปยังบริเวณสายรัด

He hitched himself forward, inch by inch, toward the working dogs.

เขาค่อย ๆ ขยับตัวไปข้างหน้าทีละน้อยเพื่อเข้าหาสุนัขทำงาน

His strength gave out, but he kept moving in his last desperate push.

กำลังของเขาหมดลง

แต่เขายังคงเดินหน้าต่อไปในการผลักดันครั้งสุดท้ายอย่างสิ้นหวัง

His teammates saw him gasping in the snow, still longing to join them.

เพื่อนร่วมทีมของเขาเห็นเขาหายใจแรงในหิมะ

และยังคงปรารถนาที่จะเข้าร่วมกับพวกเขา

They heard him howling with sorrow as they left the camp behind.

พวกเขาได้ยินเขาคร่ำครวญด้วยความเศร้าโศกขณะที่พวกเขาออกจากค่าย

As the team vanished into trees, Dave's cry echoed behind them.

ในขณะที่ทีมหายลับเข้าไปในป่า

เสียงร้องของเดฟก็ดังสะท้อนอยู่ข้างหลังพวกเขา

The sled train halted briefly after crossing a stretch of river timber.

รถไฟเลื่อนหยุดชั่วครู่หลังจากข้ามท่อนไม้ริมแม่น้ำ

The Scotch half-breed walked slowly back toward the camp behind.

ลูกครึ่งสก็อตเดินช้าๆ กลับไปที่ค่ายด้านหลัง

The men stopped speaking when they saw him leave the sled train.

คนเหล่านั้นหยุดพูดคุยกันเมื่อเห็นเขาออกจากรถไฟเลื่อน

Then a single gunshot rang out clear and sharp across the trail.

จากนั้นก็มีเสียงปืนดังขึ้นชัดเจนและคมชัดข้ามเส้นทาง

The man returned quickly and took up his place without a word.

ชายผู้นั้นกลับมาอย่างรวดเร็วและไปยืนในตำแหน่งของเขาโดยไม่พูดอะไรสักคำ

Whips cracked, bells jingled, and the sleds rolled on through snow.

เสียงแส้สะบัดดัง ระฆังดังกริ๊ง และรถเลื่อนแล่นไปบนหิมะ

But Buck knew what had happened—and so did every other dog.

แต่บัครู้ว่าเกิดอะไรขึ้น และสุนัขตัวอื่นๆ ก็รู้เช่นกัน

The Toil of Reins and Trail

ความเหน็ดเหนื่อยของบังเหียนและเส้นทาง

Thirty days after leaving Dawson, the Salt Water Mail reached Skaguay.

สามสิบวันหลังจากออกจาก Dawson จดหมาย Salt Water Mail ก็มาถึง Skaguay

Buck and his teammates pulled the lead, arriving in pitiful condition.

บั๊กและเพื่อนร่วมทีมขึ้นนำ แต่มาในสภาพที่น่าสมเพช

Buck had dropped from one hundred forty to one hundred fifteen pounds.

น้ำหนักบัคลดลงจากหนึ่งร้อยสี่สิบปอนด์เหลือหนึ่งร้อยสิบห้าปอนด์

The other dogs, though smaller, had lost even more body weight.

สุนัขตัวอื่นๆ แม้จะมีขนาดเล็กกว่า แต่ก็สูญเสียน้ำหนักตัวมากกว่า

Pike, once a fake limper, now dragged a truly injured leg behind him.

ไพค์ที่เคยเป็นขาพิการปลอมๆ ตอนนี้ต้องลากขาที่บาดเจ็บจริงๆ ไว้ข้างหลัง

Solleks was limping badly, and Dub had a wrenched shoulder blade.

โซลเลกส์เดินกะเผลกอย่างหนัก

และดับก็มีกระดูกสะบักที่ได้รับบาดเจ็บ

Every dog in the team was footsore from weeks on the frozen trail.

สุนัขในทีมทุกตัวมีแผลที่เท้าจากการเดินบนเส้นทางที่เป็นน้ำแข็ง

มาเป็นเวลาหลายสัปดาห์

They had no spring left in their steps, only slow, dragging motion.

พวกเขาไม่มีแรงเดินเหลืออยู่เลย มีเพียงการเคลื่อนไหวช้าๆ

และลากยาว

Their feet hit the trail hard, each step adding more strain to their bodies.

เท้าของพวกเขาเหยียบลงบนเส้นทางอย่างแรง

โดยแต่ละก้าวก็ยิ่งทำให้ร่างกายต้องรับแรงกดดันมากขึ้น

They were not sick, only drained beyond all natural recovery.

พวกเขาไม่ได้ป่วย

เพียงแค่หมดเรี่ยวแรงจนไม่สามารถรักษาตัวเองได้อีกต่อไป

This was not tiredness from one hard day, cured with a night's rest.

นี่ไม่ใช่ความเหนื่อยล้าจากการทำงานหนักเพียงวันเดียว

แต่ก็หายได้ด้วยการพักผ่อนเพียงคืนเดียว

It was exhaustion built slowly through months of grueling effort.

มันเป็นความเหนื่อยล้าที่ค่อยๆ

สะสมจากความพยายามอย่างหนักเป็นเวลานานหลายเดือน

No reserve strength remained—they had used up every bit they had.

ไม่มีกำลังสำรองเหลืออยู่เลย พวกเขาใช้ไปหมดทุกหน่วยที่มีแล้ว

Every muscle, fiber, and cell in their bodies was spent and worn.

กล้ามเนื้อ เส้นใย

และเซลล์ทุกเซลล์ในร่างกายล้วนถูกใช้และสึกหรอไป

And there was a reason—they had covered twenty-five hundred miles.

และมีเหตุผล—พวกเขาได้เดินทางมาแล้วกว่าสองพันห้าร้อยไมล์

They had rested only five days during the last eighteen hundred miles.

พวกเขาได้พักผ่อนเพียงห้าวันเท่านั้นในช่วงหนึ่งพันแปดร้อยไมล์ที่ผ่านมา

When they reached Skaguay, they looked barely able to stand upright.

เมื่อพวกเขามาถึงสเกกวัย พวกเขาแทบจะยืนตัวตรงไม่ได้เลย

They struggled to keep the reins tight and stay ahead of the sled.

พวกเขาพยายามดิ้นรนที่จะบังคับสายบังเหียนให้แน่นและอยู่ข้างหน้ารถเลื่อน

On downhill slopes, they only managed to avoid being run over.

บนทางลาดลงพวกเขาทำได้เพียงหลีกเลี่ยงการถูกชนเท่านั้น

"March on, poor sore feet," the driver said as they limped along.

"เดินต่อไปเถอะ เท้าที่เจ็บ"

คนขับรถพูดขณะที่พวกเขาเดินกะเผลกไปเรื่อยๆ

"This is the last stretch, then we all get one long rest, for sure."

"นี่คือช่วงสุดท้ายแล้ว จากนั้นเราทุกคนจะได้พักผ่อนยาวๆ อย่างแน่นอน"

"One truly long rest," he promised, watching them stagger forward.

"การพักผ่อนอันยาวนานจริงๆ"

เขาสัญญาขณะมองดูพวกเขาเดินโซเซไปข้างหน้า

The drivers expected they were going to now get a long, needed break.

ผู้ขับขี่คาดหวังว่าพวกเขาจะได้พักเป็นเวลานานตามที่จำเป็น

They had traveled twelve hundred miles with only two days' rest.

พวกเขาเดินทางไปไกลถึงหนึ่งพันสองร้อยไมล์โดยมีเวลาพักผ่อนเพียงสองวัน

By fairness and reason, they felt they had earned time to relax.

ด้วยความยุติธรรมและเหตุผล

พวกเขารู้สึกว่าตนสมควรได้รับเวลาพักผ่อน

But too many had come to the Klondike, and too few had stayed home.

แต่มีคนจำนวนมากเกินไปที่ไปที่คลอนไดค์

และมีเพียงไม่กี่คนที่อยู่บ้าน

Letters from families flooded in, creating piles of delayed mail.

จดหมายจากครอบครัวต่างๆ หลั่งไหลเข้ามา

ทำให้เกิดจดหมายล่าช้าเป็นกอง

Official orders arrived—new Hudson Bay dogs were going to take over.

คำสั่งอย่างเป็นทางการมาถึงแล้ว—

สุนัขฮัดสันเบย์ตัวใหม่กำลังจะเข้ามารับหน้าที่แทน

The exhausted dogs, now called worthless, were to be disposed of.

สุนัขที่เหนื่อยล้าซึ่งปัจจุบันเรียกว่าไร้ค่าจะต้องถูกกำจัดทิ้ง

Since money mattered more than dogs, they were going to be sold cheaply.

เนื่องจากเงินสำคัญกว่าสุนัข จึงขายได้ในราคาถูก

Three more days passed before the dogs felt just how weak they were.

ผ่านไปอีกสามวันก่อนที่สุนัขจะรู้สึกว่ามันอ่อนแอแค่ไหน

On the fourth morning, two men from the States bought the whole team.

เช้าวันที่สี่ ผู้ชายสองคนจากอเมริกาซื้อทีมทั้งหมด

The sale included all the dogs, plus their worn harness gear.

การขายนี้รวมสุนัขทุกตัวพร้อมทั้งอุปกรณ์รัดตัวที่สึกหรอของสุนัขด้วย

The men called each other "Hal" and "Charles" as they completed the deal.

ชายทั้งสองเรียกกันว่า "ฮาล" และ "ชาร์ลส์"

ในขณะที่พวกเขาทำข้อตกลงเสร็จสิ้น

Charles was middle-aged, pale, with limp lips and fierce mustache tips.

ชาร์ลส์เป็นคนวัยกลางคน ผิวซีด

มีริมฝีปากเหี่ยวและมีหนวดที่แหลมคม

Hal was a young man, maybe nineteen, wearing a cartridge-stuffed belt.

ฮาลเป็นชายหนุ่มอายุน่าจะประมาณสิบเก้าปีที่สวมเข็มขัดที่ยัดด้วย
กระสุนปืน

The belt held a big revolver and a hunting knife, both
unused.

เข็มขัดมีปืนลูกโม่ขนาดใหญ่และมีดล่าสัตว์ซึ่งไม่ได้ใช้งานอยู่

It showed how inexperienced and unfit he was for northern
life.

มันแสดงให้เห็นว่าเขาขาดประสบการณ์และไม่เหมาะกับชีวิตในภ
าคเหนือ

Neither man belonged in the wild; their presence defied all
reason.

ทั้งสองมนุษย์ไม่ควรอยู่ในป่า

การมีอยู่ของพวกเขาขัดต่อเหตุผลใดๆ ทั้งสิ้น

Buck watched as money exchanged hands between buyer
and agent.

บั๊กเฝ้าดูขณะที่เงินถูกแลกเปลี่ยนระหว่างผู้ซื้อและตัวแทน

He knew the mail-train drivers were leaving his life like the
rest.

เขารู้ว่าพนักงานขับรถไฟไปรษณีย์กำลังจะทิ้งชีวิตเขาไปเช่นเดียว
กับคนอื่นๆ

They followed Perrault and François, now gone beyond
recall.

พวกเขาติดตาม Perrault และ François

จนไม่มีใครจำได้อีกต่อไปแล้ว

Buck and the team were led to their new owners' sloppy
camp.

บั๊กและทีมถูกนำไปยังค่ายทรุดโทรมของเจ้าของใหม่

The tent sagged, dishes were dirty, and everything lay in
disarray.

เต็นท์ทรุดโทรม จานชามสกปรก

และทุกสิ่งทุกอย่างไม่เป็นระเบียบ

Buck noticed a woman there too—Mercedes, Charles's wife and Hal's sister.

บัคสังเกตเห็นผู้หญิงคนหนึ่งตรงนั้นด้วย—เมอร์เซเดส

ภรรยาของชาร์ลส์ และน้องสาวของฮาล

They made a complete family, though far from suited to the trail.

พวกเขาสร้างครอบครัวที่สมบูรณ์แบบ

ถึงแม้จะไม่เหมาะกับเส้นทางก็ตาม

Buck watched nervously as the trio started packing the supplies.

บัคเฝ้าดูอย่างกังวลขณะที่ทั้งสามคนเริ่มเก็บสิ่งของ

They worked hard but without order—just fuss and wasted effort.

พวกเขาทำงานหนักแต่ไม่มีระเบียบ

มีแต่เรื่องวุ่นวายและความพยายามที่สูญเปล่า

The tent was rolled into a bulky shape, far too large for the sled.

เต็นท์ถูกม้วนเป็นรูปร่างใหญ่เทอะทะ

ใหญ่เกินกว่าที่จะบรรทุกเลื่อนได้

Dirty dishes were packed without being cleaned or dried at all.

จานสกปรกถูกบรรจุโดยไม่ได้ทำความสะอาดหรือทำให้แห้งเลย

Mercedes fluttered about, constantly talking, correcting, and meddling.

เมอร์เซเดสกระพือปีกอยู่ตลอดเวลา พูดคุย แก้ไข

และแทรกแซงอยู่ตลอดเวลา

When a sack was placed on front, she insisted it go on the back.

เมื่อวางกระสอบไว้ด้านหน้า เธอก็ยืนกรานให้วางไว้ด้านหลัง

She packed the sack in the bottom, and the next moment she needed it.

เธอบรรจุกระสอบไว้ที่ด้านล่างและวินาทีถัดไปเธอก็ต้องการมัน

So the sled was unpacked again to reach the one specific bag.

จากนั้นจึงนำเลื่อนออกมาอีกครั้งเพื่อไปหยิบถุงใบหนึ่งที่ต้องการ

Nearby, three men stood outside a tent, watching the scene unfold.

ใกล้ๆ กัน มีชายสามคนยืนอยู่หน้าเต็นท์ มองดูเหตุการณ์ที่เกิดขึ้น

They smiled, winked, and grinned at the newcomers' obvious confusion.

พวกเขายิ้ม กระพริบตา

และยิ้มกริ่มให้กับความสับสนที่ชัดเจนของผู้มาใหม่

"You've got a right heavy load already," said one of the men.

"คุณมีน้ำหนักมากจริงๆ นะ" ชายคนหนึ่งกล่าว

"I don't think you should carry that tent, but it's your choice."

"ฉันไม่คิดว่าคุณควรจะถือเต็นท์นั้นไป แต่เป็นทางเลือกของคุณ"

"Undreamed of!" cried Mercedes, throwing up her hands in despair.

"ไม่ฝันเลย!"

เมอร์เซเดสร้องออกมาพร้อมยกมือขึ้นด้วยความสิ้นหวัง

"How could I possibly travel without a tent to stay under?"

"ฉันจะเดินทางได้อย่างไรหากไม่มีเต็นท์ให้พักใต้หลังคา?"

"It's springtime—you won't see cold weather again," the man replied.

"ตอนนี้เป็นฤดูใบไม้ผลิแล้ว

คุณจะไม่เห็นอากาศหนาวเย็นอีกแล้ว" ชายคนนั้นตอบ

But she shook her head, and they kept piling items onto the sled.

แต่เธอส่ายหัว และพวกเขาก็ยังคงวางสิ่งของต่างๆ ไว้บนเลื่อน

The load towered dangerously high as they added the final things.

โหลดสูงจนเป็นอันตรายเมื่อพวกเขาเพิ่มสิ่งสุดท้ายเข้าไป

"Think the sled will ride?" asked one of the men with a skeptical look.

"คิดว่ารถเลื่อนจะขี่ได้เหรอ?" ชายคนหนึ่งถามด้วยท่าทางไม่เชื่อ

"Why shouldn't it?" Charles snapped back with sharp annoyance.

"ทำไมจะไม่ได้ล่ะ" ชาร์ลสสวนกลับด้วยความรำคาญอย่างรุนแรง

"Oh, that's all right," the man said quickly, backing away from offense.

"โอ้ ไม่เป็นไร" ชายคนนั้นพูดอย่างรวดเร็ว

และถอยห่างจากสิ่งที่กำลังทำอยู่

"I was only wondering—it just looked a bit too top-heavy to me."

"ฉันแค่สงสัยว่ามันดูหนักไปนิดสำหรับฉัน"

Charles turned away and tied down the load as best as he could.

ชาร์ลส์หันกลับไปและผูกภาระให้ดีที่สุดเท่าที่จะทำได้

But the lashings were loose and the packing poorly done overall.

แต่การผูกนั้นหลวมและการบรรจุโดยรวมก็ทำได้ไม่ดี

"Sure, the dogs will pull that all day," another man said sarcastically.

"แน่นอน สุนัขจะทำแบบนั้นตลอดทั้งวัน"

ชายอีกคนพูดอย่างประชดประชัน

"Of course," Hal replied coldly, grabbing the sled's long gee-pole.

"แน่นอน" ฮาลตอบอย่างเย็นชาขณะคว้าเสาค้ำที่ยาวของรถเลื่อน

With one hand on the pole, he swung the whip in the other.

เขาใช้มือข้างหนึ่งจับเสา และใช้มืออีกข้างฟาดแส้

"Let's go!" he shouted. "Move it!" urging the dogs to start.

"ไปกันเถอะ!" เขาร้องตะโกน "ขยับตัวหน่อย!" เร่งเร้าให้สุนัขเริ่ม

The dogs leaned into the harness and strained for a few moments.

สุนัขเอนตัวเข้าไปในสายรัดและเกร็งอยู่ครู่หนึ่ง

Then they stopped, unable to budge the overloaded sled an inch.

แล้วพวกเขาก็หยุดลง

โดยไม่สามารถขยับเลื่อนที่บรรทุกของเกินขนาดได้แม้แต่น้อย

"The lazy brutes!" Hal yelled, lifting the whip to strike them.

"พวกสัตว์ขี้เกียจ!"

ฮาลตะโกนพร้อมกับยกแส้ขึ้นเพื่อโจมตีพวกมัน

But Mercedes rushed in and seized the whip from Hal's hands.

แต่เมอร์เซเดสรีบเข้ามาและคว้าแส้จากมือของฮาล

"Oh, Hal, don't you dare hurt them," she cried in alarm.

"โอ้ ฮาล อย่าได้กล้าทำร้ายพวกเขานะ"

เธอร้องด้วยความตื่นตระหนก

"Promise me you'll be kind to them, or I won't go another step."

"สัญญากับฉันสิว่าคุณจะใจดีกับพวกเขา

ไม่งั้นฉันจะไม่ก้าวไปอีกขั้น"

"You don't know a thing about dogs," Hal snapped at his
sister.

"เธอไม่รู้เรื่องสุนัขเลย" ฮาลตะคอกใส่พี่สาวของเขา

"They're lazy, and the only way to move them is to whip
them."

"พวกมันขี้เกียจ

และวิธีเดียวที่จะเคลื่อนย้ายพวกมันได้คือการเฆี่ยนตีพวกมัน"

"Ask anyone—ask one of those men over there if you doubt
me."

"ถามใครก็ได้—ถามผู้ชายคนใดคนหนึ่งที่นั่นถ้าคุณสงสัยฉัน"

Mercedes looked at the onlookers with pleading, tearful
eyes.

เมอร์เซเดสมองดูผู้คนด้วยดวงตาที่วิงวอนและมีน้ำตาคลอเบ้า

Her face showed how deeply she hated the sight of any pain.

ใบหน้าของเธอแสดงให้เห็นว่าเธอเกลียดการเห็นความเจ็บปวดมา

กแค่ไหน

"They're weak, that's all," one man said. "They're worn
out."

ชายคนหนึ่งกล่าวว่า "พวกเขาอ่อนแอมาก พวกมันเหนื่อยล้า"

"They need rest—they've been worked too long without a
break."

"พวกเขาต้องการพักผ่อน—

พวกเขาทำงานมานานเกินไปโดยไม่ได้พักผ่อนเลย"

"Rest be cursed," Hal muttered with his lip curled.

"ขอให้คำสาปจงหมดไป" ฮาลพึมพำพร้อมกับยกริมฝีปากขึ้น

Mercedes gasped, clearly pained by the coarse word from
him.

เมอร์เซเดสหายใจไม่ออก

แสดงความเจ็บปวดอย่างเห็นได้ชัดจากคำพูดหยาบคายของเขา

Still, she stayed loyal and instantly defended her brother.

อย่างไรก็ตามเธอยังคงภักดีและปกป้องพี่ชายของเธอทันที

"Don't mind that man," she said to Hal. "They're our dogs."

"อย่าไปสนใจผู้ชายคนนั้นเลย" เธอกล่าวกับฮาล

"พวกมันเป็นหมาของเรา"

"You drive them as you see fit—do what you think is right."

"คุณขับมันตามที่คุณเห็นว่าเหมาะสม—

ทำในสิ่งที่คุณคิดว่าถูกต้อง"

Hal raised the whip and struck the dogs again without mercy.

ฮาลยกแส้ขึ้นและฟาดสุนัขอีกครั้งอย่างไม่ปรานี

They lunged forward, bodies low, feet pushing into the snow.

พวกเขาพุ่งตัวไปข้างหน้า ร่างกายต่ำลง และเท้าเหยียบไปในหิมะ

All their strength went into the pull, but the sled wasn't moving.

พวกเขาใช้พลังทั้งหมดไปกับการดึง แต่รถเลื่อนกลับไม่เคลื่อนที่

The sled stayed stuck, like an anchor frozen into the packed snow.

รถเลื่อนยังคงติดอยู่เหมือนกับสมอที่ถูกแช่แข็งในหิมะที่อัดแน่น

After a second effort, the dogs stopped again, panting hard.

หลังจากพยายามครั้งที่สอง สุนัขก็หยุดอีกครั้ง

และหายใจหอบอย่างหนัก

Hal raised the whip once more, just as Mercedes interfered again.

ฮาลยกแส้ขึ้นอีกครั้ง ในขณะที่เมอร์เซเดสเข้ามาขัดขวางอีกครั้ง

She dropped to her knees in front of Buck and hugged his neck.

เธอคุกเข่าลงตรงหน้าบัคและกอดคอเขา

Tears filled her eyes as she pleaded with the exhausted dog.

น้ำตาคลอเบ้าขณะที่เธอวิงวอนสุนัขที่เหนื่อยล้า

"You poor dears," she said, "why don't you just pull harder?"

"พวกคุณน่าสงสารจัง" เธอกล่าว "ทำไมคุณไม่ดึงแรงกว่านี้ล่ะ?"

"If you pull, then you won't get to be whipped like this."

"ถ้าดึงก็จะไม่ได้โดนตีแบบนี้"

Buck disliked Mercedes, but he was too tired to resist her now.

บัคไม่ชอบเมอร์เซเดส แต่เขาเหนื่อยเกินกว่าจะต่อต้านเธอตอนนี้

He accepted her tears as just another part of the miserable day.

เขารับน้ำตาของเธอว่าเป็นเพียงส่วนหนึ่งของวันอันน่าเศร้าเท่านั้น

One of the watching men finally spoke after holding back his anger.

ในที่สุดชายคนหนึ่งที่เฝ้าดูก็พูดขึ้นหลังจากพยายามระงับความโกรธไว้

"I don't care what happens to you folks, but those dogs matter."

"ฉันไม่สนใจว่าจะเกิดอะไรขึ้นกับพวกคุณ

แต่สุนัขพวกนั้นสำคัญ"

"If you want to help, break that sled loose —it's frozen to the snow."

"ถ้าคุณอยากช่วย ก็ช่วยดึงเลื่อนนั้นออกซะ

เพราะมันแข็งตัวจนติดหิมะแล้ว"

"Push hard on the gee-pole, right and left, and break the ice seal."

"กดเสาค้ำแรงๆ ทั้งขวาและซ้าย เพื่อทำลายผนึกน้ำแข็ง"

A third attempt was made, this time following the man's suggestion.

ความพยายามครั้งที่สามเกิดขึ้นคราวนี้ตามคำแนะนำของชายคนนี้

Hal rocked the sled from side to side, breaking the runners loose.

ฮาลโยกเลื่อนไปมา ทำให้ผู้วิ่งหลุดออกไป

The sled, though overloaded and awkward, finally lurched forward.

แม้ว่ารถเลื่อนจะบรรทุกเกินขนาดและดูไม่คล่องตัว

แต่ในที่สุดก็สามารถเคลื่อนตัวไปข้างหน้าได้

Buck and the others pulled wildly, driven by a storm of whiplashes.

บั๊กและคนอื่นๆ ดึงอย่างแรงจนเกิดการเหวี่ยงอย่างรุนแรง

A hundred yards ahead, the trail curved and sloped into the street.

เมื่อเดินไปข้างหน้าอีกร้อยหลา

เส้นทางก็โค้งและลาดลงไปบนถนน

It was going to have taken a skilled driver to keep the sled upright.

จำเป็นต้องมีคนขับที่มีทักษะจึงจะสามารถรักษาให้รถเลื่อนตั้งตรงได้

Hal was not skilled, and the sled tipped as it swung around the bend.

ฮาลไม่ชำนาญ และรถเลื่อนก็เอียงขณะแกว่งไปรอบๆ โค้ง

Loose lashings gave way, and half the load spilled onto the snow.

เชือกที่ผูกไว้หลวมๆ ทำให้หลุดออก

และครึ่งหนึ่งของน้ำหนักก็หกลงบนหิมะ

The dogs did not stop; the lighter sled flew along on its side.

สุนัขไม่ได้หยุด แต่รถเลื่อนที่เบากว่าก็บินไปด้านข้าง

Angry from abuse and the heavy burden, the dogs ran faster.

เนื่องจากความโกรธจากการถูกทารุณและภาระที่หนัก

จึงทำให้สุนัขวิ่งเร็วขึ้น

Buck, in fury, broke into a run, with the team following behind.

บัคโกรธมากและวิ่งออกไปโดยมีเพื่อนร่วมทีมวิ่งตามหลัง

Hal shouted "Whoa! Whoa!" but the team paid no attention to him.

ฮาลตะโกนว่า "ว้าว! ว้าว!" แต่ทีมงานไม่ได้สนใจเขาเลย

He tripped, fell, and was dragged along the ground by the harness.

เขาสะดุดล้มและถูกสายรัดดึงไปกับพื้น

The overturned sled bumped over him as the dogs raced on ahead.

รถเลื่อนที่พลิกคว่ำกระแทกเข้าใส่เขา

ขณะที่สุนัขวิ่งแซงหน้าเขาไป

The rest of the supplies scattered across Skaguay's busy street.

เสบียงที่เหลือกระจายอยู่ทั่วถนนสายหลักที่พลุกพล่านของเมืองส

กาเกวย์

Kind-hearted people rushed to stop the dogs and gather the gear.

คนใจดีต่างวิ่งไปหยุดสุนัขและเก็บอุปกรณ์ต่างๆ

They also gave advice, blunt and practical, to the new travelers.

พวกเขายังให้คำแนะนำที่ตรงไปตรงมาและปฏิบัติได้จริงแก่ผู้เดิน

ทางมือใหม่อีกด้วย

"If you want to reach Dawson, take half the load and double the dogs."

"หากคุณต้องการเข้าถึง Dawson จงเอาของไปครึ่งหนึ่ง

และเพิ่มสุนัขเป็นสองเท่า"

Hal, Charles, and Mercedes listened, though not with enthusiasm.

ฮาล ชาร์ลส์ และเมอร์เซเดสฟัง

แม้จะไม่ได้ด้วยความกระตือรือร้นก็ตาม

They pitched their tent and started sorting through their supplies.

พวกเขากางเต็นท์และเริ่มคัดแยกสิ่งของของตน

Out came canned goods, which made onlookers laugh aloud.

อาหารกระป๋องก็ถูกวางออกมาทำเอาผู้ที่เห็นเหตุการณ์หัวเราะออก

มาดังๆ

"Canned stuff on the trail? You'll starve before that melts," one said.

"ของกระป๋องบนเส้นทาง คุณจะอดตายก่อนที่มันจะละลาย"

คนหนึ่งกล่าว

"Hotel blankets? You're better off throwing them all out."

"ผ้าห่มโรงแรมเหรอ? โยนทิ้งไปเลยดีกว่า"

"Ditch the tent, too, and no one washes dishes here."

"รื้อเต็นท์ออกซะ แล้วที่นี่ก็ไม่มีใครล้างจาน"

"You think you're riding a Pullman train with servants on board?"

"คุณคิดว่าคุณกำลังนั่งรถไฟพูลแมนพร้อมคนรับใช้บนเครื่องเหรอ

?"

The process began—every useless item was tossed to the side.

กระบวนการเริ่มต้นขึ้น—สิ่งของไร้ประโยชน์ทุกชิ้นถูกโยนทิ้งไป

Mercedes cried when her bags were emptied onto the snowy ground.

เมอร์เซเดสร้องไห้ขณะที่กระเป๋าของเธอถูกเทลงบนพื้นที่เต็มไปด้วยหิมะ

She sobbed over every item thrown out, one by one without pause.

เธอสะอื้นไห้กับสิ่งของทุกชิ้นที่ถูกโยนออกไป

ทีละชิ้นโดยไม่หยุดพัก

She vowed not to go one more step—not even for ten Charleses.

นางปฏิญาณว่าจะไม่ก้าวไปอีกก้าวเดียว

แม้กระทั่งถึงชาร์ลส์สิบคนก็ตาม

She begged each person nearby to let her keep her precious things.

เธอขอร้องทุกคนที่อยู่ใกล้เคียงให้ยอมเก็บของมีค่าของเธอไว้ให้

At last, she wiped her eyes and began tossing even vital clothes.

ในที่สุดเธอก็เช็ดตาและเริ่มโยนแม้กระทั่งเสื้อผ้าที่สำคัญออกไป

When done with her own, she began emptying the men's supplies.

เมื่อจัดการของตัวเองเสร็จแล้ว เธอก็เริ่มขนของของผู้ชายออกไป

Like a whirlwind, she tore through Charles and Hal's belongings.

เธอฉีกข้าวของของชาร์ลส์และฮาลออกไปอย่างวุ่นวาย

Though the load was halved, it was still far heavier than needed.

แม้ว่าภาระจะลดลงครึ่งหนึ่ง แต่ก็ยังหนักกว่าที่จำเป็นมาก

That night, Charles and Hal went out and bought six new dogs.

คืนนั้น ชาร์ลสกับฮาลออกไปซื้อสุนัขใหม่มาหกตัว

These new dogs joined the original six, plus Teek and Koona.

สุนัขตัวใหม่เหล่านี้จะมาร่วมตัวกับสุนัขตัวเดิมทั้งหกตัว

พร้อมด้วย Teek และ Koona

Together they made a team of fourteen dogs hitched to the sled.

พวกเขารวมทีมสุนัขสิบสี่ตัวเข้ากับรถลากเลื่อน

But the new dogs were unfit and poorly trained for sled work.

แต่สุนัขใหม่ไม่เหมาะสมและได้รับการฝึกฝนในการลากเลื่อนไม่ดี

Three of the dogs were short-haired pointers, and one was a Newfoundland.

สุนัขสามตัวเป็นสุนัขพันธุ์พอยน์เตอร์ขนสั้น

และหนึ่งตัวเป็นพันธุ์นิวฟันด์แลนด์

The final two dogs were mutts of no clear breed or purpose at all.

สุนัขสองตัวสุดท้ายเป็นสุนัขจรจัดที่ไม่มีสายพันธุ์หรือวัตถุประสง
ค์ที่ชัดเจนใดๆ เลย

They didn't understand the trail, and they didn't learn it quickly.

พวกเขาไม่เข้าใจเส้นทางและ ไม่สามารถเรียนรู้ได้อย่างรวดเร็ว

Buck and his mates watched them with scorn and deep irritation.

บั๊กและเพื่อนๆ

ของเขามองดูพวกเขาด้วยความดูถูกและหงุดหงิดอย่างมาก

Though Buck taught them what not to do, he could not teach duty.

แม้ว่าบัคจะสอนพวกเขาว่าอะไรไม่ควรทำ

แต่เขาไม่สามารถสอนหน้าที่ได้

They didn't take well to trail life or the pull of reins and sleds.

พวกเขาไม่ยอมรับการใช้ชีวิตแบบตามรอยหรือการดึงสายบังคับและเลื่อน

Only the mongrels tried to adapt, and even they lacked fighting spirit.

มีเพียงพวกลูกผสมเท่านั้นที่พยายามปรับตัว

และแม้แต่พวกมันก็ขาดจิตวิญญาณนักสู้

The other dogs were confused, weakened, and broken by their new life.

สุนัขตัวอื่นๆ รู้สึกสับสน อ่อนแอ

และเสียใจกับชีวิตใหม่ของพวกมัน

With the new dogs clueless and the old ones exhausted, hope was thin.

เมื่อสุนัขตัวใหม่ยังไม่รู้เรื่อง และสุนัขตัวเก่าก็หมดแรง

ความหวังก็เริ่มริบหรี่

Buck's team had covered twenty-five hundred miles of harsh trail.

ทีมของบัคต้องเดินทางผ่านเส้นทางที่ยากลำบากกว่า 2,500 ไมล์

Still, the two men were cheerful and proud of their large dog team.

อย่างไรก็ตาม

ชายทั้งสองก็ยังคงร่าเริงและภูมิใจกับสุนัขตัวใหญ่ของพวกเขา

They thought they were traveling in style, with fourteen dogs hitched.

พวกเขาคิดว่าพวกเขาเดินทางอย่างมีสไตล์โดยมีสุนัขสิบสี่ตัวร่วมเดินทางด้วย

They had seen sleds leave for Dawson, and others arrive from it.

พวกเขาเห็นรถเลื่อนออกเดินทางไปยังเมืองดอว์สัน

และมีรถเลื่อนคันอื่นๆ ตามมาด้วย

But never had they seen one pulled by as many as fourteen dogs.

แต่ไม่เคยเห็นใครลากด้วยสุนัขมากถึงสิบสี่ตัวเลย

There was a reason such teams were rare in the Arctic wilderness.

มีเหตุผลว่าทำไมทีมดังกล่าวจึงหายากในถิ่นทุรกันดารอาร์กติก

No sled could carry enough food to feed fourteen dogs for the trip.

รถเลื่อนไม่มีทางบรรทุกอาหารพอเลี้ยงสุนัขได้ถึง 14

ตัวตลอดการเดินทาง

But Charles and Hal didn't know that—they had done the math.

แต่ชาร์ลส์และฮาลไม่รู้เรื่องนี้—พวกเขาคิดเลขไปแล้ว

They penciled out the food: so much per dog, so many days, done.

พวกเขาเขียนรายละเอียดอาหารไว้หมดแล้ว:

มากมายต่อสุนัขหนึ่งตัว หลายวัน เสร็จเรียบร้อย

Mercedes looked at their figures and nodded as if it made sense.

เมอร์เซเดสมองดูตัวเลขของพวกเขาและพยักหน้าราวกับว่ามันสมเหตุสมผล

It all seemed very simple to her, at least on paper.

สำหรับเธอแล้วทุกอย่างดูเรียบง่ายมาก อย่างน้อยก็บนกระดาษ

The next morning, Buck led the team slowly up the snowy
street.
เช้าวันรุ่งขึ้น บัคนำทีมเดินขึ้นถนนที่เต็มไปด้วยหิมะอย่างช้าๆ

There was no energy or spirit in him or the dogs behind
him.
ไม่มีพลังงานหรือจิตวิญญาณในตัวเขาหรือสุนัขที่อยู่ข้างหลังเขาเล
ย

They were dead tired from the start—there was no reserve
left.
พวกเขาเหนื่อยล้ามาตั้งแต่เริ่มต้น— ไม่มีพลังสำรองเหลืออยู่เลย

Buck had made four trips between Salt Water and Dawson
already.
บัคได้เดินทางระหว่างซอลท์วอเตอร์และดอว์สันไปแล้ว 4 ครั้ง

Now, faced with the same trail again, he felt nothing but
bitterness.
คราวนี้เมื่อต้องเผชิญกับเส้นทางเดิมอีกครั้ง

เขาไม่รู้สึกถึงสิ่งใดเลยนอกจากความขมขื่น

His heart was not in it, nor were the hearts of the other dogs.
หัวใจของเขาไม่ได้อยู่ในนั้น และหัวใจของสุนัขตัวอื่นก็เช่นกัน

The new dogs were timid, and the huskies lacked all trust.
สุนัขตัวใหม่ขี้อาย และฮัสกี้ก็ขาดความไว้วางใจ

Buck sensed he could not rely on these two men or their
sister.
บัคสัมผัสได้ว่าเขาไม่สามารถพึ่งพาผู้ชายสองคนนี้หรือพี่สาวของ

พวกเขาได้

They knew nothing and showed no signs of learning on the
trail.

พวกเขาไม่รู้อะไรเลยและไม่มีทีท่าว่าเรียนรู้อะไรเลยบนเส้นทาง

They were disorganized and lacked any sense of discipline.

พวกเขาไร้ระเบียบและขาดวินัย

It took them half the night to set up a sloppy camp each time.

พวกเขาใช้เวลาครึ่งคืนในการตั้งแคมป์อย่างลวกๆ ทุกครั้ง

And half the next morning they spent fumbling with the sled again.

และครึ่งเช้าของอีกวันพวกเขาก็ใช้เวลาคลำหาเลื่อนอีกครั้ง

By noon, they often stopped just to fix the uneven load.

พอถึงเที่ยงคนมักจะหยุดเพื่อซ่อมโหลดที่ไม่เท่ากัน

On some days, they traveled less than ten miles in total.

บางวันพวกเขาเดินทางได้ไม่ถึงสิบไมล์เลยด้วยซ้ำ

Other days, they didn't manage to leave camp at all.

วันอื่นๆ พวกเขาไม่สามารถออกจากค่ายได้เลย

They never came close to covering the planned food-distance.

พวกเขาไม่เคยเข้าใกล้การครอบคลุมระยะทางการกินอาหารตามแ

ผนเลย

As expected, they ran short on food for the dogs very quickly.

ตามที่คาดไว้ อาหารสำหรับสุนัขของพวกเขาหมดลงอย่างรวดเร็ว

They made matters worse by overfeeding in the early days.

พวกเขาทำให้เรื่องแย่ลงโดยการให้อาหารมากเกินไปในช่วงแรกๆ

This brought starvation closer with every careless ration.

ส่งผลให้ความอดอยากใกล้เข้ามาทุกทีเมื่อได้รับอาหารอย่างไม่ระ

มัดระวัง

The new dogs had not learned to survive on very little.

สุนัขตัวใหม่ยังไม่เรียนรู้ที่จะเอาชีวิตรอดด้วยสิ่งเล็กๆ น้อยๆ

They ate hungrily, with appetites too large for the trail.

พวกเขากินอย่างหิวโหย

ความอยากอาหารสูงเกินกว่าจะเดินตามเส้นทางได้

Seeing the dogs weaken, Hal believed the food wasn't enough.

เมื่อเห็นว่าสุนัขเริ่มอ่อนแรง ฮาลเชื่อว่าอาหารไม่เพียงพอ

He doubled the rations, making the mistake even worse.

เขาเพิ่มปริมาณอาหารเป็นสองเท่า ทำให้ความผิดพลาดยิ่งแย่ลง

Mercedes added to the problem with tears and soft pleading.

เมอร์เซเดสยังเพิ่มปัญหาด้วยน้ำตาและการวิงวอนอย่างอ่อนโยน

When she couldn't convince Hal, she fed the dogs in secret.

เมื่อเธอไม่สามารถโน้มน้าวฮาลได้ เธอจึงให้อาหารสุนัขอย่างลับๆ

She stole from the fish sacks and gave it to them behind his back.

นางขโมยกระสอบปลาแล้วส่งให้พวกเขาข้างหลังเขา

But what the dogs truly needed wasn't more food—it was rest.

แต่สิ่งที่สุนัขต้องการจริงๆ ไม่ใช่อาหาร แต่เป็นการพักผ่อน

They were making poor time, but the heavy sled still dragged on.

แม้ว่าพวกเขาจะทำเวลาได้ไม่ดีนัก แต่รถเลื่อนหนักๆ

ก็ยังคงลากต่อไป

That weight alone drained their remaining strength each day.

น้ำหนักเพียงเท่านี้ก็ทำให้พลังที่เหลือของพวกเขาหมดไปในแต่ละวัน

Then came the stage of underfeeding as the supplies ran low.

จากนั้นก็มาถึงช่วงของการให้อาหาร ไม่เพียงพอเนื่องจากเสบียงใกล้จะหมด

Hal realized one morning that half the dog food was already gone.

เช้าวันหนึ่งฮาลตระหนักได้ว่าอาหารสุนัขครึ่งหนึ่งหายไปแล้ว

They had only traveled a quarter of the total trail distance.

พวกเขาเดินทางได้เพียงหนึ่งในสี่ของระยะทางเส้นทางทั้งหมด

No more food could be bought, no matter what price was offered.

ไม่สามารถซื้ออาหารได้อีกต่อไป

ไม่ว่าจะเสนอราคามาเท่าใดก็ตาม

He reduced the dogs' portions below the standard daily ration.

เขาลดปริมาณอาหารที่สุนัขได้รับลงต่ำกว่าปริมาณมาตรฐานต่อวัน

At the same time, he demanded longer travel to make up for loss.

ในขณะเดียวกันเขายังเรียกร้องการเดินทางที่นานขึ้นเพื่อชดเชยความสูญเสีย

Mercedes and Charles supported this plan, but failed in execution.

เมอร์เซเดสและชาร์ลส์สนับสนุนแผนนี้

แต่ล้มเหลวในการดำเนินการ

Their heavy sled and lack of skill made progress nearly impossible.

รถเลื่อนที่หนักและทักษะที่ไม่เพียงพอทำให้แทบจะเคลื่อนที่ไม่ได้เลย

It was easy to give less food, but impossible to force more effort.

การให้ปริมาณอาหารน้อยลงเป็นเรื่องง่าย

แต่การพยายามให้มากขึ้นนั้นเป็นไปไม่ได้

They couldn't start early, nor could they travel for extra hours.

พวกเขาไม่สามารถเริ่มต้นได้เช้าตรู่

และไม่สามารถเดินทางนอกเวลาได้

They didn't know how to work the dogs, nor themselves, for that matter.

พวกเขาไม่รู้ว่าจะต้องฝึกสุนัขอย่างไร หรือแม้แต่ฝึกตัวเองด้วยซ้ำ

The first dog to die was Dub, the unlucky but hardworking thief.

สุนัขตัวแรกที่ตายคือ ดับ เจ้าหัวขโมยผู้โชคร้ายแต่ขยันทำงาน

Though often punished, Dub had pulled his weight without complaint.

แม้ว่าจะถูกทำโทษบ่อยครั้ง ดับก็ยังคงทำหน้าที่ของตนโดยไม่บ่น

His injured shoulder grew worse without care or needed rest.

ไหล่ที่บาดเจ็บของเขาแย่ลงโดยไม่ได้รับการดูแลหรือพักผ่อน

Finally, Hal used the revolver to end Dub's suffering.

ในที่สุดฮาลก็ใช้ปืนพกเพื่อยุติความทุกข์ทรมานของดับ

A common saying claimed that normal dogs die on husky rations.

มีคำพูดทั่วไปที่กล่าวว่า

สุนัขปกติจะตายเมื่อกินอาหารของสุนัขไซบีเรียนฮัสกี้

Buck's six new companions had only half the husky's share of food.

เพื่อนใหม่ทั้งหกตัวของบัคมีส่วนแบ่งอาหารเพียงครึ่งเดียวของฮัส
กี้

The Newfoundland died first, then the three short-haired pointers.

นิวฟันด์แลนด์ตายก่อน

จากนั้นก็ตายพร้อมกับสุนัขพันธุ์ขนสั้นอีกสามตัว

The two mongrels held on longer but finally perished like the rest.

ลูกครึ่งทั้งสองตัวยืนหยัดได้นานกว่าแต่สุดท้ายก็ตายไปเช่นเดียวกั

บตัวอื่นๆ

By this time, all the amenities and gentleness of the Southland were gone.

เมื่อถึงเวลานี้

สิ่งอำนวยความสะดวกและความอ่อนโยนทั้งหมดของดินแดนทาง

ใต้ก็หายไป

The three people had shed the last traces of their civilized upbringing.

คนทั้งสามได้ทิ้งร่องรอยสุดท้ายของการเลี้ยงดูแบบมีอารยธรรมข

องตนไปแล้ว

Stripped of glamour and romance, Arctic travel became brutally real.

การเดินทางในอาร์กติกที่ปราศจากความหรูหราและความโรแมนติ

ก กลับกลายเป็นเรื่องจริงอย่างโหดร้าย

It was a reality too harsh for their sense of manhood and womanhood.

มันเป็นความจริงที่โหดร้ายเกินไปสำหรับความรู้สึกถึงความเป็นช

ายและความเป็นหญิงของพวกเขา

Mercedes no longer wept for the dogs, but now wept only for herself.

เมอร์เซเดสไม่ร้องไห้เพื่อสุนัขอีกต่อไป

แต่เขากลับร้องไห้เพื่อตัวเองเท่านั้น

She spent her time crying and quarreling with Hal and Charles.

เธอใช้เวลาในการร้องไห้และทะเลาะกับฮาลและชาร์ลส์

Quarreling was the one thing they were never too tired to do.

การทะเลาะกันเป็นสิ่งเดียวที่พวกเขาไม่เคยเหนื่อยเกินไปที่จะทำ

Their irritability came from misery, grew with it, and surpassed it.

ความหงุดหงิดของพวกเขาเกิดจากความทุกข์

เติบโตมาพร้อมกับมัน และเอาชนะมันไปได้

The patience of the trail, known to those who toil and suffer kindly, never came.

ความอดทนในเส้นทางที่ผู้ที่ทำงานหนักและทนทุกข์ด้วยความเมต

ตาคุ้นเคยไม่เคยมาถึง

That patience, which keeps speech sweet through pain, was unknown to them.

ความอดทนที่ทำให้คำพูดยังคงหวานชื่นแม้จะต้องทนทุกข์ไม่ใช่สิ่

งที่พวกเขารู้จัก

They had no hint of patience, no strength drawn from suffering with grace.

พวกเขาไม่มีทีท่าว่าจะมีความอดทน

ไม่มีกำลังที่ได้รับจากการทนทุกข์อย่างสง่างาม

They were stiff with pain—aching in their muscles, bones, and hearts.

พวกเขาปวดร้าวไปทั้งตัว ปวดตามกล้ามเนื้อ กระดูก และหัวใจ

Because of this, they grew sharp of tongue and quick with harsh words.

เพราะเหตุนี้พวกเขาจึงพูดจาหยาบคายและพูดจารุนแรง

Each day began and ended with angry voices and bitter complaints.

แต่ละวันเริ่มต้นและสิ้นสุดด้วยเสียงโกรธเคืองและการบ่นอันขมขึ่

น

Charles and Hal wrangled whenever Mercedes gave them a chance.

ชาร์ลส์และฮาลทะเลาะกันทุกครั้งที่เมอร์เซเดสให้โอกาสพวกเขา

Each man believed he did more than his fair share of the work.

แต่ละคนเชื่อว่าตนทำงานเกินส่วนที่ตนควรจะทำ

Neither ever missed a chance to say so, again and again.

และไม่เคยพลาดโอกาสที่จะพูดแบบนั้นซ้ำแล้วซ้ำเล่า

Sometimes Mercedes sided with Charles, sometimes with Hal.

บางครั้งเมอร์เซเดสก็เข้าข้างชาร์ลส์ บางครั้งก็เข้าข้างฮาล

This led to a grand and endless quarrel among the three.

ทำให้เกิดการทะเลาะวิวาทกันอย่างใหญ่หลวงไม่สิ้นสุดระหว่างทั้ง

สามคน

A dispute over who should chop firewood grew out of control.

การโต้เถียงว่าใครควรสับฟืนเริ่มไม่สามารถควบคุมได้

Soon, fathers, mothers, cousins, and dead relatives were named.

ในไม่ช้า พ่อ แม่ ลูกพี่ลูกน้อง

และญาติที่เสียชีวิตก็ได้รับการระบุชื่อ

Hal's views on art or his uncle's plays became part of the fight.

ทัศนคติของฮาลเกี่ยวกับศิลปะหรือบทละครของลุงของเขากลายม

าเป็นส่วนหนึ่งของการต่อสู้

Charles's political beliefs also entered the debate.

ความเชื่อทางการเมืองของชาร์ลส์ยังเข้ามามีส่วนร่วมในการอภิปร

ายด้วย

To Mercedes, even her husband's sister's gossip seemed relevant.

สำหรับเมอร์เซเดส

แม้แต่เรื่องนินทาของน้องสาวสามีของเธอก็ดูเหมือนจะมีความสำ

คัญ

She aired opinions on that and on many of Charles's family's flaws.

เธอแสดงความคิดเห็นเกี่ยวกับเรื่องนั้นและข้อบกพร่องหลายประ

การของครอบครัวชาร์ลส์

While they argued, the fire stayed unlit and camp half set.

ระหว่างที่พวกเขายังโต้เถียงกัน

ไฟก็ยังคงไม่ติดและค่ายก็ตั้งได้ครึ่งหนึ่ง

Meanwhile, the dogs remained cold and without any food.

ระหว่างนั้นสุนัขก็ยังคงหนาวและไม่มีอาหารกิน

Mercedes held a grievance she considered deeply personal.

เมอร์เซเดสเก็บความคับข้องใจที่เธอถือเป็นเรื่องส่วนตัวอย่างมาก

She felt mistreated as a woman, denied her gentle privileges.

เธอรู้สึกว่าตนเองถูกปฏิบัติอย่างไม่เป็นธรรมในฐานะผู้หญิง

และถูกปฏิเสธสิทธิพิเศษต่างๆ ของเธอ

She was pretty and soft, and used to chivalry all her life.

เธอสวยและอ่อนโยน และปฏิบัติตนเป็นสุภาพบุรุษมาตลอดชีวิต

But her husband and brother now treated her with impatience.

แต่ตอนนี้สามีและพี่ชายของเธอกลับปฏิบัติต่อเธอด้วยความหงุดหงิด

Her habit was to act helpless, and they began to complain.

เธอเคยมีนิสัยชอบทำตัวไร้ทางสู้ และพวกเขาก็เริ่มบ่น

Offended by this, she made their lives all the more difficult.

เธอรู้สึกไม่พอใจกับเรื่องนี้

และทำให้ชีวิตของพวกเขาลำบากมากยิ่งขึ้น

She ignored the dogs and insisted on riding the sled herself.

เธอไม่สนใจสุนัขและยืนกรานที่จะขี่เลื่อนเอง

Though light in looks, she weighed one hundred twenty pounds.

แม้ว่าเธอจะดูตัวเล็ก แต่เธอก็มีน้ำหนักถึงหนึ่งร้อยยี่สิบปอนด์

That added burden was too much for the starving, weak dogs.

ภาระที่เพิ่มขึ้นนั้นมากเกินไปสำหรับสุนัขที่อดอาหารและอ่อนแอ

Still, she rode for days, until the dogs collapsed in the reins.

เธอยังคงขี่ม้าต่อไปหลายวัน จนกระทั่งสุนัขล้มลงในบังเหียน

The sled stood still, and Charles and Hal begged her to walk.

รถเลื่อนหยุดนิ่ง และชาร์ลส์กับฮาลก็ขอร้องให้เธอเดิน

They pleaded and entreated, but she wept and called them cruel.

พวกเขาได้ร้องขอและวิงวอน

แต่เธอกลับร้องไห้และเรียกพวกเขาว่าโหดร้าย

On one occasion, they pulled her off the sled with sheer force and anger.

ครั้งหนึ่งพวกเขาได้ดึงเธอลงจากรถเลื่อนด้วยพลังและความโกรธ
อย่างเต็มที่

They never tried again after what happened that time.
พวกเขาไม่เคยลองอีกเลยหลังจากเหตุการณ์ที่เกิดขึ้นครั้งนั้น

She went limp like a spoiled child and sat in the snow.
เธอเดินอ่อนปวกเปียกเหมือนเด็กที่ถูกตามใจและนั่งลงบนหิมะ

They moved on, but she refused to rise or follow behind.
พวกเขาเดินต่อไป แต่เธอกลับปฏิเสธที่จะลุกขึ้นหรือเดินตามหลัง

After three miles, they stopped, returned, and carried her
back.
เมื่อผ่านไปสามไมล์ พวกเขาก็หยุด กลับมา และพาเธอกลับไป

They reloaded her onto the sled, again using brute strength.
พวกเขาจึงโหลดเธอขึ้นมาบนเลื่อนอีกครั้ง โดยใช้กำลังแรงมาก

In their deep misery, they were callous to the dogs'
suffering.
ในความทุกข์ยากแสนสาหัสของพวกเขา

พวกเขากลับไม่รู้สึกรู้สาต่อความทุกข์ทรมานของสุนัขเลย

Hal believed one must get hardened and forced that belief
on others.
ฮาลเชื่อว่าคนเราจะต้องเข้มแข็งขึ้นและบังคับให้ผู้อื่นเชื่อแบบนั้น

He first tried to preach his philosophy to his sister
เขาพยายามเทศนาปรัชญาของเขาให้พี่สาวของเขาฟังก่อน

and then, without success, he preached to his brother-in-law.
แล้วเขาเทศนาสั่งสอนพี่เขยของเขาแต่ก็ไม่ประสบผลสำเร็จ

He had more success with the dogs, but only because he hurt
them.
เขาประสบความสำเร็จกับสุนัขมากขึ้น

แต่ก็เป็นเพราะเขาทำร้ายพวกมันเท่านั้น

At Five Fingers, the dog food ran out of food completely.

ที่ร้าน Five Fingers อาหารสุนัขหมดเกลี้ยงเลย

A toothless old squaw sold a few pounds of frozen horse-hide

หญิงชราไร้ฟันขายหนังม้าแช่แข็งจำนวนไม่กี่ปอนด์

Hal traded his revolver for the dried horse-hide.

ฮาลนำปืนพกของเขาไปแลกกับหนังม้าแห้ง

The meat had come from starved horses of cattlemen months before.

เนื้อเหล่านั้นมาจากม้าหรือคนเลี้ยงวัวที่อดอาหารมาหลายเดือนแล้ว

Frozen, the hide was like galvanized iron; tough and inedible.

หนังที่ถูกแช่แข็งนั้นมีลักษณะเหมือนเหล็กอาบสังกะสี

เหนียวและไม่สามารถกินได้

The dogs had to chew endlessly at the hide to eat it.

สุนัขต้องเคี้ยวหนังอย่างไม่หยุดยั้งเพื่อจะกินมัน

But the leathery strings and short hair were hardly nourishment.

แต่สายหนังและขนสั้น ๆ นั้นแทบจะไม่มีประโยชน์เลย

Most of the hide was irritating, and not food in any true sense.

ส่วนใหญ่แล้วหนังจะระคายเคือง และไม่ใช่อาหารแต่อย่างใด

And through it all, Buck staggered at the front, like in a nightmare.

และตลอดเวลาที่ผ่านมา บัคเซไปข้างหน้าราวกับอยู่ในฝันร้าย

He pulled when able; when not, he lay until whip or club raised him.

เขาดึงเมื่อสามารถ เมื่อทำไม่ได้

เขาจะนอนลงจนกว่าจะยกแส้หรือกระบองขึ้น

His fine, glossy coat had lost all stiffness and sheen it once had.

ขนที่เงางามของเขาสูญเสียความแข็งกระด้างและความมันเงาที่เคย มีอยู่จนหมดสิ้น

His hair hung limp, draggled, and clotted with dried blood from the blows.

ผมของเขาห้อยย้อย ลากยาว

และเต็มไปด้วยเลือดแห้งจากการถูกโจมตี

His muscles shrank to cords, and his flesh pads were all worn away.

กล้ามเนื้อของเขาหดตัวเหลือเพียงเส้นเชือก

และเนื้อหนังก็สึกกร่อนไปหมด

Each rib, each bone showed clearly through folds of wrinkled skin.

ซี่โครงแต่ละซี่และกระดูกแต่ละชิ้นปรากฏชัดเจนผ่านรอยพับของ ผิวหนังที่เหี่ยวเฉา

It was heartbreaking, yet Buck's heart could not break.

มันเป็นเรื่องที่น่าเศร้าใจ แต่หัวใจของบัคกลับไม่อาจแตกสลายได้

The man in the red sweater had tested that and proved it long ago.

ชายผู้สวมเสื้อสเวตเตอร์สีแดงได้ทดสอบและพิสูจน์มาแล้วเมื่อนา นมาแล้ว

As it was with Buck, so it was with all his remaining teammates.

เช่นเดียวกับบัค

และเพื่อนร่วมทีมที่เหลือของเขาทุกคนก็เป็นเช่นนั้น

There were seven in total, each one a walking skeleton of misery.

มีทั้งหมดเจ็ดคน

โดยแต่ละคนเป็นโครงกระดูกเดินได้แห่งความทุกข์ยาก

They had grown numb to lash, feeling only distant pain.

พวกเขาชาจนไม่อาจตีได้

แต่กลับรู้สึกเพียงความเจ็บปวดที่ห่างไกล

Even sight and sound reached them faintly, as through a thick fog.

แม้แต่การมองเห็นและการได้ยินก็มาถึงพวกเขาอย่างรางๆ

ราวกับผ่านหมอกหนา

They were not half alive—they were bones with dim sparks inside.

พวกมันยังไม่ตายไปครึ่งตัว—

พวกมันเป็นเพียงกระดูกที่มีประกายไฟริบหรี่อยู่ข้างใน

When stopped, they collapsed like corpses, their sparks almost gone.

เมื่อหยุดลงพวกมันก็ล้มลงเหมือนศพ

ประกายไฟของพวกมันแทบจะหายไป

And when the whip or club struck again, the sparks fluttered weakly.

และเมื่อแส้หรือกระบองตีอีกครั้ง ประกายไฟก็กระพือเบาๆ

Then they rose, staggered forward, and dragged their limbs ahead.

แล้วพวกมันก็ลุกขึ้น เซไปข้างหน้า และลากแขนขาไปข้างหน้า

One day kind Billee fell and could no longer rise at all.

วันหนึ่งบิลลี่ผู้ใจดีล้มลง และไม่สามารถลุกขึ้นมาได้อีก

Hal had traded his revolver, so he used an axe to kill Billee instead.

ฮาลได้แลกปืนพกของเขาไปแล้ว

ดังนั้นเขาจึงใช้ขวานฆ่าบิลลี่แทน

He struck him on the head, then cut his body free and dragged it away.

เขาตีศีรษะของเขาแล้วตัดร่างของเขาออกแล้วลากมันออกไป

Buck saw this, and so did the others; they knew death was near.

บั๊กเห็นเช่นนี้ และคนอื่นๆ ก็เห็นเช่นกัน

พวกเขารู้ว่าความตายกำลังใกล้เข้ามา

Next day Koona went, leaving just five dogs in the starving team.

วันรุ่งขึ้น คูน่าก็จากไป

โดยทิ้งสุนัขในทีมที่อดอยากเพียงห้าตัวเท่านั้น

Joe, no longer mean, was too far gone to be aware of much at all.

โจไม่ใจร้ายอีกต่อไปแล้ว

และเขาก็ไปไกลเกินกว่าจะตระหนักถึงสิ่งใดมากนัก

Pike, no longer faking his injury, was barely conscious.

ไพค์ไม่แกล้งบาดเจ็บอีกต่อไป และแทบจะไม่มีสติอยู่เลย

Solleks, still faithful, mourned he had no strength to give.

โซลเลกส์ยังคงซื่อสัตย์และ โศกเศร้าว่าเขาไม่มีกำลังที่จะให้ได้

Teek was beaten most because he was fresher, but fading fast.

ทีคโดนตีมากที่สุดเพราะว่าเขาสดกว่า แต่ฟอร์มตกเร็วมาก

And Buck, still in the lead, no longer kept order or enforced it.

และบัคยังคงเป็นผู้นำ

แต่เขาไม่สามารถรักษาคำสั่งหรือบังคับใช้คำสั่งนั้นอีกต่อไป

Half blind with weakness, Buck followed the trail by feel alone.

ด้วยความอ่อนแอและตาบอดครึ่งหนึ่ง

บัคจึงเดินตามรอยไปโดยรู้สึกเพียงลำพัง

It was beautiful spring weather, but none of them noticed it.

เป็นอากาศฤดูใบไม้ผลิที่สวยงาม แต่ไม่มีใครสังเกตเห็น

Each day the sun rose earlier and set later than before.

ในแต่ละวันดวงอาทิตย์จะขึ้นเร็วกว่าและตกช้ากว่าก่อนหน้านี้

By three in the morning, dawn had come; twilight lasted till nine.

เมื่อถึงตีสามก็รุ่งเช้า และยังมีแสงพลบค่ำอยู่จนถึงเก้าโมง

The long days were filled with the full blaze of spring sunshine.

วันอันยาวนานเต็มไปด้วยแสงแดดอันส่องสว่างของฤดูใบไม้ผลิ

The ghostly silence of winter had changed into a warm murmur.

ความเงียบสงบที่น่าขนลุกของฤดูหนาวได้เปลี่ยนไปเป็นเสียงพึม

พำอันอบอุ่น

All the land was waking, alive with the joy of living things.

แผ่นดินทั้งมวลตื่นขึ้นและเต็มไปด้วยความชื่นบานของสรรพชีวิต

The sound came from what had lain dead and still through winter.

เสียงนั้นมาจากสิ่งที่นอนตายและนิ่งอยู่ตลอดฤดูหนาว

Now, those things moved again, shaking off the long frost sleep.

บัดนี้ สิ่งเหล่านั้นก็เคลื่อนไหวอีกครั้ง

สลัดการนอนหลับอันหนาวเหน็บอันยาวนานออกไป

Sap was rising through the dark trunks of the waiting pine trees.

น้ำเลี้ยงกำลังไหลขึ้นมาจากลำต้นอันมืดมิดของต้นสนที่รอคอยอยู่

Willows and aspens burst out bright young buds on each twig.

ต้นหลิวและต้นแอสเพนผลิดอกตูมสดใสบนกิ่งแต่ละกิ่ง

Shrubs and vines put on fresh green as the woods came alive.

ไม้พุ่มและเถาวัลย์เริ่มมีสีเขียวสดชื่นเมื่อป่าไม้กลับมามีชีวิตชีวา

Crickets chirped at night, and bugs crawled in daylight sun.

จิ้งหรีดส่งเสียงร้องในเวลากลางคืน

และแมลงคลานอยู่ใต้แสงแดดตอนกลางวัน

Partridges boomed, and woodpeckers knocked deep in the trees.

นกกระทาส่งเสียงร้องดัง

และนกหัวขวานก็บินว่อนไปทั่วบริเวณต้นไม้

Squirrels chattered, birds sang, and geese honked over the dogs.

กระรอกส่งเสียงจ้อกแจ้ นกร้องเพลง

และห่านส่งเสียงร้องเหนือสุนัข

The wild-fowl came in sharp wedges, flying up from the south.

นกป่าบินมาเป็นลิ่มแหลมขึ้นมาจากทางทิศใต้

From every hillside came the music of hidden, rushing streams.

จากเนินเขาทุกแห่งมีเสียงดนตรีของสายน้ำที่ไหลเชี่ยวที่ซ่อนอยู่ดัง

ออกมา

All things thawed and snapped, bent and burst back into motion.

ทุกสิ่งทุกอย่างละลายและแตกหัก

งอและระเบิดกลับขึ้นมาเคลื่อนไหวอีกครั้ง

The Yukon strained to break the cold chains of frozen ice.

ยูคอนพยายามอย่างหนักเพื่อทำลายโซ่ความหนาวเย็นของน้ำแข็งที่แข็งตัว

The ice melted underneath, while the sun melted it from above.

น้ำแข็งละลายจากด้านล่าง

ในขณะที่ดวงอาทิตย์ทำให้มันละลายจากด้านบน

Air-holes opened, cracks spread, and chunks fell into the river.

ช่องระบายอากาศเปิดออก รอยแตกร้าวแพร่กระจาย

และชิ้นส่วนต่างๆ ตกลงไปในแม่น้ำ

Amid all this bursting and blazing life, the travelers staggered.

ท่ามกลางชีวิตที่วุ่นวายและลุกโชนนี้ นักเดินทางต่างก็เซไปมา

Two men, a woman, and a pack of huskies walked like the dead.

ชายสองคน หญิงหนึ่งคน

และสุนัขไซบีเรียนฮัสกี้ฝูงหนึ่งเดินเหมือนคนตาย

The dogs were falling, Mercedes wept, but still rode the sled.

สุนัขล้มลง เมอร์เซเดสร้องไห้แต่ยังคงขี่เลื่อนต่อไป

Hal cursed weakly, and Charles blinked through watering eyes.

ฮาลสาปแช่งอย่างอ่อนแรง

และชาร์ลส์ก็กระพริบตาผ่านดวงตาที่คลอไปด้วยน้ำตา

They stumbled into John Thornton's camp by White River's mouth.

พวกเขาบังเอิญไปเจอค่ายของจอห์น ธอร์นตันที่ปากแม่น้ำไวท์

When they stopped, the dogs dropped flat, as if all struck dead.

เมื่อพวกมันหยุดลง สุนัขก็ล้มลงราบราวกับว่าพวกมันตายหมด

Mercedes wiped her tears and looked across at John Thornton.

เมอร์เซเดสเช็ดน้ำตาแล้วมองไปที่จอห์น ธอร์นตัน

Charles sat on a log, slowly and stiffly, aching from the trail.

ชาร์ลส์นั่งลงบนท่อนไม้อย่างช้าๆ และเกร็ง

เพราะรู้สึกปวดเมื่อยจากเส้นทาง

Hal did the talking as Thornton carved the end of an axe-handle.

ฮาลพูดในขณะที่ธอร์นตันแกะสลักส่วนปลายของด้ามขวาน

He whittled birch wood and answered with brief, firm replies.

เขาเหลาไม้เบิร์ชแล้วตอบสั้นๆ และแน่วแน่

When asked, he gave advice, certain it wasn't going to be followed.

เมื่อถูกถาม เขาก็ให้คำแนะนำ

เพราะแน่ใจว่าจะไม่มีใครปฏิบัติตาม

Hal explained, "They told us the trail ice was dropping out."

ฮาลอธิบายว่า

"พวกเขาบอกเราว่าน้ำแข็งบนเส้นทางกำลังจะละลาย"

"They said we should stay put—but we made it to White River."

"พวกเขาบอกให้เราอยู่นิ่งๆ แต่เราก็ไปถึงไวท์ริเวอร์ได้"

He ended with a sneering tone, as if to claim victory in hardship.

เขาจบด้วยน้ำเสียงเยาะเย้ย

ราวกับจะอ้างชัยชนะแม้ต้องเจอความยากลำบาก

"And they told you true," John Thornton answered Hal quietly.

"และพวกเขาก็บอกคุณความจริง" จอห์น

ธอร์นตันตอบฮาลอย่างเงียบๆ

"The ice may give way at any moment—it's ready to drop out."

"น้ำแข็งอาจแตกออกได้ทุกเมื่อ—มันพร้อมที่จะหลุดออกมา"

"Only blind luck and fools could have made it this far alive."

"มีเพียงโชคช่วยและคนโง่เท่านั้นที่ทำให้มีชีวิตมาถึงจุดนี้ได้"

"I tell you straight, I wouldn't risk my life for all Alaska's gold."

"ฉันบอกคุณตรงๆ เลยว่า

ฉันจะไม่เสี่ยงชีวิตเพื่อทองคำทั้งหมดในอลาสก้า"

"That's because you're not a fool, I suppose," Hal answered.

"นั่นก็เพราะว่าคุณไม่ได้เป็นคนโง่ ฉันคิดว่าอย่างนั้น" ฮาลตอบ

"All the same, we'll go on to Dawson." He uncoiled his whip.

"ยังไงก็ตาม เราจะไปหา Dawson" เขาคลายแส้ของเขาออก

"Get up there, Buck! Hi! Get up! Go on!" he shouted harshly.

"ลุกขึ้นมาสิ บัค สวัสดี ลุกขึ้น มาเลย!" เขาตะโกนเสียงแข็ง

Thornton kept whittling, knowing fools won't hear reason.

ธอร์นตันยังคงแกะสลักต่อไป โดยรู้ว่าคนโง่จะไม่ได้ยินเหตุผล

To stop a fool was futile—and two or three fooled changed nothing.

การหยุดคนโง่เป็นเรื่องไร้ประโยชน์

และการถูกหลอกสองหรือสามครั้งก็ไม่ได้ทำให้อะไรดีขึ้นเลย

But the team didn't move at the sound of Hal's command.

แต่ทีมไม่ได้เคลื่อนไหวเมื่อได้ยินเสียงสั่งของฮาล

By now, only blows could make them rise and pull forward.
บัดนี้

มีเพียงการโจมตีเท่านั้นที่จะทำให้พวกเขาลุกขึ้นและดึงไปข้างหน้า
ได้

**The whip snapped again and again across the weakened
dogs.**

แส้ฟาดซ้ำแล้วซ้ำเล่าไปที่สุนัขที่อ่อนแอ

**John Thornton pressed his lips tightly and watched in
silence.**

จอห์น ธอร์นตันเม้มริมฝีปากแน่นและเฝ้าดูอย่างเงียบงัน

Solleks was the first to crawl to his feet under the lash.

โซลเลกส์เป็นคนแรกที่คลานขึ้นมายืนใต้เชือก

**Then Teek followed, trembling. Joe yelped as he stumbled
up.**

ทีคเดินตามไปด้วยความสั่นเทา โจร้องลั่นขณะที่เขาสะดุดล้ม

Pike tried to rise, failed twice, then finally stood unsteadily.
ไพค์พยายามจะลุกขึ้น แต่ก็ล้มเหลวถึงสองครั้ง

และสุดท้ายก็ลุกขึ้นไม่ได้

**But Buck lay where he had fallen, not moving at all this
time.**

แต่บัคยังคงนอนอยู่ที่เดิมและไม่ขยับตัวเลย

The whip slashed him over and over, but he made no sound.

แส้ฟาดเขาซ้ำแล้วซ้ำเล่าแต่เขาไม่ส่งเสียงใด ๆ

He did not flinch or resist, simply remained still and quiet.

เขาไม่ได้สะดุ้งหรือต่อต้าน เพียงยังคงนิ่งและเงียบ

Thornton stirred more than once, as if to speak, but didn't.

ธอร์นตันขยับตัวมากกว่าหนึ่งครั้ง ราวกับจะพูด แต่ก็ไม่ได้พูด

His eyes grew wet, and still the whip cracked against Buck.

ดวงตาของเขามีน้ำตาคลอ แต่แส้ยังคงฟาดไปที่บั๊ก

At last, Thornton began pacing slowly, unsure of what to do.

ในที่สุด ธอร์นตันก็เริ่มเดินไปมาอย่างช้าๆ

โดยไม่แน่ใจว่าจะทำอย่างไร

It was the first time Buck had failed, and Hal grew furious.

นั่นเป็นครั้งแรกที่บัคล้มเหลว และฮาลก็โกรธมาก

He threw down the whip and picked up the heavy club instead.

เขาโยนแส้ลงแล้วหยิบไม้หนักขึ้นมาแทน

The wooden club came down hard, but Buck still did not rise to move.

กระบองไม้ฟาดลงมาอย่างแรง แต่บัคก็ยังไม่ยอมลุกขึ้นเพื่อขยับตัว

Like his teammates, he was too weak—but more than that.

เช่นเดียวกับเพื่อนร่วมทีมของเขา เขาอ่อนแอเกินไป—

แต่ก็มากกว่านั้น

Buck had decided not to move, no matter what came next.

บัคตัดสินใจที่จะไม่ย้ายไม่ว่าอะไรจะเกิดขึ้นต่อจากนี้

He felt something dark and certain hovering just ahead.

เขารู้สึกถึงบางอย่างมืดมิดและแน่นอนลอยอยู่ข้างหน้า

That dread had seized him as soon as he reached the riverbank.

ความกลัวนั้นเข้าครอบงำเขาทันทีที่เขาไปถึงริมฝั่งแม่น้ำ

The feeling had not left him since he felt the ice thin under his paws.

ความรู้สึกนั้นยังคงอยู่กับเขาต่อไปอีกนับตั้งแต่เขาสัมผัสได้ถึงน้ำแ
ข็งบางๆ ใต้อุ้งเท้าของเขา

Something terrible was waiting—he felt it just down the
trail.

มีเรื่องเลวร้ายบางอย่างกำลังรออยู่—

เขาสัมผัสได้ถึงมันที่จุดปลายเส้นทาง

He wasn't going to walk towards that terrible thing ahead

เขาจะไม่เดินไปหาสิ่งเลวร้ายที่อยู่ข้างหน้า

He was not going to obey any command that took him to
that thing.

เขาจะไม่เชื่อฟังคำสั่งใด ๆ ที่พาเขาไปยังสิ่งนั้น

The pain of the blows hardly touched him now—he was too
far gone.

ความเจ็บปวดจากการถูกโจมตีแทบไม่สามารถแตะต้องเขาได้เลยต
อนนี้—เขาก้าวไปไกลเกินไปแล้ว

The spark of life flickered low, dimmed beneath each cruel
strike.

ประกายแห่งชีวิตสั่นไหวต่ำลง

และหรี่ลงใต้การโจมตีอันโหดร้ายแต่ละครั้ง

His limbs felt distant; his whole body seemed to belong to
another.

แขนขาของเขารู้สึกเหมือนอยู่ห่างไกล

และร่างกายทั้งหมดของเขาเหมือนเป็นของอีกคนหนึ่ง

He felt a strange numbness as the pain faded out
completely.

เขาเริ่มรู้สึกชาแปลกๆ ขณะที่ความเจ็บปวดหายไปหมด

From far away, he sensed he was being beaten, but barely
knew.

แต่ไกล เขาสัมผัสได้ว่าตัวเองกำลังถูกตี แต่แทบไม่รู้เลย

He could hear the thuds faintly, but they no longer truly hurt.

เขาได้ยินเสียงกระแทกเบา ๆ แต่ตอนนี้ไม่เจ็บแล้ว

The blows landed, but his body no longer seemed like his own.

หมัดนั้นถูกโจมตี แต่ร่างกายของเขาดูไม่ใช่ของเขาอีกต่อไป

Then suddenly, without warning, John Thornton gave a wild cry.

แล้วจู่ๆ จอห์น

ธอร์นตันก็ร้องโวยวายอย่างบ้าคลั่งโดยไม่ได้เตือนล่วงหน้า

It was inarticulate, more the cry of a beast than of a man.

มันเป็นเสียงที่ไม่ชัดเจน

เหมือนเสียงร้องของสัตว์มากกว่าเสียงร้องของมนุษย์

He leapt at the man with the club and knocked Hal backward.

เขากระโจนเข้าหาชายที่ถือไม้กระบองแล้วผลักฮาลถอยหลัง

Hal flew as if struck by a tree, landing hard upon the ground.

ฮาลบินราวกับว่าโดนต้นไม้ชน และลงจอดอย่างแรงที่พื้นดิน

Mercedes screamed aloud in panic and clutched at her face.

เมอร์เซเดสกรีดร้องออกมาด้วยความตื่นตระหนกและจับที่ใบหน้า

ของเธอ

Charles only looked on, wiped his eyes, and stayed seated.

ชาร์ลส์เพียงแต่มองดู เช็ดตา และนั่งอยู่

His body was too stiff with pain to rise or help in the fight.

ร่างกายของเขาแข็งทื่อด้วยความเจ็บปวดจนไม่อาจลุกขึ้นหรือช่วย

ในการต่อสู้ได้

Thornton stood over Buck, trembling with fury, unable to speak.

ธอร์นตันยืนอยู่เหนือบัค ตัวสั่นด้วยความโกรธ

จนพูดอะไรไม่ออก

He shook with rage and fought to find his voice through it.

เขาสั่นด้วยความโกรธและต่อสู้ดิ้นรนเพื่อค้นหาเสียงของตัวเองผ่า

นมัน

"If you strike that dog again, I'll kill you," he finally said.

"ถ้าคุณตีสุนัขตัวนั้นอีก ฉันจะฆ่าคุณ" เขากล่าวในที่สุด

Hal wiped blood from his mouth and came forward again.

ฮาลเช็ดเลือดออกจากปากและเดินไปข้างหน้าอีกครั้ง

"It's my dog," he muttered. "Get out of the way, or I'll fix you."

"นั่นหมาของฉัน" เขาบ่นพึมพำ "หลีกทางไป

ไม่งั้นฉันจะจัดการคุณเอง"

"I'm going to Dawson, and you're not stopping me," he added.

"ผมจะไปดอว์สัน และคุณก็ไม่สามารถหยุดผมได้" เขากล่าวเสริม

Thornton stood firm between Buck and the angry young man.

ธอร์นตันยืนมั่นคงระหว่างบัคกับชายหนุ่มที่กำลังโกรธแค้น

He had no intention of stepping aside or letting Hal pass.

เขาไม่มีความตั้งใจที่จะก้าวออกไปหรือปล่อยให้ฮาลผ่านไป

Hal pulled out his hunting knife, long and dangerous in hand.

ฮาลดึงมีดล่าสัตว์ของเขาออกมา ซึ่งอยู่ในมือที่ยาวและอันตราย

Mercedes screamed, then cried, then laughed in wild hysteria.

เมอร์เซเดสกรีดร้อง จากนั้นก็ร้องไห้ จากนั้นก็หัวเราะอย่างบ้าคลั่ง

Thornton struck Hal's hand with his axe-handle, hard and fast.

ธอร์นตันตีมือของฮาลด้วยด้ามขวานของเขาอย่างรุนแรงและรวดเร็ว

The knife was knocked loose from Hal's grip and flew to the ground.

มีดหลุดจากการจับของฮาลและหล่นลงสู่พื้น

Hal tried to pick the knife up, and Thornton rapped his knuckles again.

ฮาลพยายามหยิบมีดขึ้นมา และธอร์นตันก็ตบข้อต่ออีกครั้ง

Then Thornton stooped down, grabbed the knife, and held it.

จากนั้น ธอร์นตันก็ก้มลง คว้ามีดและถือไว้

With two quick chops of the axe-handle, he cut Buck's reins.

ด้วยการฟันด้ามขวานสองครั้งอย่างรวดเร็ว

เขาก็ตัดสายบังเหียนของบัคได้

Hal had no fight left in him and stepped back from the dog.

ฮาลไม่มีการต่อสู้เหลืออยู่ในตัวเขาอีกแล้วและก้าวถอยห่างจากสุนัข

Besides, Mercedes needed both arms now to keep her upright.

นอกจากนี้

เมอร์เซเดสยังต้องใช้แขนทั้งสองข้างเพื่อให้เธอทรงตัวได้

Buck was too near death to be of use for pulling a sled again.

บัคใกล้ตายมากเกินกว่าที่จะสามารถลากเลื่อนได้อีกครั้ง

A few minutes later, they pulled out, heading down the river.

อีกไม่กี่นาทีต่อมา พวกเขาก็ออกเดินทางมุ่งหน้าลงแม่น้ำ

Buck raised his head weakly and watched them leave the bank.

บั๊กเงยหน้าขึ้นอย่างอ่อนแรงและมองดูพวกเขาออกจากธนาคาร

Pike led the team, with Solleks at the rear in the wheel spot.

ไพค์เป็นผู้นำทีม โดยมีโซเลกส์อยู่ด้านหลังในตำแหน่งล้อ

Joe and Teek walked between, both limping with exhaustion.

โจและทีคเดินเข้ามาระหว่างนั้น

โดยทั้งสองเดินกะเผลกด้วยความเหนื่อยล้า

Mercedes sat on the sled, and Hal gripped the long gee-pole.

เมอร์เซเดสนั่งอยู่บนรถเลื่อน และฮาลก็จับเสาค้ำที่ยาวไว้

Charles stumbled behind, his steps clumsy and uncertain.

ชาร์ลส์สะดุดล้มด้านหลัง ก้าวเดินอย่างไม่คล่องแคล่วและไม่แน่ใจ

Thornton knelt by Buck and gently felt for broken bones.

ธอร์นตันคุกเข่าอยู่ข้างบัคและคลำหากระดูกที่หักอย่างเบามือ

His hands were rough but moved with kindness and care.

มือของเขาแม้จะหยาบกร้านแต่ก็เคลื่อนไหวด้วยความกรุณาและเอาใจใส่

Buck's body was bruised but showed no lasting injury.

ร่างของบัคมีรอยฟกช้ำแต่ไม่มีอาการบาดเจ็บถาวร

What remained was terrible hunger and near-total weakness.

สิ่งที่ยังคงเหลืออยู่คือความหิวโหยอันแสนสาหัสและความอ่อนแอเกือบทั้งหมด

By the time this was clear, the sled had gone far downriver.

เมื่อเห็นชัดเจนแล้ว รถเลื่อนก็ล่องไปไกลแล้ว

Man and dog watched the sled slowly crawl over the cracking ice.

ชายและสุนัขเฝ้าดูรถเลื่อนค่อยๆ คลานไปบนน้ำแข็งที่แตกร้าว

Then, they saw the sled sink down into a hollow.

จากนั้นพวกเขาก็มองเห็นรถเลื่อนจมลงไปในแอ่งน้ำ

The gee-pole flew up, with Hal still clinging to it in vain.

เสาไฟลอยขึ้นไป โดยที่ฮาลยังคงเกาะมันไว้อย่างไร้ผล

Mercedes's scream reached them across the cold distance.

เสียงกรีดร้องของเมอร์เซเดสดังไปถึงพวกเขาข้ามระยะทางที่หนาว
เย็น

Charles turned and stepped back—but he was too late.

ชาร์ลส์หันหลังแล้วก้าวถอยหลัง—แต่เขาก็สายเกินไปแล้ว

A whole ice sheet gave way, and they all dropped through.

แผ่นน้ำแข็งทั้งหมดพังทลายลง และพวกมันก็ตกลงไปทั้งหมด

Dogs, sled, and people vanished into the black water below.

สุนัข รถลากเลื่อน และผู้คนหายไปในน้ำดำเบื้องล่าง

Only a wide hole in the ice was left where they had passed.

เหลือเพียงหลุมกว้างในน้ำแข็งตรงที่พวกเขาผ่านไป

The trail's bottom had dropped out—just as Thornton
warned.

พื้นทางเดินลาดลงมาตามที่ธอร์นตันเตือนไว้

Thornton and Buck looked at one another, silent for a
moment.

ธอร์นตันและบัคมองหน้ากันโดยเงียบไปครู่หนึ่ง

"You poor devil," said Thornton softly, and Buck licked his
hand.

"เจ้าช่างน่าสงสาร" ธอร์นตันพูดเบาๆ และบัคก็เลียมือของเขา

For the Love of a Man
เพื่อความรักของชายคนหนึ่ง

John Thornton froze his feet in the cold of the previous December.

จอห์น ธอร์นตัน

เท้าของเขาแข็งเพราะความหนาวเย็นของเดือนธันวาคมปีก่อน

His partners made him comfortable and left him to recover alone.

คู่หูของเขาทำให้เขาสบายใจและปล่อยให้เขาฟื้นตัวคนเดียว

They went up the river to gather a raft of saw-logs for Dawson.

พวกเขาเดินขึ้นแม่น้ำเพื่อรวบรวมแพซุงสำหรับดอว์สัน

He was still limping slightly when he rescued Buck from death.

เขายังเดินกะเผลกเล็กน้อยตอนที่ช่วยบัคจากความตาย

But with warm weather continuing, even that limp disappeared.

แต่ด้วยอากาศอบอุ่นที่ยังคงดำเนินต่อไป

อาการขาเป๋ก็หายไปเช่นกัน

Lying by the riverbank during long spring days, Buck rested.

บัคได้พักผ่อนริมฝั่งแม่น้ำระหว่างช่วงฤดูใบไม้ผลิที่ยาวนาน

He watched the flowing water and listened to birds and insects.

เขาเฝ้าดูน้ำไหลและฟังเสียงนกและแมลง

Slowly, Buck regained his strength under the sun and sky.

บัคค่อยๆ ฟื้นคืนพละกำลังภายใต้ดวงอาทิตย์และท้องฟ้า

A rest felt wonderful after traveling three thousand miles.

การพักผ่อนที่ยอดเยี่ยมหลังจากเดินทางมาสามพันไมล์

Buck became lazy as his wounds healed and his body filled out.

บัคเริ่มขี้เกียจเมื่อบาดแผลของเขาหายและร่างกายของเขาแข็งแรงขึ้น

His muscles grew firm, and flesh returned to cover his bones.

กล้ามเนื้อของเขาแข็งแรงขึ้น

และเนื้อก็กลับมาปกคลุมกระดูกของเขาอีกครั้ง

They were all resting—Buck, Thornton, Skeet, and Nig.

พวกเขาทั้งหมดกำลังพักผ่อน—บัค, ธอร์นตัน, สกีต และนิค

They waited for the raft that was going to carry them down to Dawson.

พวกเขารอแพที่จะพาพวกเขาลงไปที่ดอว์สัน

Skeet was a small Irish setter who made friends with Buck.

สกีตเป็นสุนัขไอริชเซตเตอร์ตัวเล็กที่เป็นเพื่อนกับบัค

Buck was too weak and ill to resist her at their first meeting.

บัคอ่อนแอและป่วยเกินกว่าจะต้านทานเธอได้ในการพบกันครั้งแรกของพวกเขา

Skeet had the healer trait that some dogs naturally possess.

สกีตมีคุณสมบัติในการรักษาซึ่งสุนัขบางตัวมีอยู่แล้ว

Like a mother cat, she licked and cleaned Buck's raw wounds.

เธอเลียและทำความสะอาดบาดแผลสดของบัคเหมือนกับแม่แมว

Every morning after breakfast, she repeated her careful work.

ทุกเช้าหลังรับประทานอาหารเช้า

เธอจะทำหน้าที่อย่างระมัดระวังอีกครั้ง

Buck came to expect her help as much as he did Thornton's.

บัคเริ่มคาดหวังความช่วยเหลือจากเธอเท่าๆ

กับที่เขาคาดหวังความช่วยเหลือจากธอร์นตัน

Nig was friendly too, but less open and less affectionate.

นิคก็เป็นคนเป็นมิตรเช่นกัน

แต่เปิดเผยน้อยลงและแสดงความรักน้อยลง

Nig was a big black dog, part bloodhound and part deerhound.

นิคเป็นสุนัขสีดำตัวใหญ่

เป็นลูกครึ่งสุนัขบลัดฮาวด์และสุนัขล่ากวาง

He had laughing eyes and endless good nature in his spirit.

เขามีดวงตาที่ยิ้มแย้มและมีจิตใจดีอย่างไม่มีที่สิ้นสุด

To Buck's surprise, neither dog showed jealousy toward him.

บัครู้สึกประหลาดใจที่สุนัขทั้งสองตัวไม่แสดงความอิจฉาเขา

Both Skeet and Nig shared the kindness of John Thornton.

ทั้ง Skeet และ Nig ต่างก็ได้รับความกรุณาจาก John Thornton

As Buck got stronger, they lured him into foolish dog games.

เมื่อบั๊กแข็งแกร่งขึ้น พวกเขาก็ล่อลวงเขาให้เล่นเกมสุนัขโง่ๆ

Thornton often played with them too, unable to resist their joy.

ธอร์นตันก็มักจะเล่นกับพวกมันด้วยเช่นกัน

In this playful way, Buck moved from illness to a new life.

ด้วยวิธีสนุกๆ นี้ บัคได้ก้าวจากการเจ็บป่วยไปสู่ชีวิตใหม่

Love—true, burning, and passionate love—was his at last.

ความรัก—ความรักอันแท้จริง เร่าร้อน และเร่าร้อน—

กลายเป็นของเขาในที่สุด

He had never known this kind of love at Miller's estate.

เขาไม่เคยรู้จักความรักแบบนี้ที่คฤหาสน์ของมิลเลอร์เลย

With the Judge's sons, he had shared work and adventure.

เขาและลูกชายของผู้พิพากษาได้ร่วมกันทำงานและผจญภัย

With the grandsons, he saw stiff and boastful pride.

เมื่อเห็นหลานชายมีท่าทีเย่อหยิ่งและโอ้อวด

With Judge Miller himself, he had a respectful friendship.

เขาและผู้พิพากษามิลเลอร์มีมิตรภาพที่ดีต่อกัน

But love that was fire, madness, and worship came with Thornton.

แต่ความรักที่เป็นไฟ ความบ้าคลั่ง

และการบูชาก็มาพร้อมกับธอร์นตัน

This man had saved Buck's life, and that alone meant a great deal.

ชายคนนี้ช่วยชีวิตบัคไว้ และแค่นั้นก็มีความหมายมากแล้ว

But more than that, John Thornton was the ideal kind of master.

แต่ยิ่งไปกว่านั้น จอห์น

ธอร์นตันยังเป็นปรมาจารย์ในอุดมคติอีกด้วย

Other men cared for dogs out of duty or business necessity.

ผู้ชายคนอื่นๆ ดูแลสุนัขเพราะหน้าที่หรือมีความจำเป็นทางธุรกิจ

John Thornton cared for his dogs as if they were his children.

จอห์น

ธอร์นตันดูแลสุนัขของเขาเหมือนกับว่าพวกมันเป็นลูกของเขา

He cared for them because he loved them and simply could not help it.

เขาใส่ใจพวกเขาเพราะเขารักพวกเขาและ ไม่สามารถหยุดมันได้

John Thornton saw even further than most men ever managed to see.

จอห์น

ธอร์นตันมองเห็นได้ไกลมากกว่าที่มนุษย์ส่วนใหญ่สามารถมองเห็นได้

He never forgot to greet them kindly or speak a cheering word.

พระองค์ไม่เคยลืมที่จะทักทายพวกเขาอย่างเป็นมิตรหรือพูดจาให้กำลังใจ

He loved sitting down with the dogs for long talks, or "gassy," as he said.

เขาชอบนั่งคุยกับสุนัขนานๆ หรืออาจจะเรียกว่า "ผายลม" ก็ได้ตามที่เขาพูด

He liked to seize Buck's head roughly between his strong hands.

เขาชอบที่จะจับศีรษะของบัคอย่างรุนแรงระหว่างมือที่แข็งแกร่งของเขา

Then he rested his own head against Buck's and shook him gently.

จากนั้นเขาก็เอาหัวของตัวเองพิงกับบัคและเขย่าเขาเบาๆ

All the while, he called Buck rude names that meant love to Buck.

ตลอดเวลา เขาก็เรียกบัคด้วยชื่อหยาบคายที่หมายถึงความรักต่อบัค

To Buck, that rough embrace and those words brought deep joy.

สำหรับบัค

การกอดที่รุนแรงและคำพูดเหล่านั้นทำให้มีความสุขอย่างมาก

His heart seemed to shake loose with happiness at each movement.

หัวใจของเขาดูเหมือนจะสั่นไหวด้วยความสุขทุกครั้งที่เคลื่อนไหว

When he sprang up afterward, his mouth looked like it
laughed.

เมื่อเขาผุดลุกขึ้นมาอีกครั้ง ปากของเขาดูเหมือนว่าจะหัวเราะ

His eyes shone brightly and his throat trembled with
unspoken joy.

ดวงตาของเขาเป็นประกายสดใส

และลำคอของเขาสั่นเทาด้วยความสุขที่ไม่สามารถเอ่ยออกมาได้

His smile stood still in that state of emotion and glowing
affection.

รอยยิ้มของเขายังคงนิ่งอยู่ในอารมณ์และความรักอันเปี่ยมล้น

Then Thornton exclaimed thoughtfully, "God! he can almost
speak!"

จากนั้น ธอร์นตันก็อุทานออกมาอย่างครุ่นคิดว่า "พระเจ้า!

เขาแทบจะพูดได้เลยนะ!"

Buck had a strange way of expressing love that nearly
caused pain.

บัคมีวิธีการแสดงความรักแบบแปลกๆ ซึ่งเกือบทำให้เจ็บปวด

He often griped Thornton's hand in his teeth very tightly.

เขามักจะกัดมือของธอร์นตันแน่นมาก

The bite was going to leave deep marks that stayed for some
time after.

รอยกัดนั้นจะทิ้งรอยลึกไว้ซึ่งจะคงอยู่ต่อไปอีกระยะหนึ่ง

Buck believed those oaths were love, and Thornton knew
the same.

บัคเชื่อว่าคำสาบานเหล่านั้นคือความรัก และธอร์นตันก็รู้เช่นกัน

Most often, Buck's love showed in quiet, almost silent
adoration.

ส่วนใหญ่แล้วความรักของบัคจะแสดงออกมาในรูปแบบของความ

ชื่นชมที่เงียบงันจนแทบจะเงียบสนิท

Though thrilled when touched or spoken to, he did not seek attention.

แม้จะตื่นเต้นเมื่อถูกสัมผัสหรือพูดคุย

แต่เขาก็ไม่ได้ต้องการความสนใจ

Skeet nudged her nose under Thornton's hand until he petted her.

สกีตเอาจมูกจิ้มใต้มือของธอร์นตันจนกระทั่งเขาลูบเธอ

Nig walked up quietly and rested his large head on Thornton's knee.

นิคเดินขึ้นไปอย่างเงียบๆ

และวางศีรษะขนาดใหญ่ของเขาไว้บนตักของธอร์นตัน

Buck, in contrast, was satisfied to love from a respectful distance.

ในทางตรงกันข้ามบัคพอใจที่จะรักจากระยะห่างที่เคารพกัน

He lied for hours at Thornton's feet, alert and watching closely.

เขานอนอยู่แทบเท้าของธอร์นตันเป็นเวลาหลายชั่วโมงอย่างตื่นตัว

และเฝ้าดูอย่างใกล้ชิด

Buck studied every detail of his master's face and slightest motion.

บั๊กศึกษาอย่างละเอียดทุกรายละเอียดของใบหน้าและการเคลื่อนไ

หวแม้เพียงเล็กน้อยของเจ้านาย

Or lied farther away, studying the man's shape in silence.

หรือโกหกอยู่ไกลออกไปโดยศึกษารูปร่างของชายคนนั้นในความเ

งียบ

Buck watched each small move, each shift in posture or gesture.

บั๊กเฝ้าดูการเคลื่อนไหวเล็กๆ น้อยๆ แต่ละอย่าง
การเปลี่ยนท่าทางหรือกิริยาท่าทาง

So powerful was this connection that often pulled Thornton's gaze.
ความเชื่อมโยงนี้ทรงพลังมากจนดึงดูดความสนใจของธอร์นตันอยู่
เสมอ

He met Buck's eyes with no words, love shining clearly through.
เขาสบตากับบัคโดยไม่พูดอะไร ความรักเปล่งประกายอย่างชัดเจน

For a long while after being saved, Buck never let Thornton out of sight.
เป็นเวลานานหลังจากที่ได้รับการช่วยเหลือ
บัคไม่เคยปล่อยให้ธอร์นตันคลาดสายตาเลย

Whenever Thornton left the tent, Buck followed him closely outside.
เมื่อใดก็ตามที่ธอร์นตันออกจากเต็นท์ บัคก็จะเดินตามเขาไปติดๆ
ข้างนอก

All the harsh masters in the Northland had made Buck afraid to trust.
เจ้านายที่โหดร้ายทั้งหมดในดินแดนเหนือทำให้บัคไม่กล้าไว้วางใ
จ

He feared no man could remain his master for more than a short time.
เขาเกรงว่าจะไม่มีใครสามารถเป็นเจ้านายของเขาได้นานกว่าช่วงเว
ลาสั้นๆ

He feared John Thornton was going to vanish like Perrault and François.

เขาเกรงว่าจอห์น

ธอร์นตันจะหายตัวไปเหมือนกับเปโรลต์และฟรองซัวส์

Even at night, the fear of losing him haunted Buck's restless sleep.

แม้กระทั่งในเวลากลางคืน

ความกลัวที่จะสูญเสียเขาไปยังคงหลอกหลอนการนอนหลับไม่สบายของบัค

When Buck woke, he crept out into the cold, and went to the tent.

เมื่อบัคตื่น เขาก็คลานออกไปในที่เย็น และเดินไปที่เต็นท์

He listened carefully for the soft sound of breathing inside.

เขาตั้งใจฟังเสียงหายใจเบาๆ ภายใน

Despite Buck's deep love for John Thornton, the wild stayed alive.

แม้ว่าบัคจะรักจอห์น ธอร์นตันมาก แต่ป่าก็ยังมีชีวิตอยู่

That primitive instinct, awakened in the North, did not disappear.

สัญชาตญาณดั้งเดิมที่ปลุกขึ้นในภาคเหนือไม่ได้หายไป

Love brought devotion, loyalty, and the fire-side's warm bond.

ความรักนำมาซึ่งความภักดี ความภักดี

และความผูกพันที่อบอุ่นจากกองไฟ

But Buck also kept his wild instincts, sharp and ever alert.

แต่บัคก็ยังคงสัญชาตญาณดิบของเขาไว้อย่างเฉียบคมและตื่นตัวอยู่เสมอ

He was not just a tamed pet from the soft lands of civilization.

เขามิใช่เพียงสัตว์เลี้ยงที่เชื่องจากดินแดนอันอ่อนนุ่มแห่งอารยธรรม

Buck was a wild being who had come in to sit by Thornton's fire.

บัคเป็นสิ่งมีชีวิตป่าที่เข้ามาเพื่อมานั่งใกล้กองไฟของธอร์นตัน

He looked like a Southland dog, but wildness lived within him.

เขาดูเหมือนสุนัขพันธุ์เซาท์แลนด์ แต่มีความดุร้ายอยู่ในตัวเขา

His love for Thornton was too great to allow theft from the man.

ความรักที่เขามีต่อธอร์นตันมีมากเกินกว่าที่จะยอมให้เกิดการขโมยของจากชายคนนั้นได้

But in any other camp, he would steal boldly and without pause.

แต่ในค่ายอื่นเขาจะขโมยอย่างกล้าหาญและไม่หยุดพัก

He was so clever in stealing that no one could catch or accuse him.

เขามีความฉลาดในการขโมยมากจนไม่มีใครจับได้หรือกล่าวโทษเขาได้

His face and body were covered in scars from many past fights.

ใบหน้าและร่างกายของเขาเต็มไปด้วยรอยแผลเป็นจากการต่อสู้หลายครั้งในอดีต

Buck still fought fiercely, but now he fought with more cunning.

บัคยังคงต่อสู้อย่างดุเดือด แต่ตอนนี้เขาสู้ด้วยไหวพริบมากขึ้น

Skeet and Nig were too gentle to fight, and they were Thornton's.

สกีตและนิกอ่อนโยนเกินไปที่จะต่อสู้

และพวกเขาก็เป็นของธอร์นตัน

But any strange dog, no matter how strong or brave, gave way.

แต่สุนัขแปลกตัวใดก็ตาม ไม่ว่าจะแข็งแกร่งหรือกล้าหาญเพียงใด

ก็ต้องหลีกทางให้

Otherwise, the dog found itself battling Buck; fighting for its life.

มิฉะนั้น

สุนัขก็จะพบว่าตัวเองต้องต่อสู้กับบั๊กเพื่อต่อสู้เพื่อชีวิตของมัน

Buck had no mercy once he chose to fight against another dog.

บัค ไม่มีความเมตตาเลยเมื่อเขาเลือกที่จะต่อสู้กับสุนัขอีกตัว

He had learned well the law of club and fang in the Northland.

เขาเรียนรู้เรื่องกฎของชมรมและเขี้ยวในดินแดนเหนือมาเป็นอย่าง

ดี

He never gave up an advantage and never backed away from battle.

เขาไม่เคยยอมสละข้อได้เปรียบและไม่เคยถอยหนีจากการต่อสู้

He had studied Spitz and the fiercest dogs of mail and police.

เขาได้ศึกษาสุนัขพันธุ์สปิทซ์และสุนัขที่ดุร้ายที่สุดในบรรดาสุนัขไ

ปรษณีย์และสุนัขตำรวจ

He knew clearly there was no middle ground in wild combat.

เขาตระหนักชัดเจนว่าไม่มีจุดกึ่งกลางในต่อสู้อย่างดุเดือด

He must rule or be ruled; showing mercy meant showing weakness.

พระองค์ต้องปกครองหรือถูกปกครอง

การแสดงความเมตตาหมายถึงการแสดงความอ่อนแอ

Mercy was unknown in the raw and brutal world of survival.

ความเมตตาเป็นสิ่งที่ไม่สามารถพบได้ในโลกแห่งการเอาชีวิตรอด
ที่โหดร้ายและดิบเถื่อน

To show mercy was seen as fear, and fear led quickly to death.

การแสดงความเมตตาถูกมองว่าเป็นความกลัว

และความกลัวจะนำไปสู่ความตายอย่างรวดเร็ว

The old law was simple: kill or be killed, eat or be eaten.

กฎหมายเก่านั้นเรียบง่าย: ฆ่าหรือถูกฆ่า กินหรือถูกกิน

That law came from the depths of time, and Buck followed it fully.

กฎนั้นมาจากส่วนลึกของกาลเวลา และบัคก็ปฏิบัติตามอย่างเต็มที่

Buck was older than his years and the number of breaths he took.

บัคมีอายุเกินอายุและจำนวนลมหายใจที่เขาหายใจเข้า

He connected the ancient past with the present moment clearly.

เขาเชื่อมโยงอดีตอันยาวนานกับช่วงเวลาปัจจุบันได้อย่างชัดเจน

The deep rhythms of the ages moved through him like the tides.

จังหวะอันล้ำลึกของยุคสมัยเคลื่อนผ่านตัวเขาไปเหมือนกระแสน้ำ

Time pulsed in his blood as surely as seasons moved the earth.

เวลาไหลเวียนอยู่ในเลือดของเขาแน่นอนตามฤดูกาลที่หมุนเวียนไ
ปบนโลก

He sat by Thornton's fire, strong-chested and white-fanged.

เขานั่งอยู่ใกล้กองไฟของธอร์นตัน

มีหน้าอกที่แข็งแรงและมีเขี้ยวสีขาว

His long fur waved, but behind him the spirits of wild dogs watched.

ขนอันยาวของเขาพลิ้วไสว

แต่เบื้องหลังของเขานั้นมีวิญญาณสุนัขป่าเฝ้าดูอยู่

Half-wolves and full wolves stirred within his heart and senses.

หมาป่าครึ่งคนครึ่งหมาป่าเคลื่อนไหวอยู่ภายในใจและประสาทสัม

ผัสของเขา

They tasted his meat and drank the same water that he did.

พวกเขาได้ชิมเนื้อของเขาและดื่มน้ำเดียวกับที่เขาทำ

They sniffed the wind alongside him and listened to the forest.

พวกเขาสูดกลิ่นลมไปพร้อมกับเขาและฟังเสียงป่าไม้

They whispered the meanings of the wild sounds in the darkness.

พวกเขาได้กระซิบถึงความหมายของเสียงอันป่าเถื่อนในความมืด

They shaped his moods and guided each of his quiet reactions.

พวกเขาสร้างอารมณ์ของเขาและชี้นำปฏิกิริยาอันเงียบสงบของเขา

แต่ละอย่าง

They lay with him as he slept and became part of his deep dreams.

พวกเขานอนกับเขาขณะที่เขาหลับและกลายเป็นส่วนหนึ่งของควา

มฝันอันล้ำลึกของเขา

They dreamed with him, beyond him, and made up his very spirit.

พวกเขาฝันร่วมกับเขา เหนือเขา

และสร้างจิตวิญญาณของเขาขึ้นมา

The spirits of the wild called so strongly that Buck felt pulled.

จิตวิญญาณแห่งป่าร้องเรียกอย่างแรงจนทำให้บัครู้สึกดึงดูด

Each day, mankind and its claims grew weaker in Buck's heart.

ทุกๆ วัน

มนุษยชาติและการเรียกร้องของพวกเขาจะอ่อนแอลงในใจของบัค

Deep in the forest, a strange and thrilling call was going to rise.

ในป่าลึกมีเสียงเรียกที่แปลกและน่าตื่นเต้นดังขึ้น

Every time he heard the call, Buck felt an urge he could not resist.

ทุกครั้งที่ได้ยินเสียงเรียก

บัคก็จะรู้สึกอยากอะไรบางอย่างที่เขาไม่อาจต้านทานได้

He was going to turn from the fire and from the beaten human paths.

เขาจะหันหลังให้กับไฟและจากเส้นทางมนุษย์ที่ถูกตี

He was going to plunge into the forest, going forward without knowing why.

เขาจะพุ่งเข้าไปในป่าโดยเดินไปข้างหน้าโดยไม่รู้ว่าทำไม

He did not question this pull, for the call was deep and powerful.

เขาไม่ตั้งคำถามถึงการดึงดูดนี้

เพราะการเรียกร้องนั้นมีความลึกซึ้งและทรงพลัง

Often, he reached the green shade and soft untouched earth

บ่อยครั้งเขาไปถึงร่มเงาสีเขียวและดินที่อ่อนนุ่มที่ไม่ถูกแตะต้อง

But then the strong love for John Thornton pulled him back to the fire.

แต่แล้วความรักอันแรงกล้าที่มีต่อจอห์น ธอร์นตันก็ดึงเขากลับเข้าสู่กองไฟอีกครั้ง

Only John Thornton truly held Buck's wild heart in his grasp.

มีเพียงจอห์น ธอร์นตันเท่านั้นที่สามารถกุมหัวใจอันป่าเถื่อนของบัคไว้ได้อย่างแท้จริง

The rest of mankind had no lasting value or meaning to Buck.

มนุษย์ที่เหลือ ไม่มีคุณค่าหรือความหมายที่ยั่งยืนสำหรับบัค

Strangers might praise him or stroke his fur with friendly hands.

คนแปลกหน้าอาจจะชื่นชมเขาหรือลูบขนของเขาด้วยมือที่เป็นมิตร

Buck remained unmoved and walked off from too much affection.

บั๊กยังคงไม่ขยับเขยื้อนและเดินออกไปเนื่องจากมีความรักมากเกินไป

Hans and Pete arrived with the raft that had long been awaited

ฮันส์และพีทมาถึงพร้อมกับแพที่รอคอยมานาน

Buck ignored them until he learned they were close to Thornton.

บั๊กไม่สนใจพวกเขาจนกระทั่งเขารู้ว่าพวกเขาใกล้ชิดกับธอร์นตัน

After that, he tolerated them, but never showed them full warmth.

หลังจากนั้นเขาก็อดทนกับพวกเขา

แต่ไม่เคยแสดงความอบอุ่นให้พวกเขาอย่างเต็มที่

He took food or kindness from them as if doing them a favor.

พระองค์ทรงรับอาหารหรือความกรุณาจากพวกเขาเสมือนหนึ่งว่า

ทรงทำคุณประโยชน์แก่พวกเขา

They were like Thornton—simple, honest, and clear in thought.

พวกเขาเป็นเหมือนธอร์นตัน—เรียบง่าย ซื่อสัตย์

และมีความคิดชัดเจน

All together they traveled to Dawson's saw-mill and the great eddy

พวกเขาทั้งหมดเดินทางไปที่โรงเลื่อยของ Dawson

และน้ำวนขนาดใหญ่

On their journey the learned to understand Buck's nature deeply.

ในระหว่างการเดินทาง

พวกเขาได้เรียนรู้ที่จะเข้าใจธรรมชาติของบัคอย่างลึกซึ้ง

They did not try to grow close like Skeet and Nig had done.

พวกเขาไม่ได้พยายามที่จะใกล้ชิดกันเหมือนที่ Skeet และ Nig ได้ทำ

But Buck's love for John Thornton only deepened over time.

แต่ความรักของบัคที่มีต่อจอห์น

ธอร์นตันก็ยิ่งลึกซึ้งมากขึ้นตามกาลเวลา

Only Thornton could place a pack on Buck's back in the summer.

มีเพียงธอร์นตันเท่านั้นที่สามารถวางฝูงสัตว์ไว้บนหลังบัคได้ในฤ

ดูร้อน

Whatever Thornton commanded, Buck was willing to do fully.

ไม่ว่าธอร์นตันจะสั่งอะไร บัคก็เต็มใจที่จะทำอย่างเต็มที่

One day, after they left Dawson for the headwaters of the Tanana,

วันหนึ่งหลังจากที่พวกเขาออกจากดอว์สันไปยังต้นน้ำของแม่น้ำท

านานา

the group sat on a cliff that dropped three feet to bare bedrock.

กลุ่มคนเหล่านี้นั่งอยู่บนหน้าผาซึ่งสูงประมาณสามฟุตจนไปถึงชั้น

หินแข็งที่โล่งเตียน

John Thornton sat near the edge, and Buck rested beside him.

จอห์น ธอร์นตันนั่งอยู่ใกล้ขอบ และบัคก็พักผ่อนข้างๆ เขา

Thornton had a sudden thought and called the men's attention.

ธอร์นตันเกิดความคิดขึ้นมาอย่างกะทันหัน

และเรียกร้องความสนใจของพวกผู้ชาย

He pointed across the chasm and gave Buck a single command.

เขาชี้ข้ามหุบเหวและสั่งบัคเพียงคำเดียว

"Jump, Buck!" he said, swinging his arm out over the drop.

"กระโดดสิ บั๊ก!" เขากล่าวพร้อมกับเหวี่ยงแขนออกไปเหนือจุดตก

In a moment, he had to grab Buck, who was leaping to obey.

ชั่วพริบตา เขาต้องคว้าบัคที่กำลังกระโจนเพื่อเชื่อฟัง

Hans and Pete rushed forward and pulled both back to safety.

ฮันส์และพีทรีบวิ่งไปข้างหน้าและดึงทั้งคู่กลับมายังที่ปลอดภัย

After all ended, and they had caught their breath, Pete spoke up.

หลังจากที่ทุกอย่างจบลง และพวกเขาได้พักหายใจ พีทก็พูดขึ้น

"The love's uncanny," he said, shaken by the dog's fierce devotion.

"ความรักเป็นสิ่งที่น่าขนลุก"

เขากล่าวด้วยความหวั่นไหวจากความทุ่มเทอย่างแรงกล้าของสุนัข

Thornton shook his head and replied with calm seriousness.

ธอร์นตันส่ายหัวและตอบด้วยความสงบจริงจัง

"No, the love is splendid," he said, "but also terrible."

"ไม่หรอก ความรักนั้นวิเศษมาก" เขากล่าว "แต่ก็เลวร้ายเช่นกัน"

"Sometimes, I must admit, this kind of love makes me afraid."

"บางครั้งฉันต้องยอมรับว่าความรักแบบนี้ทำให้ฉันกลัว"

Pete nodded and said, "I'd hate to be the man who touches you."

พีทพยักหน้าและพูดว่า "ผมเกลียดที่จะเป็นผู้ชายที่แตะตัวคุณ"

He looked at Buck as he spoke, serious and full of respect.

เขาจ้องดูบั๊กในขณะที่เขาพูดด้วยความจริงจังและเต็มไปด้วยความเคารพ

"Py Jingo!" said Hans quickly. "Me either, no sir."

"ไพ จิงโก!" ฮันส์รีบตอบ "ฉันก็เหมือนกัน ไม่เอาหรอกท่าน"

Before the year ended, Pete's fears came true at Circle City.

ก่อนปีจะสิ้นสุดลง ความกลัวของพีทก็เป็นจริงที่เซอร์เคิลซิตี้

A cruel man named Black Burton picked a fight in the bar.

ชายโหดร้ายชื่อแบล็ค เบอร์ตัน ก่อเรื่องชกต่อยในบาร์

He was angry and malicious, lashing out at a new tenderfoot.

เขาโกรธและมุ่งร้าย โจมตีเด็กที่เพิ่งเกิดใหม่

John Thornton stepped in, calm and good-natured as always.

จอห์น ธอร์นตันเข้ามาด้วยความสงบและมีน้ำใจเช่นเคย

Buck lay in a corner, head down, watching Thornton closely.

บัคนอนอยู่ที่มุมหนึ่ง ก้มหน้าลง คอยดูธอร์นตันอย่างใกล้ชิด

Burton suddenly struck, his punch sending Thornton spinning.

จู่ๆ เบอร์ตันก็โจมตี หมัดของเขาทำให้ธอร์นตันหมุนตัว

Only the bar's rail kept him from crashing hard to the ground.

มีเพียงราวเหล็กเท่านั้นที่ทำให้เขาไม่สามารถกระแทกพื้นอย่างแรงได้

The watchers heard a sound that was not bark or yelp

ผู้เฝ้าดูได้ยินเสียงที่ไม่ใช่เสียงเห่าหรือร้องโหยหวน

a deep roar came from Buck as he launched toward the man.

บั๊กส่งเสียงคำรามอันลึกออกมาขณะที่เขาพุ่งเข้าหาชายคนนั้น

Burton threw his arm up and barely saved his own life.

เบอร์ตันยกแขนขึ้นแต่แทบจะช่วยชีวิตตัวเองไม่ได้

Buck crashed into him, knocking him flat onto the floor.

บัคพุ่งเข้าใส่เขาจนเขาล้มลงกับพื้น

Buck bit deep into the man's arm, then lunged for the throat.

บัคกัดลึกเข้าไปในแขนของชายคนนั้น จากนั้นพุ่งเข้าที่ลำคอ

Burton could only partly block, and his neck was torn open.

เบอร์ตันสามารถบล็อกได้เพียงบางส่วน

และคอของเขาก็ถูกฉีกขาด

Men rushed in, clubs raised, and drove Buck off the bleeding man.

พวกผู้ชายบุกเข้ามา ยกกระบองขึ้น

และไล่บัคออกจากร่างของชายที่กำลังเลือดออก

A surgeon worked quickly to stop the blood from flowing out.

ศัลยแพทย์ทำงานอย่างรวดเร็วเพื่อหยุดเลือด ไม่ให้ไหลออกมา

Buck paced and growled, trying to attack again and again.

บัคก้าวไปมาพร้อมกับคำราม

พยายามที่จะโจมตีอีกครั้งแล้วครั้งเล่า

Only swinging clubs kept him back from reaching Burton.

มีเพียงไม้กระบองเท่านั้นที่ขัดขวาง ไม่ให้เขาไปถึงเบอร์ตันได้

A miners' meeting was called and held right there on the spot.

มีการเรียกประชุมคนงานเหมืองและจัดขึ้นตรงนั้นทันที

They agreed Buck had been provoked and voted to set him free.

พวกเขาเห็นพ้องกันว่าบัคถูกยั่วยุและลงมติให้ปล่อยตัวเขาเป็นอิสระ

But Buck's fierce name now echoed in every camp in Alaska.

แต่ชื่ออันดุร้ายของบัคยังคงก้องอยู่ในทุกค่ายในอลาสก้า

Later that fall, Buck saved Thornton again in a new way.

ในฤดูใบไม้ร่วงนั้น บั๊กได้ช่วยธอร์นตันอีกครั้งด้วยวิธีใหม่

The three men were guiding a long boat down rough rapids.

ชายทั้งสามกำลังบังคับเรือยาวล่องไปตามน้ำเชี่ยวกราก

Thornton maned the boat, calling directions to the shoreline.

ธอร์นตันควบคุมเรือเพื่อส่งเสียงบอกทางไปยังชายฝั่ง

Hans and Pete ran on land, holding a rope from tree to tree.

ฮันส์และพีทวิ่งขึ้นบกโดยถือเชือกจากต้นไม้ต้นหนึ่งไปอีกต้นหนึ่ง

Buck kept pace on the bank, always watching his master.

บัคเดินไปบนฝั่งตลอดเวลาโดยคอยดูเจ้านายของเขาอยู่เสมอ

At one nasty place, rocks jutted out under the fast water.

ในสถานที่แห่งหนึ่งที่น่ารังเกียจ

มีหินยื่นออกมาอยู่ใต้น้ำที่ไหลเชี่ยว

Hans let go of the rope, and Thornton steered the boat wide.

ฮันส์ปล่อยเชือก และธอร์นตันก็บังคับเรือให้กว้างออก

Hans sprinted to catch the boat again past the dangerous rocks.

ฮันส์รีบวิ่งไปขึ้นเรืออีกครั้งผ่านโขดหินอันตรายไป

The boat cleared the ledge but hit a stronger part of the current.

เรือเคลื่อนตัวผ่านขอบน้ำไปได้แต่ก็ไปชนกับกระแสน้ำที่แรงกว่า

Hans grabbed the rope too quickly and pulled the boat off balance.

ฮันส์คว้าเชือกเร็วเกินไปจนทำให้เรือเสียสมดุล

The boat flipped over and slammed into the bank, bottom up.

เรือพลิกคว่ำและพุ่งชนฝั่งจนจมลงไปข้างล่าง

Thornton was thrown out and swept into the wildest part of the water.

ธอร์นตันถูกโยนออกไปและถูกพัดเข้าไปในส่วนที่ป่าเถื่อนที่สุดของน้ำ

No swimmer could have survived in those deadly, racing waters.

นักว่ายน้ำไม่มีทางรอดชีวิตได้ในน้ำที่เชี่ยวกรากและอันตรายเหล่านั้น

Buck jumped in instantly and chased his master down the river.

บัคกระโดดลงไปทันทีและไล่ตามเจ้านายของเขาลงไปตามแม่น้ำ

After three hundred yards, he reached Thornton at last.

หลังจากผ่านไปสามร้อยหลา เขาก็มาถึงธอร์นตันในที่สุด

Thornton grabbed Buck's tail, and Buck turned for the shore.

ธอร์นตันคว้าหางของบัค และบัคก็หันหลังกลับไปที่ฝั่ง

He swam with full strength, fighting the water's wild drag.

เขาว่ายน้ำอย่างเต็มกำลัง ต่อสู้กับแรงต้านของน้ำ

They moved downstream faster than they could reach the shore.

พวกเขามุ่งหน้าตามน้ำเร็วกว่าที่พวกเขาจะถึงฝั่งได้

Ahead, the river roared louder as it fell into deadly rapids.

ข้างหน้าแม่น้ำคำรามดังขึ้นขณะที่ตกลงสู่น้ำเชี่ยวที่รุนแรง

Rocks sliced through the water like the teeth of a huge comb.

ก้อนหินถูกเฉือนผ่านน้ำเหมือนฟันของหวีขนาดใหญ่

The pull of the water near the drop was savage and inescapable.

แรงดึงดูดของน้ำใกล้หยดน้ำนั้นรุนแรงและไม่อาจหลีกเลี่ยงได้

Thornton knew they could never make the shore in time.

ธอร์นตันรู้ว่าพวกเขาไม่มีทางไปถึงฝั่งได้ทันเวลา

He scraped over one rock, smashed across a second,

เขาขูดหินก้อนหนึ่งแล้วกระแทกหินก้อนที่สอง

And then he crashed into a third rock, grabbing it with both hands.

แล้วเขาก็พุ่งชนหินก้อนที่สามโดยใช้มือทั้งสองข้างคว้ามันไว้

He let go of Buck and shouted over the roar, "Go, Buck! Go!"

เขาปล่อยบั๊กแล้วตะโกนท่ามกลางเสียงคำราม "ไป บั๊ก ไป!"

Buck could not stay afloat and was swept down by the current.

บั๊กไม่สามารถลอยน้ำได้และถูกกระแสน้ำพัดไป

He fought hard, struggling to turn, but made no headway at all.

เขาต่อสู้อย่างหนักเพื่อหันกลับแต่ก็ไม่สามารถทำความคืบหน้าได้เลย

Then he heard Thornton repeat the command over the river's roar.

แล้วเขาก็ได้ยินธอร์นตันพูดคำสั่งซ้ำท่ามกลางเสียงคำรามของแม่น้ำ

Buck reared out of the water, raised his head as if for a last look.

บัคผงะตัวขึ้นจากน้ำ เงยหัวขึ้นเหมือนจะมองเป็นครั้งสุดท้าย

then turned and obeyed, swimming toward the bank with resolve.

จากนั้นก็หันกลับและทำตาม โดยว่ายน้ำเข้าฝั่งอย่างมุ่งมั่น

Pete and Hans pulled him ashore at the final possible moment.

พีทและฮันส์ดึงเขาขึ้นฝั่งในช่วงเวลาสุดท้ายที่เป็นไปได้

They knew Thornton could cling to the rock for only minutes more.

พวกเขารู้ว่าธอร์นตันจะเกาะหินนั้นได้เพียงไม่กี่นาทีเท่านั้น

They ran up the bank to a spot far above where he was hanging.

พวกเขาวิ่งขึ้นฝั่งไปจนเจอจุดที่อยู่สูงกว่าจุดที่เขาถูกแขวนคออยู่มาก

They tied the boat's line to Buck's neck and shoulders carefully.

พวกเขาผูกเชือกเรือไว้กับคอและไหล่ของบัคอย่างระมัดระวัง

The rope was snug but loose enough for breathing and movement.

เชือกนั้นกระชับแต่ก็หลวมพอที่จะหายใจและเคลื่อนไหวได้

Then they launched him into the rushing, deadly river again.

จากนั้นพวกเขาก็โยนเขาลงไปในแม่น้ำที่ไหลเชี่ยวและรุนแรงอีกครั้ง

Buck swam boldly but missed his angle into the stream's force.

บั๊กว่ายน้ำอย่างกล้าหาญแต่ก็พลาดทิศทางที่กระแสน้ำไหล

He saw too late that he was going to drift past Thornton.

เขาเห็นสายเกินไปแล้วว่าเขาจะลอยผ่านธอร์นตันไป

Hans jerked the rope tight, as if Buck were a capsizing boat.

ฮันส์กระตุกเชือกให้ตึงราวกับว่าบัคเป็นเรือที่กำลังล่ม

The current pulled him under, and he vanished below the surface.

กระแสน้ำดึงเขาลงไปใต้น้ำ แล้วเขาก็หายไปใต้ผิวน้ำ

His body struck the bank before Hans and Pete pulled him out.

ร่างของเขาพุ่งชนฝั่งก่อนที่ฮันส์และพีทจะดึงเขาออกมา

He was half-drowned, and they pounded the water out of him.

เขาจมน้ำเกือบครึ่ง และพวกเขาก็ทุบน้ำออกจากตัวเขา

Buck stood, staggered, and collapsed again onto the ground.

บัคยืนขึ้น เซไป และล้มลงบนพื้นอีกครั้ง

Then they heard Thornton's voice faintly carried by the wind.

แล้วพวกเขาก็ได้ยินเสียงของธอร์นตันที่พัดมาตามลมอย่างแผ่วเบา

Though the words were unclear, they knew he was near death.

แม้คำพูดจะไม่ชัดเจน แต่พวกเขารู้ว่าเขาใกล้จะตายแล้ว

The sound of Thornton's voice hit Buck like an electric jolt.

เสียงของธอร์นตันกระทบบัคเหมือนกับถูกไฟฟ้าช็อต

He jumped up and ran up the bank, returning to the launch point.

เขาโดดขึ้นและวิ่งขึ้นฝั่งกลับไปยังจุดปล่อยตัว

Again they tied the rope to Buck, and again he entered the stream.

พวกเขาผูกเชือกกับบั๊กอีกครั้ง และเขาก็กลับเข้าสู่ลำธารอีกครั้ง

This time, he swam directly and firmly into the rushing water.

คราวนี้ เขาว่ายน้ำตรงลงไปในน้ำที่ไหลเชี่ยวอย่างมั่นคง

Hans let out the rope steadily while Pete kept it from tangling.

ฮันส์ปล่อยเชือกออกอย่างต่อเนื่องในขณะที่พีทพยายามไม่ให้เชือกพันกัน

Buck swam hard until he was lined up just above Thornton.

บั๊กว่ายน้ำอย่างหนักจนกระทั่งเขาไปยืนเรียงแถวเหนือธอร์นตัน

Then he turned and charged down like a train in full speed.

จากนั้นเขาก็หันตัวและพุ่งลงมาเหมือนรถไฟด้วยความเร็วสูงสุด

Thornton saw him coming, braced, and locked arms around his neck.

ธอร์นตันเห็นเขาเข้ามา จึงตั้งตัวและล็อกแขนไว้รอบคอของเขา

Hans tied the rope fast around a tree as both were pulled under.

ฮันส์ผูกเชือกไว้แน่นรอบต้นไม้ขณะที่ทั้งสองถูกดึงลงไปใต้ต้นไม้

They tumbled underwater, smashing into rocks and river debris.

พวกเขาตกลงไปใต้น้ำและกระแทกเข้ากับหินและเศษซากในแม่น้ำ

One moment Buck was on top, the next Thornton rose gasping.

ชั่วพริบตาเดียวบัคก็อยู่ด้านบน

ขณะต่อมาธอร์นตันก็ลุกขึ้นพร้อมหายใจแรง

Battered and choking, they veered to the bank and safety.

พวกเขาได้รับบาดเจ็บและหายใจไม่ออก

จึงต้องหันตัวไปที่ฝั่งที่ปลอดภัย

Thornton regained consciousness, lying across a drift log.

ธอร์นตันฟื้นคืนสติโดยนอนทับท่อนไม้ลอยน้ำ

Hans and Pete worked him hard to bring back breath and life.

ฮันส์และพีททำงานหนักเพื่อให้เขากลับมามีลมหายใจและชีวิตอีก
ครั้ง

His first thought was for Buck, who lay motionless and limp.

ความคิดแรกของเขาคือบัคที่นอนนิ่งและหมดแรง

Nig howled over Buck's body, and Skeet licked his face gently.

นิกส่งเสียงหอนไปทั่วร่างของบัค และสกีตก็เลียหน้าเขาเบาๆ

Thornton, sore and bruised, examined Buck with careful hands.

ธอร์นตันซึ่งมีอาการเจ็บปวดและมีรอยฟกช้ำ

ตรวจบัคด้วยมืออย่างระมัดระวัง

He found three ribs broken, but no deadly wounds in the dog.

เขาพบซี่โครงหัก 3 ซี่ แต่ไม่มีบาดแผลสาหัสในตัวสุนัข

"That settles it," Thornton said. "We camp here." And they did.

"นั่นทำให้เรื่องจบลง" ธอร์นตันกล่าว "เราตั้งแคมป์ที่นี่"

และพวกเขาก็ทำเช่นนั้น

They stayed until Buck's ribs healed and he could walk
again.
พวกเขาอยู่ที่นั่นจนกระทั่งซี่โครงของบัคหายดีและเขาสามารถเดิน
ได้อีกครั้ง

That winter, Buck performed a feat that raised his fame
further.
ในฤดูหนาวปีนั้น

บัคได้แสดงความสามารถที่ทำให้ชื่อเสียงของเขาโด่งดังขึ้นไปอีก

It was less heroic than saving Thornton, but just as
impressive.
มันดูกล้าหาญน้อยกว่าการช่วยธอร์นตัน แต่ก็ประทับใจไม่แพ้กัน

At Dawson, the partners needed supplies for a distant
journey.
ที่ Dawson

พันธมิตรต้องการสิ่งของที่จำเป็นสำหรับการเดินทางไกล

They wanted to travel East, into untouched wilderness
lands.
พวกเขาต้องการเดินทางไปทางทิศตะวันออก

สู่ดินแดนป่าดงดิบที่ยังคงความสมบูรณ์

Buck's deed in the Eldorado Saloon made that trip possible.
การกระทำของบัคใน Eldorado Saloon

ทำให้การเดินทางครั้งนั้นเป็นไปได้

It began with men bragging about their dogs over drinks.
มันเริ่มต้นจากผู้ชายคุยโม้เกี่ยวกับสุนัขของพวกเขาขณะดื่มเครื่องดื่
ม

Buck's fame made him the target of challenges and doubt.

ชื่อเสียงของบัคทำให้เขาตกเป็นเป้าหมายของการท้าทายและความสงสัย

Thornton, proud and calm, stood firm in defending Buck's name.

ธอร์นตันมีความภาคภูมิใจและสงบ

ยืนหยัดอย่างมั่นคงในการปกป้องชื่อของบัค

One man said his dog could pull five hundred pounds with ease.

ชายคนหนึ่งกล่าวว่าสุนัขของเขาสามารถลากน้ำหนักห้าร้อยปอนด์ได้อย่างง่ายดาย

Another said six hundred, and a third bragged seven hundred.

อีกคนบอกว่าหกร้อย และคนที่สามอวดว่าเจ็ดร้อย

"Pfft!" said John Thornton, "Buck can pull a thousand pound sled."

"ฮึย!" จอห์น ธอร์นตันพูด

"บัคสามารถลากเลื่อนน้ำหนักพันปอนด์ได้นะ"

Matthewson, a Bonanza King, leaned forward and challenged him.

แมทธิวสัน ราชาโบนันซ่า โน้มตัวไปข้างหน้าและท้าทายเขา

"You think he can put that much weight into motion?"

"คุณคิดว่าเขาจะสามารถเคลื่อนไหวได้มากขนาดนั้นเหรอ?"

"And you think he can pull the weight a full hundred yards?"

"แล้วคุณคิดว่าเขาสามารถดึงน้ำหนักได้เต็มร้อยหลาหรือเปล่า?"

Thornton replied coolly, "Yes. Buck is dog enough to do it."

ธอร์นตันตอบอย่างเย็นชา "ใช่ บัคเป็นหมาที่ทำได้"

"He'll put a thousand pounds into motion, and pull it a hundred yards."

"เขาจะเคลื่อนย้ายน้ำหนักหนึ่งพันปอนด์

และดึงมันออกมาได้ร้อยหลา"

Matthewson smiled slowly and made sure all men heard his words.

แมทธิวสันยิ้มช้าๆ และให้แน่ใจว่าทุกคนได้ยินคำพูดของเขา

"I've got a thousand dollars that says he can't. There it is."

"ฉันมีเงินหนึ่งพันเหรียญที่บอกว่าเขาทำไม่ได้ นั่นไง"

He slammed a sack of gold dust the size of sausage on the bar.

เขาตบกระสอบผงทองคำขนาดเท่าไส้กรอกลงบนเคาน์เตอร์บาร์

Nobody said a word. The silence grew heavy and tense around them.

ไม่มีใครพูดอะไรสักคำ

ความเงียบเริ่มหนักหน่วงและตึงเครียดขึ้นรอบตัวพวกเขา

Thornton's bluff—if it was one—had been taken seriously.

การหลอกลวงของ Thornton หากเป็นอย่างนั้น

ก็ได้รับการพิจารณาอย่างจริงจัง

He felt heat rise in his face as blood rushed to his cheeks.

เขารู้สึกถึงความร้อนขึ้นบนใบหน้าขณะที่เลือดพุ่งขึ้นแก้ม

His tongue had gotten ahead of his reason in that moment.

ลิ้นของเขาได้พัฒนาไปเร็วกว่าเหตุผลในขณะนั้น

He truly didn't know if Buck could move a thousand pounds.

เขาไม่รู้จริงๆ ว่าบัคจะสามารถขนเงินหนึ่งพันปอนด์ได้หรือไม่

Half a ton! The size of it alone made his heart feel heavy.

ครึ่งตัน! ขนาดของมันเพียงอย่างเดียวก็ทำเอาใจเขาหนักอึ้งแล้ว

He had faith in Buck's strength and had thought him capable.

เขาศรัทธาในความแข็งแกร่งของบัคและคิดว่าเขาสามารถทำได้

But he had never faced this kind of challenge, not like this.

แต่เขาไม่เคยเผชิญกับความท้าทายแบบนี้มาก่อน

A dozen men watched him quietly, waiting to see what he'd do.

ชายนับสิบคนเฝ้าดูเขาอย่างเงียบๆ รอดูว่าเขาจะทำอย่างไร

He didn't have the money—neither did Hans or Pete.

เขาไม่มีเงิน—ทั้งฮันส์และพีทก็ไม่มีเช่นกัน

"I've got a sled outside," said Matthewson coldly and direct.

"ฉันมีรถเลื่อนอยู่ข้างนอก"

แมทธิวสันพูดอย่างเย็นชาและตรงไปตรงมา

"It's loaded with twenty sacks, fifty pounds each, all flour.

"มันบรรจุด้วยกระสอบยี่สิบใบ ใบละห้าสิบปอนด์

เป็นแป้งทั้งหมด

So don't let a missing sled be your excuse now," he added.

ดังนั้นอย่าปล่อยให้รถเลื่อนที่หายไปกลายมาเป็นข้ออ้างของคุณอีก

ต่อไป" เขากล่าวเสริม

Thornton stood silent. He didn't know what words to offer.

ธอร์นตันยืนเงียบ เขาไม่รู้จะพูดอะไรดี

He looked around at the faces without seeing them clearly.

เขาเหลือบมองดูใบหน้าเหล่านั้นแต่ไม่สามารถมองเห็นได้ชัดเจน

He looked like a man frozen in thought, trying to restart.

เขาดูเหมือนคนที่หยุดนิ่งอยู่ในความคิดและพยายามจะเริ่มต้นใหม่

อีกครั้ง

Then he saw Jim O'Brien, a friend from the Mastodon days.

แล้วเขาก็ได้พบกับจิม โอไบรอัน เพื่อนจากยุคแมสโตดอน

That familiar face gave him courage he didn't know he had.

ใบหน้าที่คุ้นเคยทำให้เขามีความกล้าหาญที่เขาไม่รู้ว่าตนมี

He turned and asked in a low voice, "Can you lend me a thousand?"

เขาหันมาถามด้วยเสียงต่ำว่า "คุณให้ฉันยืมเงินหนึ่งพันได้ไหม"

"Sure," said O'Brien, dropping a heavy sack by the gold already.

"แน่นอน" โอไบรอันกล่าวพร้อมกับทิ้งกระสอบหนักๆ ไว้ข้างๆ ทองคำแล้ว

"But truthfully, John, I don't believe the beast can do this."

"แต่พูดจริงนะจอห์น

ฉันไม่เชื่อว่าสัตว์ร้ายจะสามารถทำเช่นนั้นได้"

Everyone in the Eldorado Saloon rushed outside to see the event.

ทุกคนในโรงเตี๊ยมเอลโดราโดรีบวิ่งออกไปเพื่อชมงาน

They left tables and drinks, and even the games were paused.

พวกเขาวางโต๊ะและวางเครื่องดื่ม และแม้แต่เกมก็ยังหยุดด้วย

Dealers and gamblers came to witness the bold wager's end.

เหล่าเจ้ามือและนักพนันต่างมาเป็นพยานในจุดสิ้นสุดของการเดิมพันอันกล้าหาญ

Hundreds gathered around the sled in the icy open street.

ผู้คนนับร้อยรวมตัวกันรอบรถเลื่อนบนถนนที่เปิดโล่งและมีน้ำแข็งปกคลุม

Matthewson's sled stood with a full load of flour sacks.

รถเลื่อนของแมทธิวสันยืนอยู่พร้อมกระสอบแป้งเต็มบรรทุก

The sled had been sitting for hours in minus temperatures.

รถเลื่อนคันดังกล่าวจอดอยู่เป็นเวลานานหลายชั่วโมงภายใต้อุณหภูมิติดลบ

The sled's runners were frozen tight to the packed-down snow.

นักวิ่งเลื่อนถูกแช่แข็งจนแน่นเนื่องจากหิมะที่อัดแน่น

Men offered two-to-one odds that Buck could not move the sled.

ผู้ชายเสนออัตราต่อรองสองต่อหนึ่งว่าบัคจะไม่สามารถเคลื่อนย้ายเลื่อนได้

A dispute broke out about what "break out" really meant.

เกิดข้อโต้แย้งขึ้นว่าคำว่า "break out" หมายความว่าอะไรกันแน่

O'Brien said Thornton should loosen the sled's frozen base.

โอไบรอันกล่าวว่าธอร์นตันควรคลายฐานที่เป็นน้ำแข็งของรถเลื่อน

Buck could then "break out" from a solid, motionless start.

จากนั้นบัคก็สามารถ "หลุดออกมา"

ได้จากการเริ่มต้นที่มั่นคงและไม่เคลื่อนไหว

Matthewson argued the dog must break the runners free too.

แมทธิวสันโต้แย้งว่าสุนัขจะต้องปล่อยนักวิ่งให้เป็นอิสระด้วยเช่นกัน

The men who had heard the bet agreed with Matthewson's view.

คนที่ได้ยินการพนันก็เห็นด้วยกับทัศนะของแมทธิวสัน

With that ruling, the odds jumped to three-to-one against Buck.

จากคำตัดสินดังกล่าว

ทำให้โอกาสที่บัคจะได้เปรียบเพิ่มขึ้นเป็นสามต่อหนึ่ง

No one stepped forward to take the growing three-to-one odds.

ไม่มีใครก้าวออกมาเพื่อรับโอกาสที่เพิ่มขึ้นสามต่อหนึ่ง

Not a single man believed Buck could perform the great feat.
ไม่มีผู้ชายคนเดียวที่เชื่อว่าบัคจะสามารถทำสิ่งยิ่งใหญ่เช่นนั้นได้

Thornton had been rushed into the bet, heavy with doubts.
ธอร์นตันถูกเร่งให้เข้าร่วมเดิมพันพร้อมกับความสงสัยมากมาย

Now he looked at the sled and the ten-dog team beside it.
ตอนนี้เขาหันไปมองรถลากเลื่อนและสุนัข 10 ตัวที่อยู่ข้างๆ

Seeing the reality of the task made it seem more impossible.
เมื่อเห็นความเป็นจริงของงานก็ดูเป็นไปไม่ได้มากขึ้น

Matthewson was full of pride and confidence in that moment.
แมทธิวสันเต็มไปด้วยความภาคภูมิใจและมั่นใจในช่วงเวลานั้น

"Three to one!" he shouted. "I'll bet another thousand, Thornton!
"สามต่อหนึ่ง!" เขาร้องตะโกน "ฉันจะเดิมพันอีกพันหนึ่ง

ธอร์นตัน!"

What do you say?" he added, loud enough for all to hear.
"คุณพูดอะไร" เขาพูดเสริมเสียงดังพอให้ทุกคนได้ยิน

Thornton's face showed his doubts, but his spirit had risen.
ใบหน้าของธอร์นตันแสดงถึงความสงสัย

แต่จิตวิญญาณของเขากลับฟื้นคืนมา

That fighting spirit ignored odds and feared nothing at all.
จิตวิญญาณนักสู้ไม่สนอุปสรรคและไม่เกรงกลัวสิ่งใดเลย

He called Hans and Pete to bring all their cash to the table.
เขาเรียกฮันส์กับพีทให้เอาเงินสดทั้งหมดมาที่โต๊ะ

They had little left—only two hundred dollars combined.
พวกเขามีเงินเหลือไม่มากนัก

รวมกันแล้วมีเพียงสองร้อยดอลลาร์เท่านั้น

This small sum was their total fortune during hard times.

เงินจำนวนเล็กน้อยนี้คือทรัพย์สมบัติทั้งหมดของพวกเขาในช่วงเวลาที่ยากลำบาก

Still, they laid all of the fortune down against Matthewson's bet.

อย่างไรก็ตาม

พวกเขากลับยอมวางเดิมพันทั้งหมดลงกับแมททิวสัน

The ten-dog team was unhitched and moved away from the sled.

ทีมสุนัข 10 ตัวถูกปลดเชือกและเคลื่อนตัวออกไปจากรถลากเลื่อน

Buck was placed in the reins, wearing his familiar harness.

บัคถูกจับใส่สายบังเหียนโดยสวมสายรัดที่คุ้นเคย

He had caught the energy of the crowd and felt the tension.

เขาได้สัมผัสพลังของฝูงชนและรู้สึกถึงความตึงเครียด

Somehow, he knew he had to do something for John Thornton.

เขาตระหนักดีว่าเขาต้องทำอะไรบางอย่างเพื่อจอห์น ธอร์นตัน

People murmured with admiration at the dog's proud figure.

ผู้คนต่างพากันพึมพำด้วยความชื่นชมต่อรูปร่างอันภาคภูมิใจของสุนัข

He was lean and strong, without a single extra ounce of flesh.

เขามีรูปร่างผอมบางและแข็งแรงโดยไม่มีเนื้อหนังส่วนเกินแม้แต่น้อย

His full weight of hundred fifty pounds was all power and endurance.

น้ำหนักรวมของเขาหนึ่งร้อยห้าสิบปอนด์นั้นล้วนเป็นกำลังและความอดทนทั้งสิ้น

Buck's coat gleamed like silk, thick with health and strength.

ขนของบัคเป็นมันเงาเหมือนผ้าไหม

หนาไปด้วยสุขภาพและความแข็งแรง

The fur along his neck and shoulders seemed to lift and bristle.

ขนตามคอและไหล่ของเขาดูเหมือนจะยกขึ้นและแข็งขึ้น

His mane moved slightly, each hair alive with his great energy.

แผงคอของเขามีการเคลื่อนไหวเล็กน้อย

โดยเส้นผมแต่ละเส้นมีชีวิตชีวาด้วยพลังงานอันยิ่งใหญ่ของเขา

His broad chest and strong legs matched his heavy, tough frame.

หน้าอกกว้างและขาที่แข็งแรงเข้ากับรูปร่างที่หนักและแข็งแกร่งของเขา

Muscles rippled under his coat, tight and firm as bound iron.

กล้ามเนื้อเป็นริ้วๆ ใต้เสื้อคลุมของเขา

แน่นหนาและมั่นคงราวกับเหล็กที่ถูกมัดไว้

Men touched him and swore he was built like a steel machine.

ผู้คนต่างจับต้องเขาและสาบานว่าเขามีรูปร่างสูงใหญ่เหมือนเครื่องจักรเหล็กกล้า

The odds dropped slightly to two to one against the great dog.

อัตราต่อรองลดลงเล็กน้อยเหลือสองต่อหนึ่งต่อสุนัขตัวใหญ่

A man from the Skookum Benches pushed forward, stuttering.

ชายคนหนึ่งจาก Skookum Benches ผลักไปข้างหน้าอย่างติดขัด

"Good, sir! I offer eight hundred for him—before the test, sir!"

"ดีท่าน! ผมเสนอเงินแปดร้อยให้เขาก่อนการทดสอบครับท่าน!"

"Eight hundred, as he stands right now!" the man insisted.

"แปดร้อยเท่าที่เขายืนอยู่ตอนนี้!" ชายผู้นั้นยืนกราน

Thornton stepped forward, smiled, and shook his head calmly.

ธอร์นตันก้าวไปข้างหน้า ยิ้มและส่ายหัวอย่างสงบ

Matthewson quickly stepped in with a warning voice and frown.

แมทธิวสันก้าวเข้าอย่างรวดเร็วด้วยน้ำเสียงเตือนและขมวดคิ้ว

"You must step away from him," he said. "Give him space."

"คุณต้องถอยห่างจากเขา" เขากล่าว "ให้พื้นที่เขาบ้าง"

The crowd grew silent; only gamblers still offered two to one.

ฝูงชนต่างเงียบลง

มีเพียงนักพนันเท่านั้นที่เสนอเดิมพันสองต่อหนึ่ง

Everyone admired Buck's build, but the load looked too great.

ทุกคนต่างชื่นชมรูปร่างของบัค แต่น้ำหนักที่บรรทุกดูมากเกินไป

Twenty sacks of flour—each fifty pounds in weight—seemed far too much.

แป้งยี่สิบกระสอบ—กระสอบละห้าสิบปอนด์—ดูจะมากเกินไป

No one was willing to open their pouch and risk their money.

ไม่มีใครเต็มใจที่จะเปิดกระเป๋าและเสี่ยงเงินของตน

Thornton knelt beside Buck and took his head in both hands.

ธอร์นตันคุกเข่าลงข้างๆ บัคและเอามือทั้งสองข้างจับศีรษะของเขา

He pressed his cheek against Buck's and spoke into his ear.

เขาเอาแก้มแนบกับแก้มของบัคแล้วพูดที่หูของเขา

There was no playful shaking or whispered loving insults now.

ตอนนี้ไม่มีการสั่นกระดิ่งเล่นๆ

หรือกระซิบด่าทอด้วยความรักอีกต่อไป

He only murmured softly, "As much as you love me, Buck."

เขาเพียงพึมพำเบาๆ "คุณรักฉันมากเท่าที่คุณรัก บัค"

Buck let out a quiet whine, his eagerness barely restrained.

บั๊กครางออกมาเบาๆ ความกระตือรือร้นของเขาแทบจะห้ามไม่อยู่

The onlookers watched with curiosity as tension filled the air.

ผู้ชมมองดูด้วยความอยากรู้ในขณะที่บรรยากาศเต็มไปด้วยความตึ

งเครียด

The moment felt almost unreal, like something beyond reason.

ช่วงเวลานั้นรู้สึกแทบจะไม่จริง

เหมือนมีอะไรบางอย่างอยู่เหนือเหตุผล

When Thornton stood, Buck gently took his hand in his jaws.

เมื่อธอร์นตันยืนขึ้น บัคก็จับมือเขาอย่างอ่อนโยน

He pressed down with his teeth, then let go slowly and gently.

เขาใช้ฟันกดลงไปแล้วค่อย ๆ ปล่อยออกอย่างช้า ๆ และเบามือ

It was a silent answer of love, not spoken, but understood.

มันเป็นคำตอบแห่งความรักที่เงียบงัน ไม่ใช่คำพูด แต่เข้าใจได้

Thornton stepped well back from the dog and gave the signal.

ธอร์นตันก้าวถอยห่างจากสุนัขและส่งสัญญาณ

"Now, Buck," he said, and Buck responded with focused calm.

"ตอนนี้ บัค" เขากล่าว

และบัคก็ตอบสนองด้วยความสงบและมุ่งมั่น

Buck tightened the traces, then loosened them by a few inches.

บัครัดรอยให้แน่น แล้วคลายออกประมาณสองสามนิ้ว

This was the method he had learned; his way to break the sled.

นี่เป็นวิธีที่เขาเรียนรู้มาเพื่อเป็นทางทำลายเลื่อน

"Gee!" Thornton shouted, his voice sharp in the heavy silence.

"โห!"

ธอร์นตันตะโกนด้วยน้ำเสียงที่แหลมสูงท่ามกลางความเงียบอันหนักหน่วง

Buck turned to the right and lunged with all of his weight.

บั๊กหันไปทางขวาและพุ่งเข้าใส่ด้วยน้ำหนักทั้งหมดของเขา

The slack vanished, and Buck's full mass hit the tight traces.

ความหย่อนยานหายไป

และมวลทั้งหมดของบัคก็ตกลงบนรอยที่แน่นหนา

The sled trembled, and the runners made a crisp crackling sound.

รถเลื่อนสั่นไหว และผู้วิ่งก็ส่งเสียงกรอบแกรบดัง

"Haw!" Thornton commanded, shifting Buck's direction again.

"ฮอว์!" ธอร์นตันสั่งพร้อมเปลี่ยนทิศทางของบัคอีกครั้ง

Buck repeated the move, this time pulling sharply to the left.

บั๊กทำการเคลื่อนไหวซ้ำอีกครั้ง

คราวนี้ดึงไปทางซ้ายอย่างกะทันหัน

The sled cracked louder, the runners snapping and shifting.

รถเลื่อนเริ่มดังกรอบแกรบ ขณะที่ผู้วิ่งก็ขยับและขยับตัว

The heavy load slid slightly sideways across the frozen snow.

น้ำหนักบรรทุกอันหนักหน่วงเลื่อนไปทางด้านข้างเล็กน้อยบนหิมะที่แข็งตัว

The sled had broken free from the grip of the icy trail!

รถเลื่อนหลุดจากการเกาะยึดของเส้นทางน้ำแข็งแล้ว!

Men held their breath, unaware they were not even breathing.

ผู้ชายกลั้นหายใจโดยไม่รู้ว่าตัวเองไม่ได้หายใจด้วยซ้ำ

"Now, PULL!" Thornton cried out across the frozen silence.

"ตอนนี้ ดึง!"

ธอร์นตันร้องออกมาท่ามกลางความเงียบอันหนาวเหน็บ

Thornton's command rang out sharp, like the crack of a whip.

คำสั่งของธอร์นตันดังขึ้นอย่างแหลมคม เหมือนกับเสียงแส้

Buck hurled himself forward with a fierce and jarring lunge.

บัคพุ่งตัวไปข้างหน้าด้วยการพุ่งเข้าอย่างรุนแรงและกระแทกอย่างแรง

His whole frame tensed and bunched for the massive strain.

โครงร่างของเขาตึงและรวมกันเป็นก้อนจากแรงกดดันอันมหาศาล

Muscles rippled under his fur like serpents coming alive.

กล้ามเนื้อเป็นริ้วๆ ใต้ขนของเขาเหมือนกับงูที่กำลังมีชีวิตขึ้นมา

His great chest was low, head stretched forward toward the sled.

อกใหญ่ของเขาต่ำและศีรษะยื่นไปข้างหน้าหารถเลื่อน

His paws moved like lightning, claws slicing the frozen ground.

อุ้งเท้าของเขาเคลื่อนไหวเหมือนสายฟ้า

กรงเล็บเฉือนพื้นดินที่แข็งตัว

Grooves were cut deep as he fought for every inch of traction.

ร่องถูกตัดลึกในขณะที่เขาต่อสู้เพื่อแรงยึดเกาะทุกตารางนิ้ว

The sled rocked, trembled, and began a slow, uneasy motion.

รถเลื่อนโยกเยก สั่นไหว และเริ่มเคลื่อนที่ช้าๆ อย่างไม่มั่นคง

One foot slipped, and a man in the crowd groaned aloud.

เท้าข้างหนึ่งลื่น

และชายคนหนึ่งในฝูงชนก็ร้องครวญครางออกมาดังๆ

Then the sled lunged forward in a jerking, rough movement.

จากนั้นรถเลื่อนก็พุ่งไปข้างหน้าด้วยการเคลื่อนไหวแบบกระตุกและรุนแรง

It didn't stop again—half an inch...an inch...two inches more.

มันไม่หยุดอีกเลย—ครึ่งนิ้ว...หนึ่งนิ้ว...อีกสองนิ้ว

The jerks became smaller as the sled began to gather speed.

อาการกระตุกเริ่มน้อยลงเมื่อรถเลื่อนเริ่มเคลื่อนที่ด้วยความเร็วมากขึ้น

Soon Buck was pulling with smooth, even, rolling power.

ในไม่ช้า บัคก็เริ่มดึงด้วยพลังที่นุ่มนวลและสม่ำเสมอ

Men gasped and finally remembered to breathe again.

พวกผู้ชายต่างพากันหายใจเฮือกใหญ่

และในที่สุดก็นึกขึ้นได้ว่าพวกเขาต้องหายใจอีกครั้ง

They had not noticed their breath had stopped in awe.

พวกเขาไม่ทันสังเกตว่าลมหายใจของพวกเขาหยุดลงด้วยความหว
าดกลัว

Thornton ran behind, calling out short, cheerful commands.
ธอร์นตันวิ่งไปด้านหลังพร้อมร้องคำสั่งสั้นๆ อย่างร่าเริง

Ahead was a stack of firewood that marked the distance.
ข้างหน้ามีกองฟืนบอกระยะทาง

As Buck neared the pile, the cheering grew louder and
louder.
เมื่อบั๊กเข้าใกล้กองเงิน เสียงเชียร์ก็ดังขึ้นเรื่อยๆ

The cheering swelled into a roar as Buck passed the end
point.
เสียงโห่ร้องดังขึ้นเป็นคำรามขณะที่บัคผ่านจุดสิ้นสุด

Men jumped and shouted, even Matthewson broke into a
grin.
พวกผู้ชายกระโดดและตะโกน แม้แต่แมทธิวสันยังยิ้มออกมา

Hats flew into the air, mittens were tossed without thought
or aim.
หมวกปลิวขึ้นไปในอากาศ

ถุงมือถูกโยนออกไปโดยไม่ได้คิดหรือมุ่งหมาย

Men grabbed each other and shook hands without knowing
who.
ชายทั้งสองคว้ามือและจับมือกันโดยไม่ทราบว่าใคร

The whole crowd buzzed in wild, joyful celebration.
ฝูงชนทั้งหมดส่งเสียงเฉลิมฉลองอย่างรื่นเริงอย่างบ้าคลั่ง

Thornton dropped to his knees beside Buck with trembling
hands.
ธอร์นตันคุกเข่าลงข้างๆ บัคด้วยมือสั่นเทา

He pressed his head to Buck's and shook him gently back
and forth.

เขาเอาหัวแนบไปที่บัคและเขย่าไปมาเบาๆ

Those who approached heard him curse the dog with quiet love.

ผู้ที่เข้ามาใกล้ได้ยินเขาสาปสุนัขด้วยความรักอันเงียบสงบ

He swore at Buck for a long time—softly, warmly, with emotion.

เขาด่าบั๊กเป็นเวลานาน—อย่างอ่อนโยน อบอุ่น และด้วยอารมณ์

"Good, sir! Good, sir!" cried the Skookum Bench king in a rush.

"ดีแล้วครับท่าน ดีแล้วครับท่าน!"

ราชาม้านั่งสกูคัมร้องออกมาอย่างรีบร้อน

"I'll give you a thousand—no, twelve hundred—for that dog, sir!"

"ผมยอมให้คุณพันหนึ่ง—ไม่ใช่หนึ่งพันสองร้อย—

เพื่อแลกกับสุนัขตัวนั้นครับท่าน!"

Thornton rose slowly to his feet, his eyes shining with emotion.

ธอร์นตันลุกขึ้นยืนอย่างช้าๆ

ดวงตาของเขาเปล่งประกายด้วยอารมณ์

Tears streamed openly down his cheeks without any shame.

น้ำตาไหลอาบแก้มอย่างเปิดเผยโดยไม่มีความละอายเลย

"Sir," he said to the Skookum Bench king, steady and firm

"ท่านเจ้าข้า" เขากล่าวกับราชาสกูคัมเบ็งก์อย่างมั่นคงและแน่วแน่

"No, sir. You can go to hell, sir. That's my final answer."

"ไม่หรอกท่าน ท่านไปลงนรกได้เลย

นั่นคือคำตอบสุดท้ายของฉัน"

Buck grabbed Thornton's hand gently in his strong jaws.

บัคคว้ามือของธอร์นตันอย่างอ่อนโยนด้วยขากรรไกรที่แข็งแรงขอ
งเขา

Thornton shook him playfully, their bond deep as ever.

ธอร์นตันเขย่าตัวเขาอย่างเล่นๆ
ความสัมพันธ์ของพวกเขายังคงลึกซึ้งเช่นเคย

The crowd, moved by the moment, stepped back in silence.

ฝูงชนที่เคลื่อนไหวไปตามสถานการณ์ก็ก้าวถอยกลับไปในความเงี
ยบ

From then on, none dared interrupt such sacred affection.

ตั้งแต่นั้นเป็นต้นมาไม่มีใครกล้าขัดขวางความรักอันศักดิ์สิทธิ์เช่น
นี้อีก

The Sound of the Call
เสียงเรียก

Buck had earned sixteen hundred dollars in five minutes.

บัคได้รับเงินหนึ่งพันหกร้อยดอลลาร์ในเวลาห้านาที

The money let John Thornton pay off some of his debts.

เงินดังกล่าวช่วยให้จอห์น ธอร์นตันสามารถชำระหนี้บางส่วนได้

With the rest of the money he headed East with his partners.

เขาพร้อมด้วยเงินที่เหลือ

มุ่งหน้าไปทางตะวันออกพร้อมกับหุ้นส่วนของเขา

They sought a fabled lost mine, as old as the country itself.

พวกเขาตามหาเหมืองแร่ในตำนานที่สูญหายไป

ซึ่งมีอายุเก่าแก่พอๆ กับประเทศนี้

Many men had looked for the mine, but few had ever found it.

ผู้คนจำนวนมากได้ค้นหาเหมือง

แต่มีเพียงไม่กี่คนเท่านั้นที่เคยพบมัน

More than a few men had vanished during the dangerous quest.

ชายหลายคู่หายตัวไประหว่างภารกิจอันตรายครั้งนี้

This lost mine was wrapped in both mystery and old tragedy.

เหมืองที่หายไปแห่งนี้เต็มไปด้วยความลึกลับและโศกนาฏกรรมเก่า

ๆ

No one knew who the first man to find the mine had been.

ไม่มีใครรู้ว่าใครคือมนุษย์คนแรกที่พบเหมืองนี้

The oldest stories don't mention anyone by name.

เรื่องราวเก่าแก่ที่สุดไม่มีการกล่าวถึงชื่อใครเลย

There had always been an ancient ramshackle cabin there.
เคยมีกระท่อมเก่าๆ ทรุดโทรมอยู่ที่นั่นเสมอมา

Dying men had sworn there was a mine next to that old cabin.
ชายที่กำลังจะตายสาบานว่ามีเหมืองอยู่ข้างๆ กระท่อมเก่าหลังนั้น

They proved their stories with gold like none found elsewhere.
พวกเขาพิสูจน์เรื่องราวของพวกเขาด้วยทองคำในแบบที่ไม่มีใครพบเห็นที่อื่น

No living soul had ever looted the treasure from that place.
ไม่เคยมีใครมีชีวิตไปขโมยสมบัติจากสถานที่นั้นเลย

The dead were dead, and dead men tell no tales.
คนตายก็ตายไปแล้ว และคนตายก็ไม่สามารถเล่าเรื่องใดๆ ได้อีก

So Thornton and his friends headed into the East.
ธอร์นตันและเพื่อนๆ ของเขาจึงมุ่งหน้าไปทางทิศตะวันออก

Pete and Hans joined, bringing Buck and six strong dogs.
พีทและฮันส์เข้าร่วม โดยพาบัคและสุนัขตัวเก่งอีกหกตัวมาด้วย

They set off down an unknown trail where others had failed.
พวกเขาออกเดินทางลงไปตามเส้นทางที่ไม่รู้จักซึ่งคนอื่นๆ ล้มเหลวมาก่อน

They sledded seventy miles up the frozen Yukon River.
พวกเขาลากเลื่อนขึ้นไปตามแม่น้ำยูคอนที่เป็นน้ำแข็งเป็นระยะทางเจ็ดสิบไมล์

They turned left and followed the trail into the Stewart.
พวกเขาเลี้ยวซ้ายแล้วเดินตามเส้นทางเข้าไปในสจ๊วร์ต

They passed the Mayo and McQuestion, pressing farther on.
พวกเขาเดินผ่าน Mayo และ McQuestion แล้วก้าวต่อไป

The Stewart shrank into a stream, threading jagged peaks.
สจ๊วร์ตหดตัวกลายเป็นลำธารที่ไหลผ่านยอดเขาสูงชัน

These sharp peaks marked the very spine of the continent.
ยอดเขาที่แหลมคมเหล่านี้เป็นสัญลักษณ์ของกระดูกสันหลังของทวีป

John Thornton demanded little from men or the wild land.
จอห์น ธอร์นตันเรียกร้องเพียงเล็กน้อยจากมนุษย์หรือผืนดินป่า

He feared nothing in nature and faced the wild with ease.
เขาไม่กลัวสิ่งใดในธรรมชาติ

และเผชิญกับความป่าเถื่อนได้อย่างง่ายดาย

With only salt and a rifle, he could travel where he wished.
ด้วยเพียงเกลือและปืนไรเฟิล

เขาก็สามารถเดินทางไปไหนก็ได้ที่เขาต้องการ

Like the natives, he hunted food while he journeyed along.
เช่นเดียวกับชาวพื้นเมือง เขาออกล่าอาหารระหว่างเดินทาง

If he caught nothing, he kept going, trusting luck ahead.
หากไม่ติดอะไรเลย เขาก็จะเดินต่อไป

โดยอาศัยโชคช่วยที่อยู่ข้างหน้า

On this long journey, meat was the main thing they ate.
ในการเดินทางอันยาวไกลครั้งนี้ พวกเขากินเนื้อสัตว์เป็นหลัก

The sled held tools and ammo, but no strict timetable.
รถเลื่อนบรรทุกเครื่องมือและกระสุน แต่ไม่มีตารางเวลาที่แน่นอน

Buck loved this wandering; the endless hunt and fishing.
บัคชื่นชอบการท่องเที่ยวแบบนี้

การล่าสัตว์และตกปลาอย่างไม่มีที่สิ้นสุด

For weeks they were traveling day after steady day.
พวกเขาเดินทางอย่างต่อเนื่องวันแล้ววันเล่าเป็นเวลาหลายสัปดาห์

Other times they made camps and stayed still for weeks.

คราวอื่นพวกเขาตั้งค่ายและอยู่นิ่งเฉยเป็นเวลาหลายสัปดาห์

The dogs rested while the men dug through frozen dirt.

สุนัขพักผ่อนในขณะที่คนงานขุดดินที่เป็นน้ำแข็ง

They warmed pans over fires and searched for hidden gold.

พวกเขาเอากระทะมาอุ่นบนไฟแล้วค้นหาทองคำที่ซ่อนอยู่

Some days they starved, and some days they had feasts.

บางวันพวกเขาอดอาหาร บางวันพวกเขาก็มีงานเลี้ยงฉลอง

Their meals depended on the game and the luck of the hunt.

มื้ออาหารของพวกเขาขึ้นอยู่กับเกมและโชคของการล่าสัตว์

When summer came, men and dogs packed loads on their backs.

เมื่อฤดูร้อนมาถึง ผู้ชายและสุนัขจะบรรทุกของมากมายไว้บนหลัง

They rafted across blue lakes hidden in mountain forests.

พวกเขาล่องแพข้ามทะเลสาบสีฟ้าที่ซ่อนตัวอยู่ในป่าภูเขา

They sailed slim boats on rivers no man had ever mapped.

พวกเขาล่องเรือลำเล็กไปตามแม่น้ำที่ยังไม่มีมนุษย์คนใดเคยสำรวจมาก่อน

Those boats were built from trees they sawed in the wild.

เรือเหล่านั้นสร้างขึ้นจากต้นไม้ที่พวกเขาเลื่อยในป่า

The months passed, and they twisted through the wild unknown lands.

เดือนหลายเดือนผ่านไป

และพวกเขาเดินทางผ่านดินแดนอันไม่รู้จัก

There were no men there, yet old traces hinted that men had been.

ที่นั่นไม่มีผู้ชาย แต่ร่องรอยเก่าแก่บ่งชี้ว่าเคยมีผู้ชายอยู่

If the Lost Cabin was real, then others had once come this way.

หากกระท่อมที่สาบสูญนั้นมีจริง คนอื่นก็เคยมาทางนี้แล้ว

They crossed high passes in blizzards, even during the summer.

พวกเขาเดินผ่านช่องเขาสูงในช่วงพายุหิมะ

แม้กระทั่งในช่วงฤดูร้อน

They shivered under the midnight sun on bare mountain slopes.

พวกเขาสั่นเทิ้มภายใต้ดวงอาทิตย์เที่ยงคืนบนเนินเขาที่โล่งเปล่า

Between the treeline and the snowfields, they climbed slowly.

ระหว่างแนวต้นไม้และทุ่งหิมะ พวกเขาค่อยๆ ปีนขึ้นไปอย่างช้าๆ

In warm valleys, they swatted at clouds of gnats and flies.

ในหุบเขาที่อบอุ่น พวกเขาตบฝูงแมลงวันและแมลงวัน

They picked sweet berries near glaciers in full summer bloom.

พวกเขาเก็บผลเบอร์รี่หวาน ๆ

ใกล้ธารน้ำแข็งในช่วงที่ดอกบานเต็มที่ในฤดูร้อน

The flowers they found were as lovely as those in the Southland.

ดอกไม้ที่พวกเขาพบนั้นงดงาม ไม่แพ้ดอกไม้ที่แดนใต้เลยทีเดียว

That fall they reached a lonely region filled with silent lakes.

ในฤดูใบไม้ร่วงนั้นพวกเขามาถึงดินแดนอันเงียบสงัดที่เต็มไปด้วย

ทะเลสาบอันเงียบสงบ

The land was sad and empty, once alive with birds and beasts.

ดินแดนแห่งนี้เศร้าโศกและว่างเปล่า

ครั้งหนึ่งเคยอุดมไปด้วยนกและสัตว์ต่างๆ

Now there was no life, just the wind and ice forming in pools.

ตอนนี้ไม่มีชีวิตอีกแล้ว มีเพียงลมและน้ำแข็งที่ก่อตัวในสระน้ำ

Waves lapped against empty shores with a soft, mournful sound.

คลื่นซัดเข้าสู่ชายฝั่งที่ว่างเปล่าด้วยเสียงอันนุ่มนวลและเศร้าโศก

Another winter came, and they followed faint, old trails again.

ฤดูหนาวอีกครั้งมาถึงและพวกเขาก็เดินตามเส้นทางเก่าๆ

ที่ไม่ชัดเจนอีกครั้ง

These were the trails of men who had searched long before them.

นี่เป็นเส้นทางของผู้คนที่ได้ค้นหามานานก่อนหน้าพวกเขา

Once they found a path cut deep into the dark forest.

เมื่อพวกเขาพบเส้นทางที่ตัดลึกเข้าไปในป่าที่มืดมิด

It was an old trail, and they felt the lost cabin was close.

มันเป็นเส้นทางเก่าและพวกเขารู้สึกว่ากระท่อมที่หายไปอยู่ใกล้ๆ

But the trail led nowhere and faded into the thick woods.

แต่เส้นทางไม่ได้นำไปสู่ที่ไหนและค่อยๆ หายไปในป่าทึบ

Whoever made the trail, and why they made it, no one knew.

ใครก็ตามที่สร้างเส้นทางนี้ และทำไมพวกเขาถึงทำมัน

ไม่มีใครทราบ

Later, they found the wreck of a lodge hidden among the trees.

ต่อมาได้พบซากกระท่อมซ่อนอยู่ท่ามกลางต้นไม้

Rotting blankets lay scattered where someone once had slept.

ผ้าห่มที่เน่าเปื่อยวางกระจัดกระจายอยู่ตรงที่ครั้งหนึ่งเคยมีใครนอนหลับ

John Thornton found a long-barreled flintlock buried inside.

จอห์น ธอร์นตันพบปืนคาบศิลาลำกล้องยาวฝังอยู่ข้างใน

He knew this was a Hudson Bay gun from early trading days.

เขารู้ว่านี่คือปืนฮัดสันเบย์ตั้งแต่สมัยเริ่มซื้อขาย

In those days such guns were traded for stacks of beaver skins.

ในสมัยนั้น ปืนดังกล่าวถูกแลกเปลี่ยนกับกองหนังบีเวอร์

That was all—no clue remained of the man who built the lodge.

นั่นก็คือทั้งหมด— ไม่มีเบาะแสใดๆ

เหลืออยู่ของชายผู้สร้างกระท่อม

Spring came again, and they found no sign of the Lost Cabin.

ฤดูใบไม้ผลิมาถึงอีกครั้งแล้ว

และพวกเขาก็ไม่พบสัญญาณของกระท่อมที่หายไปเลย

Instead they found a broad valley with a shallow stream.

กลับพบแต่หุบเขากว้างมีลำธารตื้นๆ

Gold lay across the pan bottoms like smooth, yellow butter.

ทองคำเคลือบอยู่บนก้นกระทะราวกับเนยสีเหลืองเนียน

They stopped there and searched no farther for the cabin.

พวกเขาหยุดอยู่ตรงนั้นและไม่ค้นหากระท่อมอีก

Each day they worked and found thousands in gold dust.

พวกเขาทำงานทุกวันและพบทองคำเป็นจำนวนนับพันอยู่ในผงทอ
งคำ

They packed the gold in bags of moose-hide, fifty pounds each.

พวกเขาบรรจุทองคำลงในถุงหนังมูส ถุงละ 50 ปอนด์

The bags were stacked like firewood outside their small lodge.

กระเป๋าเหล่านั้นถูกวางซ้อนกันเหมือนฟืนอยู่ข้างนอกที่พักเล็กๆ
ของพวกเขา

They worked like giants, and the days passed like quick dreams.

พวกเขาทำงานราวกับยักษ์ใหญ่

และวันเวลาผ่านไปราวกับความฝันอันรวดเร็ว

They heaped up treasure as the endless days rolled swiftly by.

พวกเขาสะสมสมบัติไว้มากมายในขณะที่วันเวลาอันยาวนานผ่านไ
ปอย่างรวดเร็ว

There was little for the dogs to do except haul meat now and then.

สุนัขแทบไม่ได้ทำอะไรเลยนอกจากลากเนื้อเป็นครั้งคราว

Thornton hunted and killed the game, and Buck lay by the fire.

ธอร์นตันออกล่าและฆ่าสัตว์ และบัคก็นอนอยู่ข้างกองไฟ

He spent long hours in silence, lost in thought and memory.

เขาใช้เวลาหลายชั่วโมงในความเงียบ

จมอยู่กับความคิดและความทรงจำ

The image of the hairy man came more often into Buck's mind.

ภาพของชายมีขนดกปรากฏขึ้นในใจของบัคบ่อยขึ้น

Now that work was scarce, Buck dreamed while blinking at the fire.

ตอนนี้งานหายากแล้ว บัคก็ฝันในขณะที่กระพริบตาไปที่ไฟ

In those dreams, Buck wandered with the man in another world.

ในความฝันนั้น บัคได้ร่วมเดินทางกับชายคนนั้นในอีกโลกหนึ่ง

Fear seemed the strongest feeling in that distant world.

ความกลัวดูเหมือนเป็นความรู้สึกที่รุนแรงที่สุดในโลกที่ห่างไกลนั้น

Buck saw the hairy man sleep with his head bowed low.

บั๊กเห็นชายมีขนนอนหลับโดยก้มหัวลงต่ำ

His hands were clasped, and his sleep was restless and broken.

มือของเขาถูกประกบไว้ และเขานอนไม่หลับอย่างกระสับกระส่าย

He used to wake with a start and stare fearfully into the dark.

เขามักจะตื่นขึ้นด้วยความตกใจและจ้องมองไปในความมืดด้วยความหวาดกลัว

Then he'd toss more wood onto the fire to keep the flame bright.

จากนั้นเขาจะโยนไม้เข้าไปในกองไฟอีกครั้งเพื่อให้เปลวไฟยังคงสว่างอยู่

Sometimes they walked along a beach by a gray, endless sea.

บางทีพวกเขาเดินไปตามชายหาดริมทะเลสีเทาอันกว้างใหญ่สุดลูกหูลูกตา

The hairy man picked shellfish and ate them as he walked.

ชายมีขนดกเดินไปเก็บหอยมากิน

His eyes searched always for hidden dangers in the shadows.

ดวงตาของเขาค้นหาอันตรายที่ซ่อนเร้นอยู่ในเงามืดอยู่เสมอ

His legs were always ready to sprint at the first sign of threat.

ขาของเขาพร้อมเสมอที่จะวิ่งทันทีเมื่อพบสัญญาณคุกคาม

They crept through the forest, silent and wary, side by side.

พวกเขาค่อยๆ เดินลัดเลาะผ่านป่าไปอย่างเงียบๆ และระมัดระวัง เคียงข้างกัน

Buck followed at his heels, and both of them stayed alert.

บั๊กเดินตามเขาไป และทั้งสองก็ยังคงระวังตัว

Their ears twitched and moved, their noses sniffed the air.

หูของพวกเขาขยับและขยับ จมูกของพวกเขาดมกลิ่นอากาศ

The man could hear and smell the forest as sharply as Buck.

ชายคนนี้ได้ยินและได้กลิ่นป่าได้ชัดเจนเท่ากับบัค

The hairy man swung through the trees with sudden speed.

ชายมีขนดกแกว่งผ่านต้นไม้ด้วยความเร็วฉับพลัน

He leapt from branch to branch, never missing his grip.

เขาโดดจากกิ่งหนึ่งไปยังอีกกิ่งหนึ่งโดยไม่พลาดการยึดเกาะของเขาเลย

He moved as fast above the ground as he did upon it.

เขาเคลื่อนไหวเร็วทั้งเหนือพื้นดินและบนพื้นดิน

Buck remembered long nights beneath the trees, keeping watch.

บัคจำได้ว่าต้องเฝ้าสังเกตใต้ต้นไม้จนดึกดื่น

The man slept roosting in the branches, clinging tight.

ชายคนนั้นนอนหลับเกาะอยู่บนกิ่งไม้โดยเกาะแน่น

This vision of the hairy man was tied closely to the deep call.

วิสัยทัศน์ของชายมีขนนี้เชื่อมโยงอย่างใกล้ชิดกับเสียงเรียกที่ลึก

The call still sounded through the forest with haunting force.

เสียงเรียกยังคงดังไปทั่วป่าด้วยพลังที่น่าสะเทือนใจ

The call filled Buck with longing and a restless sense of joy.

เสียงโทรดังกล่าวทำให้บัครู้สึกโหยหาและมีความสุขอย่างไม่สงบ

He felt strange urges and stirrings that he could not name.

เขาสัมผัสได้ถึงความรู้สึกกระตุ้นและการเคลื่อนไหวแปลกๆ

ที่เขาไม่สามารถระบุชื่อได้

Sometimes he followed the call deep into the quiet woods.

บางทีเขาตามเสียงเรียกเข้าไปในป่าอันเงียบสงบลึกเข้าไป

He searched for the calling, barking softly or sharply as he went.

เขาค้นหาเสียงร้อง โดยเห่าอย่างเบาหรือแหลมขณะเดิน

He sniffed the moss and black soil where the grasses grew.

เขาดมกลิ่นมอสและดินสีดำที่หญ้าขึ้นอยู่

He snorted with delight at the rich smells of the deep earth.

เขาผงะถอยด้วยความพอใจเมื่อได้กลิ่นอันหอมฟุ้งจากพื้นดินลึก

He crouched for hours behind trunks covered in fungus.

เขาหมอบอยู่หลังลำต้นที่เต็มไปด้วยเชื้อราเป็นเวลาหลายชั่วโมง

He stayed still, listening wide-eyed to every tiny sound.

เขายังคงนิ่งอยู่ ตั้งใจฟังเสียงเล็กๆ น้อยๆ ทุกเสียง

He may have hoped to surprise the thing that gave the call.

เขาอาจหวังที่จะสร้างความประหลาดใจให้กับสิ่งที่โทรมา

He did not know why he acted this way—he simply did.

เขาไม่รู้ว่าทำไมเขาจึงทำเช่นนี้—เขาเพียงแค่ทำไปอย่างนั้นเอง

The urges came from deep within, beyond thought or reason.

แรงกระตุ้นนั้นมาจากส่วนลึกภายใน เหนือความคิดหรือเหตุผล

Irresistible urges took hold of Buck without warning or reason.

แรงกระตุ้นที่ไม่อาจต้านทานได้เข้าครอบงำบั๊กโดยไม่มีการเตือนล่วงหน้าหรือเหตุผล

At times he was dozing lazily in camp under the midday heat.

บางครั้งเขาจะงีบหลับอย่างขี้เกียจอยู่ในค่ายภายใต้ความร้อนในช่วงเที่ยงวัน

Suddenly, his head lifted and his ears shoot up alert.

ทันใดนั้น ศีรษะของเขาก็เงยขึ้น และหูของเขาก็ตั้งขึ้นอย่างตื่นตัว

Then he sprang up and dash into the wild without pause.

จากนั้นเขาก็กระโดดขึ้นและวิ่งเข้าไปในป่าโดยไม่หยุดพัก

He ran for hours through forest paths and open spaces.

เขาวิ่งเป็นเวลาหลายชั่วโมงผ่านเส้นทางป่าและพื้นที่โล่ง

He loved to follow dry creek beds and spy on birds in the trees.

เขาชอบเดินตามลำธารแห้งแล้งและมองดูนกบนต้นไม้

He could lie hidden all day, watching partridges strut around.

เขาสามารถซ่อนตัวอยู่ได้ตลอดทั้งวัน

เพื่อดูนกกระทาเดินอวดโฉมไปมา

They drummed and marched, unaware of Buck's still presence.

พวกเขาตีกลองและเดินขบวนโดยไม่รู้ว่าบัคยังคงอยู่ที่นั่น

But what he loved most was running at twilight in summer.

แต่สิ่งที่เขาชอบมากที่สุดคือการวิ่งในช่วงพลบค่ำของฤดูร้อน

The dim light and sleepy forest sounds filled him with joy.

แสงสลัวและเสียงป่าอันง่วงนอนทำให้เขาเต็มไปด้วยความสุข

He read the forest signs as clearly as a man reads a book.

เขาอ่านป้ายในป่าได้ชัดเจนเท่ากับคนอ่านหนังสือ

And he searched always for the strange thing that called him.

และเขาค้นหาสิ่งแปลกประหลาดที่เรียกเขาอยู่เสมอ

That calling never stopped—it reached him waking or sleeping.

เสียงเรียกนั้น ไม่เคยหยุดเลย

ไม่ว่าจะดังไปถึงเขาตอนตื่นหรือตอนหลับก็ตาม

One night, he woke with a start, eyes sharp and ears high.

คืนหนึ่ง เขาตื่นขึ้นด้วยความตกใจ ตาจ้องเขม็งและหูตั้งสูง

His nostrils twitched as his mane stood bristling in waves.

รูจมูกของเขาขยับขณะที่แผงคอของเขาตั้งชันเป็นคลื่น

From deep in the forest came the sound again, the old call.

จากลึกเข้าไปในป่า ก็ได้ยินเสียงร้องอีกครั้ง เป็นเสียงเรียกเดิมๆ

This time the sound rang clearly, a long, haunting, familiar howl.

คราวนี้เสียงดังขึ้นชัดเจน เป็นเสียงหอนอันยาวนาน คุ้นเคย

และหลอนหลอก

It was like a husky's cry, but strange and wild in tone.

มันเหมือนเสียงร้องของสุนัขไซบีเรียนฮัสกี้

แต่มีน้ำเสียงแปลกและดุร้าย

Buck knew the sound at once—he had heard the exact sound long ago.

บัคจำเสียงนั้นได้ทันที เขาได้ยินเสียงนี้มานานแล้ว

He leapt through camp and vanished swiftly into the woods.

เขาพุ่งทะลุค่ายไปแล้วหายลับเข้าไปในป่าอย่างรวดเร็ว

As he neared the sound, he slowed and moved with care.

เมื่อเขาเข้าใกล้บริเวณเสียง

เขาก็ชะลอความเร็วและเคลื่อนไหวด้วยความระมัดระวัง

Soon he reached a clearing between thick pine trees.

ในไม่ช้าเขาก็มาถึงบริเวณที่โล่งระหว่างต้นสนหนาทึบ

There, upright on its haunches, sat a tall, lean timber wolf.

มีสุนัขป่าตัวสูงผอมนั่งอยู่ตรงนั้น

The wolf's nose pointed skyward, still echoing the call.

จมูกของหมาป่าชี้ขึ้นฟ้า ยังคงส่งเสียงร้องสะท้อน

Buck had made no sound, yet the wolf stopped and listened.

แม้ว่าบั๊กจะไม่ส่งเสียงใดๆ ออกมา แต่หมาป่าก็หยุดและฟัง

Sensing something, the wolf tensed, searching the darkness.

เมื่อสัมผัสได้ถึงสิ่งบางอย่าง

หมาป่าก็ตึงเครียดและค้นหาในความมืด

Buck crept into view, body low, feet quiet on the ground.

บัคคลานเข้ามาในสายตา ร่างของเขาต่ำลง เท้าของเขานิ่งอยู่บนพื้น

His tail was straight, his body coiled tight with tension.

หางของมันตรงและลำตัวขดตัวแน่นด้วยความตึงเครียด

He showed both threat and a kind of rough friendship.

เขาแสดงให้เห็นทั้งความคุกคามและมิตรภาพที่หยาบคาย

It was the wary greeting shared by beasts of the wild.

เป็นคำทักทายอันระมัดระวังที่สัตว์ป่าต่างแบ่งปันกัน

But the wolf turned and fled as soon as it saw Buck.

แต่หมาป่ากลับหันหลังและวิ่งหนีไปทันทีเมื่อเห็นบั๊ก

Buck gave chase, leaping wildly, eager to overtake it.

บั๊กวิ่งไล่ตามพร้อมกระโดดอย่างบ้าคลั่งเพราะอยากจะแซงมันไป

He followed the wolf into a dry creek blocked by a timber jam.

เขาเดินตามหมาป่าเข้าไปในลำธารแห้งที่ถูกขวางกั้นด้วยไม้

Cornered, the wolf spun around and stood its ground.

เมื่อถูกต้อนจนมุม หมาป่าก็หมุนตัวกลับและยืนหยัดอยู่

The wolf snarled and snapped like a trapped husky dog in a fight.

หมาป่าคำรามและขย้ำอย่างสุนัขฮัสกี้ที่ถูกขังไว้ในการต่อสู้

The wolf's teeth clicked fast, its body bristling with wild fury.

ฟันของหมาป่ากระทบกันอย่างรวดเร็ว

ร่างกายของมันเต็มไปด้วยความโกรธเกรี้ยว

Buck did not attack but circled the wolf with careful friendliness.

บั๊กไม่ได้โจมตีแต่เดินวนรอบหมาป่าด้วยความเป็นมิตรอย่างระมัด

ระวัง

He tried to block his escape by slow, harmless movements.

เขาพยายามขัดขวางการหลบหนีของเขาโดยการเคลื่อนไหวที่ช้าแล

ะไม่เป็นอันตราย

The wolf was wary and scared—Buck outweighed him three times.

หมาป่าระมัดระวังและหวาดกลัว บั๊กมีน้ำหนักมากกว่าเขาสามเท่า

The wolf's head barely reached up to Buck's massive shoulder.

ศีรษะของหมาป่าแทบจะถึงไหล่ขนาดใหญ่ของบัคด้วยซ้ำ

Watching for a gap, the wolf bolted and the chase began again.

หมาป่ามองหาช่องว่างแล้วจึงวิ่งหนีและการไล่ตามก็เริ่มต้นอีกครั้ง

Several times Buck cornered him, and the dance repeated.

บัคไล่ต้อนเขาจนมุมหลายครั้ง และการเต้นรำก็เกิดขึ้นซ้ำอีก

The wolf was thin and weak, or Buck could not have caught him.

หมาป่าผอมและอ่อนแอ ไม่เช่นนั้นบัคก็คงจับมันไม่ได้

Each time Buck drew near, the wolf spun and faced him in fear.

ทุกครั้งที่บั๊กเข้ามาใกล้

หมาป่าก็จะหมุนตัวและเผชิญหน้ากับเขาด้วยความกลัว

Then at the first chance, he dashed off into the woods once more.

จากนั้นเมื่อมีโอกาส เขาก็รีบวิ่งกลับเข้าไปในป่าอีกครั้ง

But Buck did not give up, and finally the wolf came to trust him.

แต่บัคไม่ยอมแพ้ และในที่สุดหมาป่าก็ไว้วางใจเขา

He sniffed Buck's nose, and the two grew playful and alert.

เขาดมจมูกของบัค และทั้งสองก็เล่นกันอย่างสนุกสนานและตื่นตัว

They played like wild animals, fierce yet shy in their joy.

พวกเขาเล่นกันเหมือนสัตว์ป่า ดุร้ายแต่ก็ขี้อายในความสุข

After a while, the wolf trotted off with calm purpose.

หลังจากนั้น ไม่นาน หมาป่าก็เดินออกไปด้วยความตั้งใจที่สงบ

He clearly showed Buck that he meant to be followed.

เขาแสดงให้บัคเห็นอย่างชัดเจนว่าเขาตั้งใจให้ติดตาม

They ran side by side through the twilight gloom.

พวกเขาวิ่งเคียงข้างกันในความมืดสลัวยามพลบค่ำ

They followed the creek bed up into the rocky gorge.

พวกเขาเดินตามลำธารขึ้นไปสู่หุบเขาหิน

They crossed a cold divide where the stream had begun.

พวกเขาก้าวข้ามช่องเขาอันหนาวเย็นซึ่งเป็นจุดเริ่มต้นของลำธาร

On the far slope they found wide forest and many streams.

บริเวณเนินเขาที่อยู่ไกลออกไปพบป่ากว้างและลำธารหลายแห่ง

Through this vast land, they ran for hours without stopping.

ตลอดดินแดนอันกว้างใหญ่นี้พวกเขาได้วิ่งเป็นเวลาหลายชั่วโมงโ

ดยไม่หยุดเลย

The sun rose higher, the air grew warm, but they ran on.

ดวงอาทิตย์ขึ้นสูงขึ้น อากาศอบอุ่น แต่พวกเขาก็ยังคงวิ่งต่อไป

Buck was filled with joy—he knew he was answering his calling.

บัคเต็มไปด้วยความสุข เขารู้ว่าเขากำลังตอบรับการเรียกของเขา

He ran beside his forest brother, closer to the call's source.

เขาวิ่งไปข้างๆ พี่ชายของเขาที่อยู่ในป่า ใกล้กับที่มาของเสียงเรียก

Old feelings returned, powerful and hard to ignore.

ความรู้สึกเก่าๆ กลับคืนมา รุนแรงและยากที่จะเพิกเฉย

These were the truths behind the memories from his dreams.

นี่คือความจริงเบื้องหลังความทรงจำจากความฝันของเขา

He had done all this before in a distant and shadowy world.

เขาเคยทำสิ่งเหล่านี้มาก่อนในโลกที่ห่างไกลและลึกลับ

Now he did this again, running wild with the open sky above.

ตอนนี้เขาทำสิ่งนี้อีกครั้ง

โดยวิ่งอย่างบ้าคลั่งท่ามกลางท้องฟ้าเปิดด้านบน

They stopped at a stream to drink from the cold flowing water.

พวกเขาหยุดพักที่ลำธารเพื่อดื่มน้ำเย็นที่ไหลมา

As he drank, Buck suddenly remembered John Thornton.

ในขณะที่เขาดื่ม บัคก็นึกถึงจอห์น ธอร์นตันขึ้นมาทันที

He sat down in silence, torn by the pull of loyalty and the calling.

เขานั่งลงอย่างเงียบงัน

รู้สึกขัดแย้งกับแรงดึงดูดของความภักดีและการเรียกร้อง

The wolf trotted on, but came back to urge Buck forward.

หมาป่าวิ่งต่อไปแต่ก็กลับมาเร่งบั๊กให้เดินไปข้างหน้า

He sniffed his nose and tried to coax him with soft gestures.

เขาดมจมูกของเขาและพยายามล่อลวงเขาด้วยท่าทางที่อ่อนโยน

But Buck turned around and started back the way he came.

แต่บัคหันหลังกลับและเริ่มเดินกลับทางเดิม

The wolf ran beside him for a long time, whining quietly.

หมาป่าวิ่งไปข้างๆ เขาเป็นเวลานานพร้อมส่งเสียงร้องเบาๆ

Then he sat down, raised his nose, and let out a long howl.

แล้วเขาก็ลงนั่ง ยกจมูกขึ้น และร้องหอนยาวๆ

It was a mournful cry, softening as Buck walked away.

มันเป็นเสียงร้องไห้โศกเศร้า ก่อนจะเบาลงเมื่อบัคเดินจากไป

Buck listened as the sound of the cry faded slowly into the forest silence.

บั๊กฟังขณะที่เสียงร้องค่อยๆ จางหายไปในความเงียบของป่า

John Thornton was eating dinner when Buck burst into the camp.

จอห์น ธอร์นตันกำลังกินอาหารเย็นในขณะที่บัคบุกเข้ามาในค่าย

Buck leapt upon him wildly, licking, biting, and tumbling him.

บั๊กกระโจนใส่เขาอย่างดุร้าย เลีย กัด และกลิ้งเขาลงไป

He knocked him over, scrambled on top, and kissed his face.

เขาก็ล้มเขาลงแล้วปีนขึ้นไปจูบใบหน้าของเขา

Thornton called this "playing the general tom-fool" with affection.

ธอร์นตันเรียกการกระทำนี้ว่า "การเล่นตลกแบบทอมทั่วไป"
ด้วยความรัก

All the while, he cursed Buck gently and shook him back and forth.

ขณะนั้น เขาก็สาปแช่งบัคอย่างอ่อนโยนและเขย่าเขาไปมา

For two whole days and nights, Buck never left the camp once.

ตลอดเวลาสองวันสองคืนที่บัคไม่เคยออกจากค่ายเลยแม้แต่ครั้งเดียว

He kept close to Thornton and never let him out of his sight.

เขาใกล้ชิดกับธอร์นตันและไม่เคยปล่อยให้เขาคลาดสายตา

He followed him as he worked and watched him while he ate.

เขาเดินตามเขาไปขณะทำงานและเฝ้าดูเขาขณะที่เขารับประทานอาหาร

He saw Thornton into his blankets at night and out each morning.

เขาเห็นธอร์นตันอยู่ในผ้าห่มของเขาตอนกลางคืนและออกไปข้างนอกทุกเช้า

But soon the forest call returned, louder than ever before.

แต่ไม่นาน เสียงร้องของป่าก็กลับมาอีกครั้ง ดังยิ่งกว่าเดิม

Buck grew restless again, stirred by thoughts of the wild wolf.

บั๊กเริ่มกระสับกระส่ายอีกครั้ง เพราะนึกถึงหมาป่าป่า

He remembered the open land and running side by side.

เขาจดจำพื้นที่โล่งกว้างและวิ่งเคียงข้างกัน

He began wandering into the forest once more, alone and alert.

เขาเริ่มเดินเข้าไปในป่าอีกครั้งเพียงลำพังและระมัดระวัง

But the wild brother did not return, and the howl was not heard.

แต่เจ้าป่านั้นไม่กลับมา และไม่ได้ยินเสียงหอนนั้นด้วย

Buck started sleeping outside, staying away for days at a time.

บัคเริ่มนอนข้างนอก โดยอยู่ห่างไปหลายวัน

Once he crossed the high divide where the creek had begun.

ครั้งหนึ่งเขาข้ามช่องเขาสูงที่ลำธารเริ่มต้น

He entered the land of dark timber and wide flowing streams.

พระองค์เสด็จเข้าสู่ดินแดนแห่งไม้ดำและลำธารที่กว้างใหญ่

For a week he roamed, searching for signs of the wild brother.

เขาออกเดินเตร่ไปหนึ่งสัปดาห์เพื่อตามหาสัญญาณของพี่ชายคนป่า

He killed his own meat and travelled with long, tireless strides.

เขาฆ่าเนื้อของตัวเองและเดินทางด้วยก้าวที่ยาวนานและไม่รู้จักเหน็ดเหนื่อย

He fished for salmon in a wide river that reached the sea.

เขาตกปลาแซลมอนในแม่น้ำกว้างที่ไหลลงสู่ทะเล

There, he fought and killed a black bear maddened by bugs.

ที่นั่น เขาต่อสู้และฆ่าหมีดำที่คลั่งไคล้แมลง

The bear had been fishing and ran blindly through the trees.

หมีได้ตกปลาและวิ่งไปอย่างไร้จุดหมายผ่านต้นไม้

The battle was a fierce one, waking Buck's deep fighting spirit up.

การต่อสู้เป็นไปอย่างดุเดือด

ช่วยปลุกจิตวิญญาณนักสู้ในตัวบัคให้ตื่นขึ้น

Two days later, Buck returned to find wolverines at his kill.

สองวันต่อมา บั๊กกลับมาพบวูล์ฟเวอรีนอยู่ที่จุดที่เขาฆ่า

A dozen of them quarreled over the meat in noisy fury.

พวกมันนับสิบตัวทะเลาะกันเรื่องเนื้ออย่างโกรธจัด

Buck charged and scattered them like leaves in the wind.

บัคชาร์จและกระจายพวกมันออกไปเหมือนใบไม้ในสายลม

Two wolves remained behind—silent, lifeless, and
unmoving forever.

หมาป่าสองตัวยังคงอยู่เบื้องหลัง นิ่งเงียบ ไร้ชีวิต

และ ไม่เคลื่อนไหวตลอดไป

The thirst for blood grew stronger than ever.

ความกระหายเลือดเพิ่มมากขึ้นกว่าเดิม

Buck was a hunter, a killer, feeding off living creatures.

บัคเป็นนักล่าและนักฆ่าที่กินสิ่งมีชีวิตเป็นอาหาร

He survived alone, relying on his strength and sharp senses.

เขาเอาชีวิตรอดเพียงลำพัง โดยอาศัยความแข็งแกร่งและประสาทสั

มผัสที่เฉียบแหลมของตน

He thrived in the wild, where only the toughest could live.

เขาเติบโตได้ดีในป่าซึ่งมีแต่ผู้แข็งแกร่งที่สุดเท่านั้นที่จะดำรงอยู่ได้

From this, a great pride rose up and filled Buck's whole
being.

จากนี้ ความภาคภูมิใจที่ยิ่งใหญ่ก็เกิดขึ้นและเต็มไปทั่วร่างของบัค

His pride showed in his every step, in the ripple of every
muscle.

ความภาคภูมิใจของเขาปรากฏอยู่ในทุกย่างก้าวของเขา

ในการเคลื่อนไหวของกล้ามเนื้อทุกมัด

His pride was as clear as speech, seen in how he carried himself.

ความเย่อหยิ่งของเขานั้นชัดเจนเหมือนคำพูด

เห็นได้จากวิธีที่เขาประพฤติตน

Even his thick coat looked more majestic and gleamed brighter.

แม้แต่ขนที่หนาของเขาก็ยังดูสง่างามและเปล่งประกายสดใสมากขึ้น

Buck could have been mistaken for a giant timber wolf.

บัคอาจถูกเข้าใจผิดว่าเป็นหมาป่าไม้ขนาดยักษ์

Except for brown on his muzzle and spots above his eyes.

ยกเว้นสีน้ำตาลบนปากกระบอกปืนและจุดเหนือดวงตา

And the white streak of fur that ran down the middle of his chest.

และเส้นขนสีขาวที่วิ่งลงกลางหน้าอกของเขา

He was even larger than the biggest wolf of that fierce breed.

เขายังตัวใหญ่กว่าหมาป่าตัวใหญ่ที่สุดในสายพันธุ์ดุร้ายนั้นด้วยซ้ำ

His father, a St. Bernard, gave him size and heavy frame.

พ่อของเขาซึ่งเป็นสุนัขพันธุ์เซนต์เบอร์นาร์ดทำให้เขาตัวใหญ่และมีโครงร่างใหญ่

His mother, a shepherd, shaped that bulk into wolf-like form.

แม่ของเขาซึ่งเป็นคนเลี้ยงแกะ ได้ปั้นร่างใหญ่ๆ นั้นให้มีลักษณะคล้ายหมาป่า

He had the long muzzle of a wolf, though heavier and broader.

เขามีปากกระบอกปืนยาวเหมือนหมาป่า

แม้ว่าจะหนักและกว้างกว่าก็ตาม

His head was a wolf's, but built on a massive, majestic scale.

หัวของเขาเป็นหัวหมาป่า แต่มีขนาดใหญ่โตมโหฬารและสง่างาม

Buck's cunning was the cunning of the wolf and of the wild.

ความฉลาดของบัคเป็นความฉลาดของหมาป่าและของป่า

His intelligence came from both the German Shepherd and St. Bernard.

ความฉลาดของเขาได้มาจากทั้งสุนัขพันธุ์เยอรมันเชพเพิร์ดและเซนต์เบอร์นาร์ด

All this, plus harsh experience, made him a fearsome creature.

ทั้งหมดนี้บวกกับประสบการณ์อันเลวร้ายทำให้เขากลายเป็นสิ่งมีชีวิตที่น่ากลัว

He was as formidable as any beast that roamed the northern wild.

เขาเป็นสัตว์ที่น่าเกรงขาม ไม่แพ้สัตว์ป่าชนิดใดๆ

ที่เคยอาศัยอยู่ในป่าทางตอนเหนือ

Living only on meat, Buck reached the full peak of his strength.

บัคใช้ชีวิตด้วยเพียงเนื้อสัตว์เท่านั้น

จนเขาถึงจุดสูงสุดของพละกำลังของเขา

He overflowed with power and male force in every fiber of him.

เขาเปี่ยมล้นด้วยพลังและความเป็นชายอยู่ในทุกอณูของร่างกาย

When Thornton stroked his back, the hairs sparked with energy.

เมื่อธอร์นตันลูบหลังเขา

ขนของเขาก็เริ่มเปล่งประกายด้วยพลังงาน

Each hair crackled, charged with the touch of living magnetism.

เส้นผมแต่ละเส้นแตกกรอบราวกับถูกพลังแม่เหล็กดึงดูด

His body and brain were tuned to the finest possible pitch.

ร่างกายและสมองของเขาได้รับการปรับให้เหมาะสมที่สุดเท่าที่จะเ
ป็นไปได้

Every nerve, fiber, and muscle worked in perfect harmony.

เส้นประสาท เส้นใย

และกล้ามเนื้อทุกเส้นทำงานสอดประสานกันอย่างสมบูรณ์แบบ

To any sound or sight needing action, he responded
instantly.

ต่อเสียงหรือภาพใดๆ ที่ต้องการการกระทำ เขาก็ตอบสนองทันที

If a husky leaped to attack, Buck could leap twice as fast.

หากสุนัขฮัสกี้กระโจนเข้าโจมตี

บัคสามารถกระโจนได้เร็วขึ้นสองเท่า

He reacted quicker than others could even see or hear.

เขาตอบสนองเร็วกว่าที่คนอื่นๆ เห็นหรือได้ยินด้วยซ้ำ

Perception, decision, and action all came in one fluid
moment.

การรับรู้ การตัดสินใจ

และการกระทำทั้งหมดเกิดขึ้นในช่วงเวลาอันราบรื่น

In truth, these acts were separate, but too fast to notice.

แท้จริงแล้ว การกระทำเหล่านี้แยกจากกัน

แต่เกิดขึ้นอย่างรวดเร็วเกินกว่าจะสังเกตเห็นได้

So brief were the gaps between these acts, they seemed as
one.

ช่องว่างระหว่างการกระทำเหล่านี้สั้นมาก

จนดูเหมือนเป็นอันหนึ่งอันเดียวกัน

His muscles and being was like tightly coiled springs.

กล้ามเนื้อและตัวตนของเขาเปรียบเสมือนสปริงที่ขดแน่น

His body surged with life, wild and joyful in its power.

ร่างกายของเขาเต็มไปด้วยชีวิตชีวา ดุจดังและเปี่ยมไปด้วยพลัง

At times he felt like the force was going to burst out of him entirely.

บางครั้งเขารู้สึกเหมือนว่าพลังจะระเบิดออกมาจากตัวเขาทั้งหมด

"Never was there such a dog," Thornton said one quiet day.

"ไม่เคยมีสุนัขแบบนี้มาก่อน"

ธอร์นตันกล่าวในวันอันเงียบสงบวันหนึ่ง

The partners watched Buck striding proudly from the camp.

หุ้นส่วนทั้งสองเฝ้าดูบั๊กก้าวเดินอย่างภาคภูมิใจออกจากค่าย

"When he was made, he changed what a dog can be," said Pete.

"เมื่อเขาถูกสร้างขึ้น เขาได้เปลี่ยนแปลงสิ่งที่สุนัขสามารถเป็นได้"

พีทกล่าว

"By Jesus! I think so myself," Hans quickly agreed.

"โดยพระเยซู! ฉันก็คิดอย่างนั้นเหมือนกัน" ฮันส์รีบตกลงทันที

They saw him march off, but not the change that came after.

พวกเขาเห็นเขาเดินออกไป

แต่ไม่ได้เห็นการเปลี่ยนแปลงที่เกิดขึ้นหลังจากนั้น

As soon as he entered the woods, Buck transformed completely.

ทันทีที่เขาเข้าไปในป่า บัคก็เปลี่ยนแปลงไปอย่างสิ้นเชิง

He no longer marched, but moved like a wild ghost among trees.

เขาไม่เดินอีกต่อไป แต่เคลื่อนไหวเหมือนผีป่าท่ามกลางต้นไม้

He became silent, cat-footed, a flicker passing through shadows.

เขาเงียบลง เท้าเหมือนแมว มีแสงแวบผ่านเงา

He used cover with skill, crawling on his belly like a snake.

เขาใช้ที่กำบังอย่างชำนาญโดยคลานไปบนท้องเหมือนงู

And like a snake, he could leap forward and strike in silence.

และเหมือนกับงู

เขาสามารถกระโจนไปข้างหน้าและโจมตีอย่างเงียบๆ

He could steal a ptarmigan straight from its hidden nest.

เขาสามารถขโมยนกกระทาป่าโดยตรงจากรังที่ซ่อนอยู่ได้

He killed sleeping rabbits without a single sound.

เขาฆ่ากระต่ายที่กำลังนอนหลับ โดยไม่ส่งเสียงแม้แต่เสียงเดียว

He could catch chipmunks midair as they fled too slowly.

เขาสามารถจับชิปมังกในอากาศได้ เนื่องจากมันวิ่งหนีช้าเกินไป

Even fish in pools could not escape his sudden strikes.

แม้แต่ปลาที่อยู่ในสระก็ไม่อาจหนีรอดจากการโจมตีอย่างกะทันหันของเขาได้

Not even clever beavers fixing dams were safe from him.

แม้แต่บีเวอร์ที่ฉลาดในการซ่อมเขื่อนก็ไม่ปลอดภัยจากเขา

He killed for food, not for fun—but liked his own kills best.

เขาฆ่าเพื่อเป็นอาหาร ไม่ใช่เพื่อความสนุกสนาน

แต่เขาก็ชอบการฆ่าของตัวเองที่สุด

Still, a sly humor ran through some of his silent hunts.

อย่างไรก็ตาม

อารมณ์ขันอันเจ้าเล่ห์ยังคงปรากฏอยู่ในการล่าเงียบๆ

ของเขาบางครั้ง

He crept up close to squirrels, only to let them escape.

เขาค่อยๆ คืบคลานเข้าไปใกล้กระรอก

เพียงเพื่อปล่อยให้มันหนีออกไป

They were going to flee to the trees, chattering in fearful outrage.

พวกมันจะวิ่งหนีเข้าไปในป่าและร้องจ้อด้วยความหวาดกลัว

As fall came, moose began to appear in greater numbers.

เมื่อฤดูใบไม้ร่วงมาถึง มูสก็เริ่มปรากฏตัวมากขึ้น

They moved slowly into the low valleys to meet the winter.

พวกเขาเคลื่อนตัวช้าๆ เข้าไปในหุบเขาลึกเพื่อรับมือกับฤดูหนาว

Buck had already brought down one young, stray calf.

บัคได้จับลูกวัวหลงตัวหนึ่งลงมาแล้ว

But he longed to face larger, more dangerous prey.

แต่เขาปรารถนาที่จะเผชิญหน้ากับเหยื่อที่ใหญ่กว่าและอันตรายยิ่งขึ้น

One day on the divide, at the creek's head, he found his chance.

วันหนึ่งบนทางแยกที่ต้นลำธาร เขาพบโอกาสของตน

A herd of twenty moose had crossed from forested lands.

ฝูงมูสจำนวน 20 ตัวได้เดินข้ามมาจากดินแดนป่า

Among them was a mighty bull; the leader of the group.

ท่ามกลางพวกมันมีกระทิงตัวใหญ่ตัวหนึ่งซึ่งเป็นจ่าฝูง

The bull stood over six feet tall and looked fierce and wild.

กระทิงตัวนั้นสูงกว่าหกฟุตและดูดุร้ายและดุร้าย

He tossed his wide antlers, fourteen points branching outward.

เขาโยนเขาอันกว้างใหญ่ของเขาออกไป ซึ่งมีกิ่งก้าน 14 แฉกแผ่ออกไป

The tips of those antlers stretched seven feet across.

ปลายเขาเหล่านั้นทอดยาวออกไปประมาณเจ็ดฟุต

His small eyes burned with rage as he spotted Buck nearby.

ดวงตาเล็กๆ

ของเขาร้อนรุ่มไปด้วยความโกรธเมื่อเขาเห็นบั๊กอยู่ใกล้ๆ

He let out a furious roar, trembling with fury and pain.

เขาปล่อยเสียงคำรามอันโกรธจัด

ตัวสั่นด้วยความโกรธและความเจ็บปวด

An arrow-end stuck out near his flank, feathered and sharp.

ปลายลูกศรยื่นออกมาใกล้สีข้างลำตัวของเขา มีขนนและแหลมคม

This wound helped explain his savage, bitter mood.

บาดแผลนี้ช่วยอธิบายอารมณ์ป่าเถื่อนขมขื่นของเขาได้

Buck, guided by ancient hunting instinct, made his move.

บัคซึ่งได้รับแรงบันดาลใจจากสัญชาตญาณการล่าที่เก่าแก่

ได้เริ่มเคลื่อนไหว

He aimed to separate the bull from the rest of the herd.

เขามุ่งหมายที่จะแยกวัวออกจากฝูงที่เหลือ

This was no easy task—it took speed and fierce cunning.

นี่ไม่ใช่เรื่องง่ายเลย ต้องใช้ความเร็วและไหวพริบอันเฉียบแหลม

He barked and danced near the bull, just out of range.

เขาเห่าและเต้นรำไปใกล้ๆ กระทิง แต่อยู่นอกระยะโจมตี

The moose lunged with huge hooves and deadly antlers.

มูสพุ่งออกมาด้วยกีบขนาดใหญ่และเขาอันอันตราย

One blow could have ended Buck's life in a heartbeat.

การโจมตีเพียงครั้งเดียวก็สามารถยุติชีวิตของบัคได้ในพริบตา

Unable to leave the threat behind, the bull grew mad.

กระทิงไม่อาจละทิ้งภัยคุกคามไว้เบื้องหลังได้ จึงเกิดอาการคลั่ง

He charged in fury, but Buck always slipped away.

เขาพุ่งเข้ามาด้วยความโกรธ แต่บัคก็หลบหนีไปได้เสมอ

Buck faked weakness, luring him farther from the herd.

บัคแสร้งทำเป็นอ่อนแอเพื่อล่อให้ห่างจากฝูงมากขึ้น

But young bulls were going to charge back to protect the leader.

แต่ลูกวัวหนุ่มก็กำลังวิ่งกลับมาเพื่อปกป้องจ่าฝูง

They forced Buck to retreat and the bull to rejoin the group.

พวกเขาบังคับให้บัคล่าถอยและบังคับให้กระทิงกลับเข้าร่วมกลุ่ม

There is a patience in the wild, deep and unstoppable.

ในป่าลึกมีความอดทนอย่างไม่หยุดยั้ง

A spider waits motionless in its web for countless hours.

แมงมุมคอยอยู่นิ่งๆ ในใยเป็นเวลานานนับไม่ถ้วน

A snake coils without twitching, and waits till it is time.

งูจะขดตัวโดยไม่กระตุก และรอจนกว่าจะถึงเวลา

A panther lies in ambush, until the moment arrives.

เสือดำซุ่มโจมตีอยู่จนกระทั่งถึงเวลา

This is the patience of predators who hunt to survive.

นี่คือความอดทนของผู้ล่าที่ล่าเพื่อเอาชีวิตรอด

That same patience burned inside Buck as he stayed close.

ความอดทนแบบเดียวกันนี้ยังคงลุกโชนอยู่ภายในตัวบัคขณะที่เขา
อยู่ใกล้ๆ

He stayed near the herd, slowing its march and stirring fear.

เขาอยู่ใกล้ฝูงสัตว์โดยชะลอการเคลื่อนที่ของมันและก่อให้เกิดควา
มกลัว

He teased the young bulls and harassed the mother cows.

เขาแกล้งลูกวัวและรังควานแม่วัว

He drove the wounded bull into a deeper, helpless rage.

เขาทำให้กระทิงที่บาดเจ็บโกรธจนช่วยตัวเองไม่ได้มากขึ้น

For half a day, the fight dragged on with no rest at all.

การต่อสู้ดำเนินไปนานครึ่งวันโดยไม่ได้พักผ่อนเลย

Buck attacked from every angle, fast and fierce as wind.

บัคโจมตีจากทุกทิศทุกทางอย่างรวดเร็วและรุนแรงราวกับสายลม

He kept the bull from resting or hiding with its herd.

เขาควบคุมไม่ให้กระทิงได้พักผ่อนหรือซ่อนตัวอยู่กับฝูง

Buck wore down the moose's will faster than its body.

บั๊กทำให้ความตั้งใจของมูสหมดไปเร็วกว่าร่างกายของมัน

The day passed and the sun sank low in the northwest sky.

เมื่อวันผ่านไป พระอาทิตย์กีลับขอบฟ้าทางทิศตะวันตกเฉียงเหนือ

The young bulls returned more slowly to help their leader.

เหล่ากระทิงหนุ่มหันกลับมาอย่างช้าๆ เพื่อช่วยจ่าฝูงของมัน

Fall nights had returned, and darkness now lasted six hours.

คืนฤดูใบไม้ร่วงกลับมาอีกครั้ง

และความมืดมิดกินเวลานานถึงหกชั่วโมง

Winter was pressing them downhill into safer, warmer valleys.

ฤดูหนาวกำลังผลักดันพวกเขาลงสู่หุบเขาที่ปลอดภัยและอบอุ่นกว่

า

But still they couldn't escape the hunter that held them back.

แต่พวกเขาก็ยังไม่สามารถหลบหนีจากนายพรานที่คอยจับพวกเขาเ

อาไว้ได้

Only one life was at stake—not the herd's, just their leader's.

มีเพียงชีวิตเดียวเท่านั้นที่ตกอยู่ในอันตราย ไม่ใช่ของฝูง

แต่เป็นเพียงชีวิตผู้นำของพวกมันเท่านั้น

That made the threat distant and not their urgent concern.

นั่นทำให้ภัยคุกคามนั้นอยู่ห่างไกลและไม่ใช่เรื่องที่พวกเขาต้องกัง

วลอย่างเร่งด่วน

In time, they accepted this cost and let Buck take the old bull.

เมื่อถึงเวลาพวกเขาก็ยอมรับต้นทุนนี้และปล่อยให้บัคเอากระทิงแก่

ตัวนั้นไป

As twilight settled in, the old bull stood with his head down.

เมื่อพลบค่ำลง กระทิงแก่ก็ยืนก้มหัวลง

He watched the herd he had led vanish into the fading light.

เขาเฝ้าดูฝูงสัตว์ที่เขาจูงหายไปในแสงที่กำลังจะดับลง

There were cows he had known, calves he had once fathered.

มีวัวหลายตัวที่เขาเคยรู้จัก และลูกวัวที่เขาเคยเป็นพ่อ

There were younger bulls he had fought and ruled in past seasons.

มีกระทิงหนุ่มอีกหลายตัวที่เขาเคยต่อสู้และปกครองในฤดูกาลที่ผ่า

นมา

He could not follow them—for before him crouched Buck again.

เขาไม่สามารถติดตามพวกเขาไปได้

เพราะก่อนหน้านั้นบัคก็หมอบลงอีกแล้ว

The merciless fanged terror blocked every path he might take.

ความหวาดกลัวเขี้ยวที่ไร้ความปราณีปิดกั้นทุกเส้นทางที่เขาอาจเลื

อกเดิน

The bull weighed more than three hundredweight of dense power.

กระทิงตัวนี้มีน้ำหนักมากกว่าสามร้อยปอนด์ซึ่งถือเป็นพลังอันหน
าแน่น

He had lived long and fought hard in a world of struggle.

เขาได้มีชีวิตอยู่มายาวนานและต่อสู้ดิ้นรนอย่างหนักในโลกแห่งกา
รดิ้นรน

Yet now, at the end, death came from a beast far beneath
him.

บัดนี้ เมื่อถึงที่สุด ความตายก็มาเยือนจากสัตว์ร้ายที่อยู่ต่ำกว่าเขา

Buck's head did not even rise to the bull's huge knuckled
knees.

แม้แต่หัวของบั๊กก็ยังไม่ถึงเข่าข้อใหญ่ๆ ของกระทิงด้วยซ้ำ

From that moment on, Buck stayed with the bull night and
day.

ตั้งแต่นั้นเป็นต้นมา

บัคก็อยู่กับกระทิงตัวนี้ทั้งกลางวันและกลางคืน

He never gave him rest, never allowed him to graze or drink.

เขาไม่เคยให้เขาได้พักผ่อน

ไม่เคยอนุญาตให้เขากินหญ้าหรือดื่มน้ำ

The bull tried to eat young birch shoots and willow leaves.

กระทิงพยายามกินต้นเบิร์ชและใบหลิวที่ยังอ่อนอยู่

But Buck drove him off, always alert and always attacking.

แต่บัคก็ไล่เขาออกไปโดยคอยระวังตัวและโจมตีตลอดเวลา

Even at trickling streams, Buck blocked every thirsty
attempt.

แม้แต่ในลำธารที่ไหลหยด

บัคก็ขัดขวางความพยายามที่กระหายน้ำทุกครั้ง

Sometimes, in desperation, the bull fled at full speed.

บางครั้งเมื่อหมดหวัง วัวก็วิ่งหนีด้วยความเร็วสูงสุด

Buck let him run, loping calmly just behind, never far away.

บั๊กปล่อยให้เขาวิ่งไป โดยวิ่งตามหลังอย่างสงบไม่ห่างออกไป

When the moose paused, Buck lay down, but stayed ready.

เมื่อมูสหยุดพัก บัคก็นอนลง แต่ยังเตรียมพร้อมอยู่

If the bull tried to eat or drink, Buck struck with full fury.

ถ้าหากว่ากระทิงพยายามจะกินหรือดื่ม

บัคก็จะโจมตีด้วยความโกรธเต็มที่

The bull's great head sagged lower under its vast antlers.

หัวอันใหญ่ของกระทิงห้อยต่ำลงใต้เขาอันใหญ่โตของมัน

His pace slowed, the trot became a heavy; a stumbling walk.

เขาเริ่มเดินช้าลง และวิ่งเหยาะๆ เหมือนเดินสะดุด

He often stood still with drooped ears and nose to the ground.

เขามักยืนนิ่ง โดยมีหูตกและจมูกแนบพื้น

During those moments, Buck took time to drink and rest.

ในช่วงเวลานั้นบัคก็หาเวลาดื่มและพักผ่อน

Tongue out, eyes fixed, Buck sensed the land was changing.

บั๊กแลบลิ้นและจ้องตาอย่างจ้องจับใจ

รับรู้ได้ว่าแผ่นดินกำลังเปลี่ยนแปลงไป

He felt something new moving through the forest and sky.

เขาสัมผัสได้ถึงสิ่งใหม่ที่กำลังเคลื่อนที่ผ่านป่าและท้องฟ้า

As moose returned, so did other creatures of the wild.

เมื่อมูสกลับมา สิ่งมีชีวิตอื่น ๆ ในป่าก็กลับมาด้วย

The land felt alive with presence, unseen but strongly known.

แผ่นดินนี้รู้สึกมีชีวิตชีวาด้วยสิ่งที่มองไม่เห็นแต่เป็นสิ่งที่รู้จักอย่างชัดเจน

It was not by sound, sight, nor by scent that Buck knew this.

บัครู้เรื่องนี้ไม่ใช่ด้วยเสียง เห็นหรือได้กลิ่น

A deeper sense told him that new forces were on the move.

ความรู้สึกที่ลึกซึ้งยิ่งขึ้นบอกเขาว่ามีพลังใหม่กำลังเคลื่อนตัว

Strange life stirred through the woods and along the streams.

ชีวิตแปลกประหลาดเคลื่อนไหวไปทั่วป่าและตามลำธาร

He resolved to explore this spirit, after the hunt was complete.

เขาตัดสินใจที่จะสำรวจจิตวิญญาณนี้หลังจากการล่าเสร็จสิ้น

On the fourth day, Buck brought down the moose at last.

ในวันที่สี่ บัคก็สามารถนำมูสลงมาได้ในที่สุด

He stayed by the kill for a full day and night, feeding and resting.

เขาอยู่กับสัตว์นั้นตลอดทั้งวันทั้งคืนเพื่อกินอาหารและพักผ่อน

He ate, then slept, then ate again, until he was strong and full.

เขากินแล้วก็นอน แล้วก็กินอีก จนกระทั่งเขาแข็งแรงและอิ่ม

When he was ready, he turned back toward camp and Thornton.

เมื่อเขาพร้อมแล้ว เขาก็หันกลับไปยังค่ายและธอร์นตัน

With steady pace, he began the long return journey home.

เขาเริ่มออกเดินทางกลับบ้านอันยาวไกลด้วยจังหวะที่มั่นคง

He ran in his tireless lope, hour after hour, never once straying.

เขาวิ่งอย่างไม่รู้จักเหนื่อย ชั่วโมงแล้วชั่วโมงเล่า

ไม่เคยออกนอกเส้นทางแม้แต่น้อย

Through unknown lands, he moved straight as a compass needle.

ผ่านดินแดนที่ไม่รู้จัก เขาได้เดินทางตรงไปเหมือนเข็มทิศ

His sense of direction made man and map seem weak by comparison.

ความรู้สึกของเขาต่อทิศทางทำให้มนุษย์กับแผนที่ดูอ่อนแอเมื่อเปรียบเทียบกัน

As Buck ran, he felt more strongly the stir in the wild land.

ขณะที่บั๊กวิ่งไป

เขาสัมผัสได้ถึงความปั่นป่วนในดินแดนป่าเถื่อนมากขึ้น

It was a new kind of life, unlike that of the calm summer months.

มันเป็นชีวิตแบบใหม่ ไม่เหมือนกับช่วงฤดูร้อนที่แสนสงบ

This feeling no longer came as a subtle or distant message.

ความรู้สึกนี้ไม่ได้มาจากการส่งข้อความที่ละเอียดอ่อนหรือห่างไกลอีกต่อไป

Now the birds spoke of this life, and squirrels chattered about it.

ขณะนี้ นกพูดคุยเกี่ยวกับชีวิตนี้ และกระรอกก็พูดคุยเรื่องนี้ด้วย

Even the breeze whispered warnings through the silent trees.

แม้แต่สายลมยังกระซิบเตือนผ่านต้นไม้อันเงียบงัน

Several times he stopped and sniffed the fresh morning air.

เขาหยุดเพื่อดมกลิ่นอากาศยามเช้าอันสดชื่นหลายครั้ง

He read a message there that made him leap forward faster.

เขาอ่านข้อความในนั้นซึ่งทำให้เขากระโดดไปข้างหน้าเร็วขึ้น

A heavy sense of danger filled him, as if something had gone wrong.

ความรู้สึกอันตรายอันหนักหน่วงแผ่ซ่านไปทั่วร่างของเขา

ราวกับว่ามีบางอย่างผิดปกติเกิดขึ้น

He feared calamity was coming—or had already come.

เขาเกรงว่าภัยพิบัติจะมาถึงหรือได้เกิดขึ้นแล้ว

He crossed the last ridge and entered the valley below.

เขาข้ามสันเขาสุดท้ายและเข้าสู่หุบเขาเบื้องล่าง

He moved more slowly, alert and cautious with every step.

เขาเคลื่อนไหวช้าลงมากขึ้น ระมัดระวังและตื่นตัวทุกก้าว

Three miles out he found a fresh trail that made him stiffen.

เมื่อออกไปได้สามไมล์ เขาพบเส้นทางใหม่ที่ทำให้เขาเกร็งขึ้น

The hair along his neck rippled and bristled in alarm.

เส้นผมที่คอของเขาขยับและหยิกด้วยความตื่นตระหนก

The trail led straight toward the camp where Thornton waited.

เส้นทางนำตรงไปยังค่ายที่ธอร์นตันรออยู่

Buck moved faster now, his stride both silent and swift.

ตอนนี้บั๊กเคลื่อนไหวเร็วขึ้น ทั้งก้าวเดินที่เงียบและรวดเร็ว

His nerves tightened as he read signs others were going to miss.

ความกังวลของเขาตึงเครียดขึ้นเมื่อเขาอ่านสัญญาณที่คนอื่นจะมองข้าม

Each detail in the trail told a story—except the final piece.

รายละเอียดแต่ละอย่างในเส้นทางจะบอกเล่าเรื่องราว

ยกเว้นส่วนสุดท้าย

His nose told him about the life that had passed this way.

จมูกของเขาบอกเล่าถึงชีวิตที่ผ่านมาทางนี้

The scent gave him a changing picture as he followed close behind.

กลิ่นดังกล่าวทำให้เขาเปลี่ยนภาพไปเมื่อเขาเดินตามหลังมาอย่างใกล้ชิด

But the forest itself had gone quiet; unnaturally still.

แต่ป่าเองก็เงียบสงบลงอย่างผิดปกติ

Birds had vanished, squirrels were hidden, silent and still.

นกหายไปแล้ว กระรอกก็ซ่อนตัวอยู่ เงียบและนิ่ง

He saw only one gray squirrel, flat on a dead tree.

เขาเห็นกระรอกสีเทาเพียงตัวเดียวนอนราบอยู่บนต้นไม้ที่ตายแล้ว

The squirrel blended in, stiff and motionless like a part of the forest.

กระรอกกลมกลืนไปกับสภาพแวดล้อมอย่างแข็งทื่อและนิ่งเฉยเหมือนกับเป็นส่วนหนึ่งของป่า

Buck moved like a shadow, silent and sure through the trees.

บัคเคลื่อนไหวเหมือนเงา เงียบและมั่นใจท่ามกลางต้นไม้

His nose jerked sideways as if pulled by an unseen hand.

จมูกของเขากระตุกไปทางด้านข้างราวกับว่ามีมือที่มองไม่เห็นดึง

He turned and followed the new scent deep into a thicket.

เขาหันกลับและตามกลิ่นใหม่เข้าไปในพุ่มไม้ลึก

There he found Nig, lying dead, pierced through by an arrow.

ที่นั่นเขาพบนิกนอนตายอยู่โดยถูกลูกศรแทง

The shaft passed clear through his body, feathers still showing.

ด้ามดาบทะลุผ่านร่างกายของเขาไปอย่างชัดเจน

โดยที่ขนยังคงปรากฏให้เห็น

Nig had dragged himself there, but died before reaching help.

นิคลากตัวเองไปที่นั่น แต่เสียชีวิตก่อนที่จะไปถึงความช่วยเหลือ

A hundred yards farther on, Buck found another sled dog.

อีกร้อยหลาถัดมา บัคพบสุนัขลากเลื่อนอีกตัว

It was a dog that Thornton had bought back in Dawson City.

มันเป็นสุนัขที่ Thornton ซื้อกลับมาที่ Dawson City

The dog was in a death struggle, thrashing hard on the trail.

สุนัขตัวดังกล่าวกำลังดิ้นรนอย่างเอาเป็นเอาตายและวิ่งหนีอย่างสุด
ชีวิตไปตามเส้นทาง

Buck passed around him, not stopping, eyes fixed ahead.

บั๊กเดินผ่านเขาไปโดยไม่หยุด และจ้องมองไปข้างหน้า

From the direction of the camp came a distant, rhythmic chant.

จากทิศทางของค่าย

มีเสียงสวดมนต์จังหวะอันไพเราะดังขึ้นในระยะไกล

Voices rose and fell in a strange, eerie, sing-song tone.

เสียงต่างๆ ขึ้นๆ ลงๆ ในน้ำเสียงที่แปลก น่ากลัว และเป็นเพลง

Buck crawled forward to the edge of the clearing in silence.

บัคคลานไปข้างหน้าจนถึงขอบของบริเวณโล่งในความเงียบ

There he saw Hans lying face-down, pierced with many arrows.

ที่นั่นเขาเห็นฮันส์นอนคว่ำหน้าและถูกยิงธนูจำนวนมาก

His body looked like a porcupine, bristling with feathered shafts.

ร่างกายของเขาดูเหมือนเม่นซึ่งมีขนเป็นพวงเต็มไปหมด

At the same moment, Buck looked toward the ruined lodge.

ขณะเดียวกัน บัคก็มองไปยังกระท่อมที่พังทลาย

The sight made the hair rise stiff on his neck and shoulders.

ภาพที่เห็นนั้นทำให้ขนบนคอและไหล่ของเขาลุกขึ้นแข็ง

A storm of wild rage swept through Buck's whole body.

พายุแห่งความโกรธเกรี้ยวรุนแรงพัดผ่านร่างของบัคไปทั้งหมด

He growled aloud, though he did not know that he had.

เขาขู่เสียงดังแม้ว่าเขาจะไม่รู้ว่าเขาทำไปแล้วก็ตาม

The sound was raw, filled with terrifying, savage fury.

เสียงนั้นดิบและเต็มไปด้วยความโกรธเกรี้ยวที่น่ากลัวและป่าเถื่อน

For the last time in his life, Buck lost reason to emotion.

เป็นครั้งสุดท้ายในชีวิตของเขาที่บัคสูญเสียเหตุผลของอารมณ์

It was love for John Thornton that broke his careful control.

ความรักที่มีต่อจอห์น ธอร์นตัน ทำให้เขาควบคุมตัวเองได้ไม่เต็มที่

The Yeehats were dancing around the wrecked spruce lodge.

กลุ่ม Yeehats กำลังเต้นรำรอบๆ ต้นสนที่พังยับเยิน

Then came a roar—and an unknown beast charged toward them.

จากนั้นก็มีเสียงคำรามดังขึ้น

และสัตว์ร้ายที่ไม่รู้จักก็พุ่งเข้ามาหาพวกเขา

It was Buck; a fury in motion; a living storm of vengeance.

มันคือบัค ความโกรธที่พุ่งพล่าน

เป็นพายุแห่งความแก้แค้นที่ยังคงดำรงอยู่

He flung himself into their midst, mad with the need to kill.

เขาพุ่งตัวเข้าไปอยู่ท่ามกลางพวกเขา

รู้สึกบ้าคลั่งเพราะความต้องการที่จะฆ่า

He leapt at the first man, the Yeehat chief, and struck true.

เขาพุ่งเข้าหาชายคนแรก หัวหน้า Yeehat

และทำการโจมตีอย่างถูกต้อง

His throat was ripped open, and blood spouted in a stream.

ลำคอของเขาถูกฉีกออก และมีเลือดพุ่งออกมาเป็นสาย

Buck did not stop, but tore the next man's throat with one leap.

บั๊กไม่หยุด

แต่กลับฉีกคอชายคนถัดไปด้วยการกระโดดเพียงครั้งเดียว

He was unstoppable—ripping, slashing, never pausing to rest.

เขาไม่หยุดยั้ง—ฉีก เฉือน และไม่เคยหยุดพักเลย

He darted and sprang so fast their arrows could not touch him.

เขาได้พุ่งและกระโจนเร็วมากจนลูกศรของพวกเขาไม่สามารถแตะต้องเขาได้

The Yeehats were caught in their own panic and confusion.

พวก Yeehats ตกอยู่ในความตื่นตระหนกและสับสนของตนเอง

Their arrows missed Buck and struck one another instead.

ลูกศรของพวกเขาพลาดเป้าไปที่บั๊ก แต่กลับถูกกันเองแทน

One youth threw a spear at Buck and hit another man.

เยาวชนคนหนึ่งขว้างหอกไปที่บั๊กและถูกชายอีกคน

The spear drove through his chest, the point punching out his back.

หอกแทงทะลุหน้าอกของเขา ปลายหอกแทงทะลุหลังของเขา

Terror swept over the Yeehats, and they broke into full retreat.

ความหวาดกลัวเข้าครอบงำกลุ่ม Yeehats

และพวกเขาก็ล่าถอยไปหมด

They screamed of the Evil Spirit and fled into the forest shadows.

พวกเขาตะโกนเรียกวิญญาณชั่วร้ายแล้ววิ่งหนีเข้าไปในเงาของป่า

Truly, Buck was like a demon as he chased the Yeehats down.

จริงอยู่ บัคเป็นเหมือนปีศาจในขณะที่เขาไล่ตามพวก Yeehats

He tore after them through the forest, bringing them down like deer.

พระองค์ทรงไล่ตามพวกเขาไปในป่า จนล้มลงเหมือนกวาง

It became a day of fate and terror for the frightened Yeehats.

มันกลายเป็นวันที่เต็มไปด้วยโชคชะตาและความหวาดกลัวสำหรับเหล่า Yeehats ที่หวาดกลัว

They scattered across the land, fleeing far in every direction.

พวกเขากระจายกันไปทั่วแผ่นดิน หนีไปไกลในทุกทิศทุกทาง

A full week passed before the last survivors met in a valley.

ผ่านไปหนึ่งสัปดาห์เต็มก่อนที่ผู้รอดชีวิตกลุ่มสุดท้ายจะพบกันในหุบเขา

Only then did they count their losses and speak of what happened.

จากนั้นพวกเขาจึงนับความสูญเสียและเล่าถึงสิ่งที่เกิดขึ้น

Buck, after tiring of the chase, returned to the ruined camp.

บัคกลับมายังค่ายที่พังทลายหลังจากเหนื่อยจากการไล่ตาม

He found Pete, still in his blankets, killed in the first attack.

เขาพบพีทยังอยู่ในผ้าห่มเสียชีวิตในการโจมตีครั้งแรก

Signs of Thornton's last struggle were marked in the dirt nearby.

ร่องรอยการต่อสู้ครั้งสุดท้ายของธอร์นตันปรากฏอยู่บนพื้นดินบริเวณใกล้เคียง

Buck followed every trace, sniffing each mark to a final point.

บั๊กเดินตามร่องรอยทุกประการ

ดมกลิ่นแต่ละรอยจนกระทั่งถึงจุดสุดท้าย

At the edge of a deep pool, he found faithful Skeet, lying still.

ที่ขอบสระน้ำลึก เขาพบสกีตผู้ซื่อสัตย์นอนนิ่งอยู่

Skeet's head and front paws were in the water, unmoving in death.

ศีรษะและอุ้งเท้าหน้าของสกีตจมอยู่ในน้ำ

ไม่ขยับเขยื้อนเพราะความตาย

The pool was muddy and tainted with runoff from the sluice boxes.

สระว่ายน้ำเป็นโคลนและมีน้ำเสียจากกล่องระบายน้ำ

Its cloudy surface hid what lay beneath, but Buck knew the truth.

พื้นผิวที่มีเมฆมากซ่อนสิ่งที่อยู่ข้างใต้ไว้ แต่บั๊กรู้ความจริง

He tracked Thornton's scent into the pool—but the scent led nowhere else.

เขาตามกลิ่นของธอร์นตันไปจนถึงสระน้ำ—

แต่กลิ่นนั้นไม่ได้พาไปที่อื่นเลย

There was no scent leading out—only the silence of deep water.

ไม่มีกลิ่นใด ๆ ลอยออกมา มีเพียงความเงียบของน้ำลึกเท่านั้น

All day Buck stayed near the pool, pacing the camp in grief.

ตลอดทั้งวัน บั๊กอยู่ใกล้สระน้ำ เดินไปมาในค่ายด้วยความโศกเศร้า

He wandered restlessly or sat in stillness, lost in heavy thought.

เขาเดินเตร่ไปมาอย่างกระสับกระส่าย หรือไม่ก็นั่งนิ่งๆ

จมอยู่กับความคิดหนักๆ

He knew death; the ending of life; the vanishing of all motion.

พระองค์ทรงรู้จักความตาย ความสิ้นสุดของชีวิต

และความดับไปของการเคลื่อนไหวทั้งปวง

He understood that John Thornton was gone, never to return.

เขาเข้าใจว่าจอห์น ธอร์นตันจากไปแล้ว และไม่มีวันกลับมาอีก

The loss left an empty space in him that throbbed like hunger.

ความสูญเสียทิ้งช่องว่างว่างเปล่าไว้ในตัวเขาซึ่งเต้นระรัวเหมือนความหิวโหย

But this was a hunger food could not ease, no matter how much he ate.

แต่ความหิวนี้ไม่อาจบรรเทาลงได้

ไม่ว่าเขาจะกินมากแค่ไหนก็ตาม

At times, as he looked at the dead Yeehats, the pain faded.

บางครั้งเมื่อเขาได้มองดู Yeehats ที่ตายแล้ว

ความเจ็บปวดก็จางหายไป

And then a strange pride rose inside him, fierce and complete.

และจากนั้นความภาคภูมิใจประหลาดก็เกิดขึ้นในตัวเขา

ดุร้ายและสมบูรณ์แบบ

He had killed man, the highest and most dangerous game of all.

เขาได้ฆ่ามนุษย์ซึ่งเป็นเกมที่สูงส่งและอันตรายที่สุด

He had killed in defiance of the ancient law of club and fang.

เขาได้ฆ่าคนโดยฝ่าฝืนกฎโบราณว่าด้วยกระบองและเขี้ยว

Buck sniffed their lifeless bodies, curious and thoughtful.

บั๊กดมร่างไร้วิญญาณของพวกเขาด้วยความอยากรู้และครุ่นคิด

They had died so easily—much easier than a husky in a fight.

พวกมันตายได้ง่ายมาก—

ง่ายกว่าสุนัขไซบีเรียนฮัสกี้ในการต่อสู้มาก

Without their weapons, they had no true strength or threat.

หากปราศจากอาวุธ

พวกเขาก็ไม่มีความแข็งแกร่งหรือภัยคุกคามที่แท้จริง

Buck was never going to fear them again, unless they were armed.

บัคจะไม่มีวันกลัวพวกเขาอีกต่อไป เว้นแต่ว่าพวกเขาจะมีอาวุธ

Only when they carried clubs, spears, or arrows he'd beware.

เฉพาะเมื่อพวกเขาพกกระบอง หอก

หรือลูกศรเท่านั้นที่เขาจะระวัง

Night fell, and a full moon rose high above the tops of the trees.

เมื่อตกกลางคืน พระจันทร์เต็มดวงก็ขึ้นสูงเหนือยอดไม้

The moon's pale light bathed the land in a soft, ghostly glow like day.

แสงจันทร์สลัวสาดส่องไปทั่วแผ่นดินด้วยแสงนวลอ่อนๆ

เหมือนกลางวัน

As the night deepened, Buck still mourned by the silent pool.

เมื่อคืนล่วงเลยไป บัคยังคงโศกเศร้าอยู่ข้างสระน้ำอันเงียบสงัด

Then he became aware of a different stirring in the forest.

จากนั้นเขาเริ่มรู้สึกถึงความเคลื่อนไหวที่แตกต่างไปในป่า

The stirring was not from the Yeehats, but from something older and deeper.

การปลุกเร้านี้ไม่ได้มาจาก Yeehats

แต่มาจากบางสิ่งที่เก่ากว่าและลึกซึ้งกว่า

He stood up, ears lifted, nose testing the breeze with care.

เขาจึงยืนขึ้น โดยยกหูขึ้นและจมูกคอยทดสอบลมด้วยความระมัดร

ะวัง

From far away came a faint, sharp yelp that pierced the silence.

จากระยะไกล มีเสียงร้องแหลมๆ ดังขึ้นท่ามกลางความเงียบ

Then a chorus of similar cries followed close behind the first.

จากนั้นก็มีเสียงร้องทำนองเดียวกันตามมาติดๆ จากกลุ่มแรก

The sound drew nearer, growing louder with each passing moment.

เสียงนั้นดังใกล้เข้ามาเรื่อยๆ และดังขึ้นเรื่อยๆ

ในแต่ละช่วงเวลาที่ผ่านไป

Buck knew this cry—it came from that other world in his memory.

บัครู้จักเสียงร้องนี้ดี—

มันมาจากอีกโลกหนึ่งในความทรงจำของเขา

He walked to the center of the open space and listened closely.

เขาเดินไปที่ใจกลางของพื้นที่โล่งและฟังอย่างตั้งใจ

The call rang out, many-noted and more powerful than ever.

เสียงเรียกดังขึ้นหลายครั้งและทรงพลังยิ่งกว่าเดิม

And now, more than ever before, Buck was ready to answer his calling.

และตอนนี้ บัคพร้อมที่จะตอบรับการเรียกของเขามากกว่าที่เคย

John Thornton was dead, and no tie to man remained within him.

จอห์น ธอร์นตันเสียชีวิตแล้ว และไม่มีความผูกพันใดๆ

ต่อมนุษย์เหลืออยู่ในตัวเขาอีกต่อไป

Man and all human claims were gone—he was free at last.

มนุษย์และคำอ้างสิทธิของมนุษย์ทั้งหมดสูญสิ้น—

ในที่สุดเขาก็เป็นอิสระ

The wolf pack were chasing meat like the Yeehats once had.

ฝูงหมาป่ากำลังไล่ล่าเนื้อเช่นเดียวกับที่พวก Yeehats เคยทำ

They had followed moose down from the timbered lands.

พวกเขาติดตามมูสลงมาจากดินแดนที่มีต้นไม้

Now, wild and hungry for prey, they crossed into his valley.

ตอนนี้ พวกมันดุร้ายและหิวโหยเหยื่อ

จึงข้ามเข้าไปในหุบเขาของเขา

Into the moonlit clearing they came, flowing like silver water.

พวกเขาไหลเข้ามาในทุ่งโล่งที่มีแสงจันทร์เหมือนน้ำสีเงิน

Buck stood still in the center, motionless and waiting for them.

บัคยืนนิ่งอยู่ตรงกลาง ยืนรอพวกเขา

His calm, large presence stunned the pack into a brief silence.

การปรากฏตัวอันสงบนิ่งและยิ่งใหญ่ของเขาทำให้ฝูงสัตว์ตะลึงจน

เงียบไปชั่วขณะ

Then the boldest wolf leapt straight at him without hesitation.

จากนั้นหมาป่าที่กล้าหาญที่สุดก็กระโจนเข้าหาเขาโดยไม่ลังเล

Buck struck fast and broke the wolf's neck in a single blow.

บั๊กโจมตีอย่างรวดเร็วและหักคอหมาป่าได้ในครั้งเดียว

He stood motionless again as the dying wolf twisted behind him.

เขาหยุดนิ่งอีกครั้งขณะที่หมาป่าที่กำลังจะตายบิดตัวอยู่ข้างหลังเขา

Three more wolves attacked quickly, one after the other.

หมาป่าอีกสามตัวโจมตีอย่างรวดเร็วตัวต่อตัว

Each retreated bleeding, their throats or shoulders slashed.

แต่ละคนถอยหนีไปโดยมีเลือดไหล และคอและไหล่ถูกเฉือน

That was enough to trigger the whole pack into a wild charge.

นั่นเพียงพอที่จะกระตุ้นให้กลุ่มทั้งหมดเข้าสู่การโจมตีแบบดุเดือด

They rushed in together, too eager and crowded to strike well.

พวกเขารีบวิ่งเข้ามาด้วยกันด้วยความกระหายและแออัดจนไม่สามารถโจมตีได้ดี

Buck's speed and skill allowed him to stay ahead of the attack.

ความเร็วและทักษะของบัคทำให้เขาอยู่เหนือการโจมตีได้

He spun on his hind legs, snapping and striking in all directions.

เขาหมุนตัวด้วยขาหลัง เหวี่ยงออกไปและโจมตีไปในทุกทิศทาง

To the wolves, this seemed like his defense never opened or faltered.

สำหรับหมาป่า

ดูเหมือนการป้องกันของเขาจะไม่เคยเปิดหรือล้มเหลวเลย

He turned and slashed so quickly they could not get behind him.

เขาหันตัวและฟันอย่างรวดเร็วมากจนพวกเขาไม่สามารถตามหลังเขาไปได้

Nonetheless, their numbers forced him to give ground and fall back.

อย่างไรก็ตาม

จำนวนของพวกเขาทำให้เขาต้องยอมแพ้และถอยกลับ

He moved past the pool and down into the rocky creek bed.

เขาเดินผ่านสระน้ำและลงไปในลำธารที่มีหิน

There he came up against a steep bank of gravel and dirt.

ที่นั่นเขามาถึงเนินดินและกรวดชัน

He edged into a corner cut during the miners' old digging.

เขาก้าวเข้าไปในทางตัดมุมระหว่างการขุดของคนงานเหมือง

Now, protected on three sides, Buck faced only the front wolf.

ตอนนี้ได้รับการปกป้องจากสามด้าน

บัคเผชิญหน้ากับหมาป่าด้านหน้าเท่านั้น

There, he stood at bay, ready for the next wave of assault.

เขายืนอยู่ตรงนั้น เตรียมพร้อมสำหรับการโจมตีระลอกต่อไป

Buck held his ground so fiercely that the wolves drew back.

บั๊กยืนหยัดอย่างแข็งแกร่งจนทำให้หมาป่าถอยหนี

After half an hour, they were worn out and visibly defeated.

หลังจากผ่านไปครึ่งชั่วโมง

พวกเขาก็หมดแรงและพ่ายแพ้อย่างเห็นได้ชัด

Their tongues hung out, their white fangs gleamed in moonlight.

ลิ้นของพวกเขาห้อยออกมา

เขี้ยวสีขาวของพวกเขาเป็นประกายในแสงจันทร์

Some wolves lay down, heads raised, ears pricked toward Buck.

หมาป่าบางตัวนอนลง โดยยกหัวขึ้นและหูชี้ไปทางบัค

Others stood still, alert and watching his every move.

คนอื่นๆ ยืนนิ่งเฉย คอยระวังและเฝ้าดูทุกการเคลื่อนไหวของเขา

A few wandered to the pool and lapped up cold water.

ไม่กี่คนเดินไปที่สระว่ายน้ำและดื่มน้ำเย็นๆ

Then one long, lean gray wolf crept forward in a gentle way.

จากนั้น

หมาป่าสีเทาตัวยาวผอมตัวหนึ่งก็คืบคลานไปข้างหน้าอย่างอ่อนโยน

Buck recognized him—it was the wild brother from before.

บัคจำเขาได้—เป็นพี่ชายป่าเถื่อนคนเดิม

The gray wolf whined softly, and Buck replied with a whine.

หมาป่าสีเทาส่งเสียงครางเบาๆ และบัคก็ตอบกลับด้วยเสียงคราง

They touched noses, quietly and without threat or fear.

พวกเขาสัมผัสจมูกกันอย่างเงียบ ๆ

โดยไม่มีภัยคุกคามหรือความกลัวใด ๆ

Next came an older wolf, gaunt and scarred from many battles.

ถัดมาคือหมาป่าแก่ตัวหนึ่ง

มันผอมโซและมีรอยแผลเป็นจากการสู้รบหลายครั้ง

Buck started to snarl, but paused and sniffed the old wolf's nose.

บั๊กเริ่มขู่คำราม แต่หยุดลงแล้วดมจมูกของหมาป่าแก่ตัวนั้น

The old one sat down, raised his nose, and howled at the moon.

เจ้าคนแก่ก็นั่งลง ยกจมูกขึ้น และหอนไปทางดวงจันทร์

The rest of the pack sat down and joined in the long howl.

ส่วนที่เหลือของฝูงนั่งลงและร่วมส่งเสียงหอนยาวๆ

And now the call came to Buck, unmistakable and strong.

และตอนนี้เสียงเรียกก็มาถึงบัค ซึ่งชัดเจนและหนักแน่น

He sat down, lifted his head, and howled with the others.

เขาลงนั่งยกหัวขึ้นและโวยวายพร้อมกับคนอื่นๆ

When the howling ended, Buck stepped out of his rocky shelter.

เมื่อเสียงหอนจบลง

บัคก็ก้าวออกมาจากที่กำบังที่เต็มไปด้วยหินของเขา

The pack closed in around him, sniffing both kindly and warily.

ฝูงสัตว์เดินเข้ามาหาเขาโดยดมกลิ่นอย่างใจดีและระมัดระวัง

Then the leaders gave the yelp and dashed off into the forest.

จากนั้นหัวหน้าก็ส่งเสียงร้องและวิ่งหนีเข้าไปในป่า

The other wolves followed, yelping in chorus, wild and fast in the night.

หมาป่าตัวอื่นๆ

ร้องตามและร้องเป็นเสียงเดียวกันอย่างดุร้ายและรวดเร็วในยามค่ำคืน

Buck ran with them, beside his wild brother, howling as he ran.

บั๊กวิ่งไปกับพวกเขา ข้างๆ น้องชายป่าของเขา

พร้อมกับส่งเสียงหอนไปด้วย

Here, the story of Buck does well to come to its end.

คราวนี้เรื่องราวของบัคคงใกล้จะจบลงแล้ว

In the years that followed, the Yeehats noticed strange wolves.

ในปีต่อๆ มา Yeehats ได้สังเกตเห็นหมาป่าประหลาดๆ

Some had brown on their heads and muzzles, white on the chest.

บางตัวมีสีน้ำตาลบนหัวและปาก และมีสีขาวบนหน้าอก

But even more, they feared a ghostly figure among the wolves.

แต่สิ่งที่เลวร้ายกว่านั้น พวกเขายังกลัวร่างผีๆ ในหมู่หมาป่าอีกด้วย

They spoke in whispers of the Ghost Dog, leader of the pack.

พวกมันพูดคุยกันด้วยเสียงกระซิบถึงสุนัขผี ผู้เป็นจ่าฝูง

This Ghost Dog had more cunning than the boldest Yeehat hunter.

สุนัขผีตัวนี้มีความฉลาดแกมโกงมากกว่านักล่า Yeehat ที่กล้าหาญที่สุด

The ghost dog stole from camps in deep winter and tore their traps apart.

สุนัขผีขโมยของจากค่ายในช่วงฤดูหนาวที่หนาวจัด และฉีกกับดักของพวกมันออกเป็นชิ้นๆ

The ghost dog killed their dogs and escaped their arrows without a trace.

สุนัขผีฆ่าสุนัขของพวกเขาและหนีจากลูกศรของพวกเขาได้อย่างไร้ร่องรอย

Even their bravest warriors feared to face this wild spirit.

แม้กระทั่งนักรบที่กล้าหาญที่สุดของพวกเขาก็ยังกลัวที่จะเผชิญหน้ากับวิญญาณป่าเถื่อนนี้

No, the tale grows darker still, as the years pass in the wild.

ไม่ เรื่องราวยิ่งมืดมนมากขึ้นเมื่อกาลเวลาผ่านไปในป่า

Some hunters vanish and never return to their distant camps.

นักล่าบางคนหายตัวไปและไม่เคยกลับไปยังค่ายที่อยู่ห่างไกลอีกเลย

Others are found with their throats torn open, slain in the snow.

ส่วนคนอื่นๆ ถูกพบมีคอฉีกขาด ถูกฆ่าในหิมะ

Around their bodies are tracks—larger than any wolf could make.

รอบตัวพวกมันมีรอยเท้าซึ่งใหญ่เกินกว่าหมาป่าตัวไหนจะขีดได้

Each autumn, Yeehats follow the trail of the moose.

ในฤดูใบไม้ร่วงทุกๆ ปี นก Yeehats จะเดินตามรอยของกวางมูส

But they avoid one valley with fear carved deep into their hearts.

แต่พวกเขาหลีกเลี่ยงหุบเขาแห่งหนึ่งเพราะความกลัวฝังลึกอยู่ในใจพวกเขา

They say the valley is chosen by the Evil Spirit for his home.

พวกเขาบอกว่าหุบเขานี้ถูกวิญญาณชั่วร้ายเลือกให้เป็นบ้านของเขา

And when the tale is told, some women weep beside the fire.

และเมื่อนิทานเรื่องนี้ถูกเล่าขึ้นก็มีผู้หญิงบางคนร้องไห้อยู่ข้างกองไฟ

But in summer, one visitor comes to that quiet, sacred valley.

แต่ในฤดูร้อนจะมีผู้มาเยือนหนึ่งคนมาเยือนหุบเขาอันเงียบสงบและศักดิ์สิทธิ์แห่งนี้

The Yeehats do not know of him, nor could they understand.

ชาวเยฮัตไม่รู้จักเขา และพวกเขาก็ไม่เข้าใจเช่นกัน

The wolf is a great one, coated in glory, like no other of his kind.

หมาป่าเป็นสัตว์ที่ยิ่งใหญ่ มีขนอันสง่างาม

ไม่เหมือนกับหมาป่าตัวอื่น

He alone crosses from green timber and enters the forest glade.

เขาเพียงคนเดียวที่ข้ามจากป่าเขียวขจีและเข้าสู่ป่าโปร่ง

There, golden dust from moose-hide sacks seeps into the soil.

มีฝุ่นสีทองจากกระสอบหนังมูสซึมซาบลงไปในดิน

Grass and old leaves have hidden the yellow from the sun.

หญ้าและใบไม้เก่าซ่อนความเหลืองจากแสงแดด

Here, the wolf stands in silence, thinking and remembering.
ที่นี่หมาป่ายืนนิ่งคิดและจดจำ

He howls once—long and mournful—before he turns to go.
เขาคร่ำครวญครั้งหนึ่งยาวนานและโศกเศร้า ก่อนจะหันหลังไป

Yet he is not always alone in the land of cold and snow.
แต่เขาไม่ได้อยู่คนเดียวในดินแดนแห่งความหนาวเย็นและหิมะเสมอไป

When long winter nights descend on the lower valleys.
เมื่อคืนฤดูหนาวอันยาวนานปกคลุมหุบเขาด้านล่าง

When the wolves follow game through moonlight and frost.
เมื่อหมาป่าติดตามเกมผ่านแสงจันทร์และน้ำค้างแข็ง

Then he runs at the head of the pack, leaping high and wild.
จากนั้นเขาก็วิ่งไปอยู่หัวฝูงพร้อมกระโดดสูงและดุร้าย

His shape towers over the others, his throat alive with song.
รูปร่างของเขาดูสูงกว่าคนอื่นๆ ลำคอของเขาเต็มไปด้วยเสียงเพลง

It is the song of the younger world, the voice of the pack.
เป็นเพลงของโลกเยาวชน เป็นเสียงของฝูง

He sings as he runs—strong, free, and forever wild.
เขาร้องเพลงขณะวิ่ง—แข็งแกร่ง อิสระ และดุร้ายตลอดไป

www.ingramcontent.com/pod-product-compliance
Lightning Source LLC
Chambersburg PA
CBHW011725020426
42333CB00024B/2740